D1772432

கசாக்கின் இதிகாசம்

கசாக்கின் இதிகாசம்

ஓ.வி. விஜயன் (1930 – 2005)

எழுத்தாளர், பத்திரிகையாளர், கார்ட்டூனிஸ்ட், அரசியல் சிந்தனையாளர் என்று அறியப்படும் ஓவ்வுப் புலாக்கல் வேலுக்குட்டி விஜயன் பாலக்காடு மாவட்டம் விளையன் சாத்தனூரில் பிறந்தார். மலபார் போலீசில் பணியாற்றிய தந்தையின் இடமாற்றங்கள் காரணமாக வெவ்வேறு பள்ளிகளில் ஆரம்பக் கல்வியைப் பெற்றார். பாலக்காடு விக்டோரியா கல்லூரியில் பி.ஏவும் சென்னை மாநிலக் கல்லூரியில் எம்.ஏ. ஆங்கில இலக்கியமும் பயின்றார். கும்பகோணத்தில் கல்லூரி ஆசிரியராகக் குறுகிய காலம் பணியாற்றினார். தில்லி சென்று *சங்கர்ஸ் வீக்லி*யில் கார்ட்டூனிஸ்டாகவும் பத்திரிகையாளராகவும் பணிபுரிந்தார். தொடர்ந்து *பேட்ரியாட், ஸ்டேட்ஸ்மென்* இதழ்களில் பங்கேற்றார்.

கசாக்கின் இதிகாசம் நீங்கலாக ஐந்து நாவல்களையும் (தர்மபுராணம், குரு சாகரம், மதுரம் காயதி, பிரவாசன்டெ வழி, தலமுறகள்) ஐம்பதுக்கும் மேற்பட்ட சிறுகதைகளை யும் எழுதியுள்ளார்.

நீண்டகால தில்லி வாழ்க்கைக்குப் பிறகு கோட்டயத்துக்கு இடம்மாறி வந்தார். இருபது ஆண்டுகளுக்கு மேலாகப் பார்க்கின்ஸன் நோய்ப் பாதிப்புக்குள்ளாகி தொடர் சிகிச்சை பெற்றுவந்தார். விஜயனின் இறுதிக் காலம் ஹைதராபாத்தில் கழிந்தது. அங்கேயே, 2005 மார்ச் 30 அன்று மறைந்தார். மனைவி தெரெசா. மறைந்துவிட்டார். ஒரே மகன் மது அமெரிக்காவில் வசிக்கிறார்.

கேரள சாகித்திய அக்காதெமி, மத்திய சாகித்திய அக்காதெமி, கேரள அரசின் உயர்ந்த இலக்கிய விருதான எழுத்தச்சன் விருது உட்படப் பல விருதுகள் பெற்றார். 2003ஆம் ஆண்டு இந்திய அரசின் பத்மபூஷண் விருது ஓ.வி. விஜயனுக்கு வழங்கப்பட்டது.

யூமா வாசுகி (பி. 1966)
மொழிபெயர்ப்பாளர்

கும்பகோணம் ஓவியக் கல்லூரியில் பட்டயம் பெற்றவர். இரண்டு நாவல்களும் ஒரு சிறுகதைத் தொகுப்பும் சில கவிதைத் தொகுப்புகளும் வெளியாகியுள்ளன. மலையாள மொழிபெயர்ப்பாளர்.

நன்றி

மொழிபெயர்ப்பில் உதவிய
சுகுமாரன்
கவிஞர் ப. கூத்தலிங்கம்
மலையாளக் கவிஞர் சியாம் சுதாகர்
பிஜு பி.வி.
(உதவிப் பேராசிரியர், மலையாளத்துறை,
புனித தாமஸ் கல்லூரி, சென்னை)
எம். பஷீர் ஃபிர்தவ்ஸி
எம். சிராஜுதீன்
எஸ்.என். கிருஷ்ணசர்மா
(சமஸ்கிருதக் கல்லூரி, சென்னை)

ஒ.வி. விஜயன்

கசாக்கின் இதிகாசம்

மலையாளத்திலிருந்து தமிழில்
யூமா வாசுகி

காலச்சுவடு பதிப்பகம்

● **அன்பார்ந்த வாசகருக்கு,**

வணக்கம்.

காலச்சுவடு நூலை வாங்கியமைக்கு நன்றி.

நூலின் உள்ளடக்கம், உருவாக்கம், அட்டைப்படம் இன்ன பிற அம்சங்கள் பற்றிய உங்கள் கருத்துகளையும் ஆலோசனைகளையும் காலச்சுவடு வரவேற்கிறது. தகவல், எழுத்து, வாக்கியப் பிழைகள் தென்பட்டால் அவசியம் தெரிவித்து உதவுங்கள். நூல் தயாரிப்பில் கடும் குறைபாடு இருப்பின் மாற்றுப் பிரதி உங்களுக்குக் கிடைக்கக் காலச்சுவடு ஏற்பாடு செய்யும்.

***மின்னஞ்சல்:* publisher@kalachuvadu.com**

காலச்சுவடு நாகர்கோவில் அலுவலகத்திற்குக் கடிதம் அனுப்பலாம்.

தங்கள்
எஸ்.ஆர். சுந்தரம் (கண்ணன்)
பதிப்பாளர் — நிர்வாக இயக்குநர்

Khasakkinte Ithihasam by O.V. Vijayan
Rights Reserved © D C Books

கசாக்கின் இதிகாசம் ❖ நாவல் ❖ ஆசிரியர்: ஓ.வி. விஜயன் ❖ தமிழில்: யூமா வாசுகி ❖ முதல் பதிப்பு: டிசம்பர் 2014, எட்டாம் பதிப்பு: மே 2025 ❖ வெளியீடு: காலச்சுவடு பப்ளிகேஷன்ஸ் (பி) லிட்., 669, கே. பி. சாலை, நாகர்கோவில் 629001

kacaakkin itikaacam ❖ Novel ❖ Author: O.V. Vijayan ❖ Translated by Yuma Vasuki ❖ Language: Tamil ❖ First Edition: December 2014, Eighth Edition: May 2025 ❖ Size: Demy 1 x 8 ❖ Paper: 18.6 kg maplitho ❖ Pages: 240

Published by Kalachuvadu Publications Pvt. Ltd., 669 K.P. Road, Nagercoil 629001, India ❖ Phone: 91-4652-278525 ❖ e-mail: publications@kalachuvadu.com ❖ Printed at Clicto Print, Jaleel Towers, 42 KB Dasan Road, Teynampet Chennai 600018

ISBN: 978-93-84641-16-0

05/2025/S.No. 650, kcp 5746, 18.6 (8) uss

1

புகலிடம் தேடி

கூமன்காவில் பேருந்து சென்று நின்றபோது, ரவிக்கு அந்த இடம் அந்நியமாகத் தோன்ற வில்லை. அடர்ந்து பரந்த மாமரங்களுக்குக் கீழே உள்ள நான்கைந்து குடிசைகளின் நடுவே தான் வருவோம் என்று முன்பே நினைத்திருக்க வேண்டும். எதிர்காலத்தைக் குறித்தான முன்னுணர்வுகளிலெங்கோ அந்த மாமரங்களின் முதுமையையும் நோயையும் பார்த்துப் பார்த்து மனப்பாடமாகிவிட்டிருந்தது. கருணை நிறைந்த முதுமை, குஷ்டம் பீடித்த வேர்கள், எல்லாம் அதுதான்.

ஆட்கள் பேருந்தை விட்டிறங்கி கலைந்து செல்லத் தொடங்கினார்கள். அந்த இடம் பேருந்து வழித் தடத்தின் முடிவுப் பகுதி. ஒரு காலசந்தியைப் போல அந்தச் சிறிய கடைகளின் நடுவிலாகி அந்த வழி முடிந்தது. அதற்கும் அப்பாலான பயணத்தில் கொஞ்சம் ஓய்வை எட்ட எண்ணியதேபோன்று அவன் பேருந்தினுள்ளே சாய்ந்திருந்தான்.

தலை சுற்றுகிறது. காலையில் தொடங்கியது இந்தப் பேருந்துப் பயணம். போதானந்த ஸ்வாமிகளின் ஆசிரமத்திலிருந்து புறப்படும்போது அதிகாலைக் கதிரொளி தோன்றியிருந்தது. குருகுலவாசியான சன்யாசினியின் காவி வேட்டியைக் கட்டிக்கொண்டு புறப்பட்டுவிட்டான். அவசரத்தில் நேர்ந்த குழப்பம். நேரம் வெளுத்தபோதுதான் உடைகள் மாறிப்போனது தெரிந்தது. காவி வேட்டியைக் கட்டிக்கொண்டு நடைபாதை வழியே வந்து குன்றேறி

பள்ளமிறங்கி பேருந்துப் பாதைக்கு நடந்தபோது மரங்களும் பாறைகளும் புதர்ச் செடிகளும் கர்ப்ப வித்துகளைப்போல உயிர்த்து உருவங்கொண்டன.

"பொட்டி தூக்கறதுக்கு ஆள் வேணுமா?" நடத்துநர் பேருந்தின் ஓரத்தில் சாய்ந்து நின்றுகொண்டு உள்ளே பார்த்து ரவியிடம் சொன்னார், "ஒரு ஆள் ஏற்பாடு பண்ணியிருக்கேன்."

"ரொம்ப நன்றி."

ரவி இறங்கினான். காலைத் தரையில் வைத்தபோது, தமாஷ்தான், ஏற்றத்தில் செல்லும் பேருந்தில் வெளியே தலை நீட்டி அமர்ந்திருப்பதுபோலத் தோன்றுகிறது.

அரசிலைகளின் மென் காற்றொன்று வீசியது. தலைசுற்றல் சற்றுக் குறைந்தது.

பேருந்தின் மேற்பகுதியிலிருந்து பெட்டியையும் படுக்கையையும் இறக்கிவிட்டிருந்தார்கள். ஹோல்டாலின் மீது படிந்திருந்த அழுக்குத் தடங்களை ரவி பார்த்தான். அதையெல்லாம் சோடாத்தூள் போட்டு சுடுநீரில் கழுவிச் சுத்தமாக்க வேண்டும் என்றோ பிறவோ அவன் தீர்மானித்தான். சுகச் சோம்பலின் சுழியில் மெதுவாகச் சுழன்றுகொண்டிருந்த மனத்தை ஒரு நிலையில் நிறுத்துவதற்காகப்போல அந்த அழுக்குத் தடங்களில் கவனம் செலுத்த முயன்றான்.

"இனி எங்க போவணும்?" சுமைதூக்கி கேட்டார்.

"இனி –"ரவி சொன்னான்.

அரசிலைகளில் காற்று வீசியது.

"கசாக்குக்கு," என்றான் ரவி.

ஏறுமாடங்களில்[1] ஒன்று சர்பத் கடை.

"ரெண்டு சர்பத்து," ரவி சொன்னான்.

"அட, எனக்கு வேணாம்," சுமைதூக்கி சொன்னார்.

"சும்மா சாப்டுங்க, பெரியவரே, நாம இன்னும் ரொம்ப தூரம் நடக்கணுமில்ல?"

சரிகைத் தாள் ஒட்டப்பட்ட நரகப் படத்துக்கு முன்னால் கடைக்காரர் கண்ணாடிக் குவளைகளைப் பாத்திரத்தில் முக்கிக் கழுவி வைத்து நன்னாரி சர்பத் பாட்டிலைத் திறந்தார்.

---

1. **ஏறுமாடம்:** தரையில் ஊன்றப்பட்ட தேக்குக் கட்டைகளின் மீது அமைக்கப்பட்ட சிறிய கடைகள்.

"ஷோடா வேணுமா?"

"வேண்டாம். ஐஸ் இருக்கா?"

"ஐஸ் இல்ல. ஆனா, தண்ணி ஐஸைவிடச் சில்லுனுருக்கு."

ஒரு வாய் குடித்துப் பார்த்தபோது, உண்மைதான், புதுமழையின் சுவையுள்ள தண்ணீர். அங்கே ஒரு பெஞ்சில் அமர்ந்துகொண்டு ரவி கூமன்காவின் சித்திரத்தை உட்கொள்ள முயன்றான். தரையில் ஊன்றிய தேக்குக் கட்டைகளின் மீது அமைக்கப்பட்ட நான்கைந்து குடில்கள்தான் கூமன்காவு கடைத்தெரு. ஒரு சிறிய மைதானத்தில் பாதை முடிந்தது. அதைச் சுற்றிலும்தான் குடில்கள் இருந்தன. அவற்றின் பின்னால் துவரைக் காடுகளிலும் வாழைக் கூட்டங்களிலும் மறைந்த குடில்கள். அவற்றிற்கெல்லாம் மேலே உறுதியான உடலுடைய தாத்தாக்களைப்போல, படர்ந்திருந்த மாமரங்கள். நீல நரம்போடிய பரந்த நிழல்கள்.

ரவியின் கவனம் மீண்டும் நரகப் படத்தில் பதிந்தது. மிகவும் பழைய படமென்று தோன்றியது. அது அவ்வளவு காலமாகத் தன்னை எதிர்பார்த்து இந்தக் கடையில் காத்திருக்க வேண்டும் என்று நினைத்தான். அரசமர இலைகளில் காற்று மெதுவாக வீசியது. ரவி கடைக்கு உள்ளே இருந்த ஜாடிகளையும் கருப்புக் கோலிக்குண்டுகள் உள்ள லெமனேட் பாட்டில்களையும் பார்த்தான். மூலையில் பழைய கிராமபோன் பெட்டி ஒன்றும் இருந்தது. நாய்க்குட்டியின் படம் உள்ள அதன் குழல் வெளியே விரிந்திருந்தது. அந்தக் குழலைப் பார்த்தபோது அவன் என்னவெல்லாமோ நினைவுகூர்ந்தான். அவை ஒன்றோ இரண்டோ நினைவுகள் அல்ல. விவரிக்க முடியாத நினைவுகளின் பெரியதொரு மூடுபனி தன்னைத் தீண்டியதாகத் தோன்றியது.

வருபவர்களைச் சும்மா விட்டுவிடக் கூடியவர் அல்ல கடைக்காரர். ஒரு குவளை சர்பத் குடித்து முடிப்பதற்குள், ரவி கசாக்குக்குச் செல்கிறான் என்றும் அங்கே ஆசிரியராகப் பணியாற்றப்போகிறான் என்றுமெல்லாம் அவர் தெரிந்து கொண்டிருந்தார்.

"அப்டின்னா அங்க ஸ்கோல் இருக்கா?"

"நான் போய்த்தான் ஆரம்பிக்கணும்."

ரவி விவரித்தான். ஓராசிரியர் பள்ளி. ஜில்லா போர்டின் புதிய திட்டம்.

"ம்," கடைக்காரர் ரவியின் காவி வேட்டியைப் பார்த்தார். "காங்கிரசா இருக்கும்னு நெனச்சேன்."

ரவி சிரித்தான்.

"தற்சமயம் காங்கிரஸ் வேணாம்னு இருக்கேன். அப்பறம் இந்தக் காவி, வேதாந்தத்தால வந்த பாதிப்புதான்."

கடைக்காரர் கைகூப்பி நின்றார். காவி வேட்டியோடு சேர்ந்து ஒரு காவி சால்வையும் இருந்தால் நன்றாக இருந்திருக்கும் என்று ரவி விரும்பினான். போதானந்தனின் சால்வைகளில் ஒன்றை எடுத்துக்கொண்டு வந்திருக்கலாம். ஆனால் சன்யாசினியின் வேட்டியைக் கட்டிக்கொண்டு ஓடிவந்ததெல்லாம் எதிர்பாராமல் நடந்ததுதானே.

"நான் வந்து பாக்குறேன்," கடைக்காரர் சொன்னார். "இந்தப் பக்கம் வரும்போது கடைக்கு வந்துட்டுத்தான் போகணும்."

கட்டாயப்படுத்தித்தான் சர்பத்துக்கான பணத்தைக் கொடுக்க வேண்டியிருந்தது.

○

பெட்டியையும் படுக்கையும் தூக்கச் செய்து ரவி புறப்பட்டான். அவர்கள் கடைத்தெருவிட்டு ஒரு சந்தில் சென்றார்கள். அந்த வழி ஒரு பள்ளத்தை நோக்கி இறங்கியது. காட்டுத் துளசியின் மணம். இருபுறமும் பசுமை தழைத்த வேலிகளில் செடிப்பூக்கள் நிறைந்து மலர்ந்திருந்தன.

"இன்னும் எவ்ளோ தூரம்?" சுமைதூக்கியிடம் கேட்டான்.

"தோ, பக்கத்துலதான்."

நடுப் பகல். காற்று வீசவில்லை. எல்லாம் கிறங்கிக் கிடந்தன.

○

ஒரு உச்சி நிழலிலெங்கோ ரவியின் நினைவுகள் தொடங்குகின்றன.

குழந்தைப் பருவம். சின்ட்ரெல்லாவின் கதை. நட்சத்திரங்களைத் தெளித்து வரும் மோகினிகள். அப்பா படித்துக் காட்டிய கதைகளை நினைவுகூர்ந்து நினைவுகூர்ந்து பொம்மைகளை முன்னால் பரப்பி வைத்து அவன் திண்ணையில் தனித்திருப்பான். அப்பாவும் சின்னம்மாவும் உள்ளே மதியத் தூக்கத்திலிருப்பார்கள். திண்ணையிலிருந்து தொலைவே பார்த்தால் முடிவற்று மடிந்து கிடக்கும் காப்பித் தோட்டங்கள். காப்பித் தோட்டங்களுக்கு அப்பால் மஞ்சள் புல் மூடிய குன்றுகள், ஆகாயம். அத்தனையையும் உள்வாங்கிக்கொண்டு கர்ப்பவதியைப்போலக் கிடந்தது வெயில்.

ரவி, அம்மாவின் வயிற்றில் சாய்ந்து படுத்திருக்கும்போது அம்மா சொல்வார்கள், "நட்சத்ரக்குட்டா[2], கற்பக விருட்சத்தோட குடுக்கையைப் பாக்குறியா?"

வெயிலெறியும் வானத்தைப் பார்த்திருந்தால் போதும். வெகுநேரம் அப்படிப் பார்க்கும்போது கண்ணாடிமணிகளைக் கோத்ததுபோன்று ஏதோ ஒன்று கண் அசைவுக்கு ஏற்றபடி அசைவதைப் பார்க்கலாம். இமை மூடித் திறந்தால் அது இருக்காது. தேவர்கள் கற்பக விருட்சத்தின் இளநீரைக் குடித்து விட்டு மட்டையைக் கீழே எறிகிறார்களாம். சாய்ந்து படுத்தவாறு ரவி இளநீர்க் குடுக்கைகளை எண்ணத் தொடங்குவான். ஒன்று, இரண்டு, மூன்று. நிழலும் ஒளியுமுள்ள மேகத்தின் இடைவெளி வழியே அதோ ஒன்று கீழே உதிர்கிறது. மஞ்சள் புற்பரப்புகளினூடே, குன்றின் சரிவினூடே, மற்றொன்று காப்பித் தோட்டங்களில் தொலைந்தது.

பன்னிரண்டு!

அப்போது கண்கள் வலிக்கத் தொடங்கும். கண் சிமிட்டி விழித்தால் இளநீர்க் குடுக்கைகள் இல்லை. மேகத் துண்டுகளும், அந்த இடத்தின் சூன்ய சிகரத்தைச் சுற்றிலும் கப்பலோட்டுகிற பருந்தும் மட்டுமேயுள்ளன.

"நட்சத்ரக்குட்டா," அம்மா சொல்வார்கள், "அழுத்திச் சாயாம ஒக்காரு."

சந்தன நிறமுள்ள அந்த வயிற்றில் ஒரு தங்கச்சி இருக்கிறாள். வெகுகாலம் முன்பு அவனுடன் அம்மாவின் கால் கட்டைவிரலின் உள்ளே வசித்திருந்தாள். அங்கிருந்து ஏறி ஏறி வயிற்றுக்கு வந்துவிட்டாள். ஆனால், தங்கையைப் பார்க்க முடியவில்லை. அதற்கு முன்பே அம்மா இறந்துவிட்டார்கள்.

அம்மாவின் இறப்புப் பற்றித் தெளிவான நினைவுகள் ஏதுமில்லை. உச்சி நேரத்தில் தோட்டத் தொழிலாளிகள் திண்ணையிலும் வாசலிலும் கூட்டமாக நின்றிருந்தார்கள். அப்பாவின் நண்பர்கள் பலரும் உள் அறைகளில் அங்குமிங்கும் நடந்துகொண்டிருந்தார்கள். அம்மாவின் கட்டிலருகில் மேசை மீது கண்ணாடிக் குப்பிகளில் அத்தர் நிறைத்து வைக்கப்பட்டிருந்தது. அம்மா கண்கள் மூடி ஓய்வெடுத்தார்கள். வெளியே கற்பக விருட்சத்தின் குடுக்கைகள் உதிர்ந்துவிழுந்துகொண்டிருந்தன.

அம்மாவைச் சுமந்துகொண்டு போகும்போது யாரோ அவனைப் பிடித்து விலக்கினார்கள். எங்கே போகிறார்கள் என்று

---

2. **குட்டன்:** ஆண் குழந்தைகளைச் செல்லமாக அழைக்கும் சொல்.

அவனுக்குத் தெரியும். காப்பித் தோட்டமும் குன்றும் கடந்து அப்பால். அவன் என்றும் அங்கே பார்த்தபடிதான் திண்ணையில் அமர்ந்திருப்பான். அங்கே ஆகாயத்தின் எல்லைகளில் புல் இதழ்களைப்போல பைன் மரங்கள் வளர்ந்திருந்தன. அவை உச்சி வெயிலில் கரைந்தோடும்போது, கிரீடமணிந்த கடற் பாம்புகள் சிறகடித்து எழுந்து வந்து அவனைக் கை காட்டி அழைத்தன.

"இந்த வருசம் மழ நல்லால்ல."

சுமைதூக்கி சொன்னார்.

"ஓ," ரவி முனகினான்.

"போன வருசம் ரொம்ப ஜாஸ்தி."

ஏறத்தாழ மூன்று மைல் நடந்திருக்க வேண்டும். இன்னும் அவ்வளவு தூரம் நடக்க வேண்டும் என்று பெரியவர் சொன்னார். அவர்கள் இப்போது சுமாரான உயரமுள்ள ஒரு மேட்டில் இருந்தார்கள். பின்னால் கூமன்காவின் மேற்கூரைகள் தெரிந்தன. கிளைத்துப் பரவியிருக்கும் மாமரச் செழுமை தெரிந்தது. அவற்றிற்கு மேலாக செம்மண் படலம் எழுந்தது. பேருந்து பாலக்காட்டுக்குத் திரும்பிச் சென்றுகொண்டிருந்தது. செம்மண் படலம் அடங்குவதுவரை ரவி அதைப் பார்த்து நின்றான்.

"சோந்து போய்ட்டிங்களா?" பெரியவர் கேட்டார்.

"இல்ல."

"என்னமோ நெனச்சிக்கிட்டு நின்னுட்டிங்க, இல்லியா?"

"அது ஒண்ணுல்ல."

பெரியவர் சிரித்தார்.

"அப்டின்னா நடங்க தம்பி."

மீண்டும் இறக்கம். அதன் பிறகு நிலமும் வயல்களும். நிறையப் பனைமரங்கள். மதியப் பொழுது கடந்திருந்தது. காற்று வீசத் தொடங்கியது. கணவாய் கடந்து பாலக்காட்டுப் பனங்காட்டில் வீசும் கிழக்குக் காற்று அது.

மிக உயரத்தில் ஒரு பறவை சீழ்க்கையிட்டது. பெரியவர் செவிகூர்ந்தார்.

"இன்னிக்கோ நாளைக்கோ மழ பேயும்." அவர் சொன்னார். மழை வரவிருக்கும்போதுதான் மாணியன்[3] பறவை சீழ்க்கையிடும்.

---

3. **மாணியன்:** மழையறிவிக்கும் பறவை.

ஒ.வி. விஜயன்

மழையைப் பற்றித்தான் பேச்சு. கொஞ்சம் 'ம்' கொட்டிக் கொண்டிருந்தால் போதும். பெரியவர் உற்சாகத்துடன் பேசுவார். மழை மனிதனைக் கஷ்டப்படுத்தாதிருந்த காலம் இல்லை.

"அதுதானே தம்பி மாயை?"

சட்டென்று ரவிக்குத் தன் காவி உடையின் நினைவு வந்தது. வல்லுநர் கருத்தைக் கோருகிறார் பெரியவர். கொஞ்சம் வேதாந்தம் பேசினால் என்னவென்று ரவிக்குத் தோன்றாமல் இல்லை. ஆனால், வேண்டாம் என்று நினைத்தான். முடியாது. களைப்பு. எப்படியாவது நடந்து இடம் சேர்ந்தால் போதும்.

கேள்விக்குப் பதில் சொன்னான் ரவி, "மாயைன்னே வச்சிக்கங்க."

இந்தப் பதில் பெரியவரை ஏமாற்றமடையச் செய்தது. ஆயினும் அவர் தொடர்ந்தார், "மலம்புழாவுல அண கட்டி தண்ணியத் திருப்பணும்னெல்லாம் பேசிக்கிறாங்க. இல்லாத மழயப் பெய்ய வக்கிறதுக்கும், பெய்யிற மழயத் தடுக்குறதுக்கும் மனுசனால முடியுமா தம்பி?"

"சரிதான், ஆனா, அண கட்டுனா மழக்கி இவ்ளோ பயப்பட வேண்டாம்ல."

அதைச் சொல்லியிருக்கக் கூடாது. சுவாரஸ்யம் அறுந்து விட்டது.

"என்னமோப்பா," பெரியவர் சொன்னார், "சனங்க பேசிக்கிறாங்க, புன்னம்பாறையில ரெண்டு மலைகள கருங்கல் சொவரு கட்டிச் சேப்பாங்களாம். கடல்ல கலக்குற மலம்புழயத் தடுத்து கசாக்குக்கு தண்ணியத் திருப்புவாங்களாம். பருவ மழயோட பிடிவாதத்த மனுசன் திருத்துவான்னு நெனச்சா – அது எப்டின்னு பாத்துத்தான் தெரிஞ்சுக்கணும். போதாக்கொறக்கி, அப்டியெல்லாம் செய்யிறது சரியா? மனுசனுக்கும் கடவுளுக்கும் போட்டாபோட்டி நடக்குது இங்க."

ஒரு ஒற்றையடிப் பாதை மூலையிலிருந்து மூலைக்கு வயலுக்குக் குறுக்காகச் சென்றது.

"தோ, அங்கதான்," பெரியவர் சொன்னார்.

அவர்களின் முன்னே குடில்போல மரங்கள் அடர்ந்து வளர்ந்திருந்தன. அதன் இடைவெளிகளினூடே மஞ்சளும் தவிட்டு நிறமும் சிவப்புமாக மேற்கூரைகள் தெரிந்தன. வெயிலை மங்கச் செய்த ஒரு மேகம் கடந்தபோது நிறங்கள் தெளிவாயின. ஒற்றையடிப் பாதைகள் ஊர்ப் பெரிய மனிதர்களைப்போல

நாற்புறங்களுக்கும் சென்றுகொண்டிருந்தன. ஓடையின் ஓரத்தில் மேய்ந்துகொண்டிருந்த எருமை, ரவியைப் பார்த்து கொம்புகளை நிமிர்த்தி உறுமியது. குடில்போன்ற மர அடர்த்திக்குள்ளிருந்து யாரோ நீளமாக ராகம்போட்டு அழைத்தார்கள்.

"கதீஸா – கதீஸா !"

கசாக்கின் பின்னால் உயர்ந்திருக்கும் செதலி மலையின் பக்கங்களில் காட்டுத் தேன்கூடுகளின் தவிட்டு நிறப் பெரிய அடையாளங்களை ரவி பார்த்தான். செதலி மலையைத் தொடர்ந்து அந்தப் பக்கம் கிழக்கு மலைகள். வெற்றிலைக் கிளிகள், மணிப்புறாக்கள், வண்ணாத்திப் பறவைகள் என என்னவெல்லாமோ கத்துகின்றன. ஒரு மண்ணுளிப் பாம்பு வழியைக் குறுக்காகக் கடந்து முட்புதருக்குள் சென்றது. தூரத்தில் எங்கோ காக்கைகள் ட்டெரொடாக்டைல்[4]களைப்போல வெயிலின் கண்ணாடி வளைவுகளை நோக்கிக் கரைந்தெழுந்தன.

○

தேவாரத்து சிவராமன்நாயரின் சிறியதொரு நாற்றுப்புரை[5]யில்தான் ஓராசிரியர் பள்ளி. இரண்டு அறைகள், வராந்தா, பின்னால் தாழ்வாரம். கதவைத் திறந்தபோது மண் மணமும் நெல் மணமும் வந்தன. நான்கைந்து பெஞ்சுகள், நாற்காலி, மேசை, கரும்பலகை, காந்திஜி, ஹிட்லர் மற்றும் அனுமானின் வண்ணப் படங்கள். சிவராமன் நாயரின் கொடையாக இவையெல்லாம் முன்பே வைக்கப்பட்டிருந்தன.

"ஸ்கோல் தொடங்கட்டும் மாஷ்ஷே,"[6] சிவராமன்நாயர் சொன்னார், "கொஞ்சங் கொஞ்சமா நாம எல்லாத்தையும் சரி பண்ணிடலாம்."

ரவி 'ம்' என்று முனக மட்டுமே செய்தான்.

"நீங்களும் இங்கயே தங்கிக்கலாம்."

"ம்."

"நம்ம வீட்டுக்குக் கூப்பிட்டிருக்கலாம்னு நெனச்சேன். ஆனா . . ."

"ஏற்பாடெல்லாம் நல்லாப் பண்ணிருக்கீங்க சிவராமன் நாயரே. நீங்க இந்தளவு செஞ்சதே ரொம்பத் தாராளம்."

---

4. **ட்டெரொடாக்டைல்** *(Pterodactyl)*: நீண்டு மெலிந்த தலை, கழுத்து, வால் முதலியவை கொண்ட உயிரினம். மரபற்றுப்போன பறக்கும் ஊர்வன இனம்.

5. **நாற்றுப்புரை:** நாற்றுகள் வைக்கும், வீடுபோன்ற தனிக் கட்டடம்.

6. **மாஷ்:** மாஸ்டர், ஆசிரியர்.

"நமோ நம! ஏதோ நம்மால முடிஞ்சது..."

சேலத்து மாம்பழம் இரண்டு, ஊறிப் பருத்த நான்கு இட்லி, மிளகாய்ப்பொடி, ஒரு கூஜா நிறைய கெட்டியான எருமைப்பால் காப்பி. இவ்வளவையும் வைத்துவிட்டுத்தான் சிவராமன்நாயர் திரும்பிச் சென்றார். பசித்தது. அதனால் நல்ல ருசியாக இருந்தது.

பள்ளியருகே பத்துப் பதினைந்து பிள்ளைகள் சூழ்ந்திருந்தனர். அவர்களைத் திரும்ப அழைக்க வந்ததுபோன்று கொஞ்சம் பெண்களும் அங்கே வந்து நின்றார்கள். பெரிய உதடுகளும் சப்பை மூக்கும் உள்ள எண்ணெய் வழியும் ஒருத்தி. வால் வைத்துக் கண்ணெழுதிய ஒரு நடுத்தர வயதுப் பெண். தொடைகள்வரை தெரியும்படிப் புடவைத் தூக்கிச் செருகி, குழந்தைக்கு முலைப்பால் கொடுத்துக்கொண்டிருந்த ஒரு செட்டிப் பெண். அப்போதுதான் ரவி அந்தக் குள்ளமான குதிரைத் தலையனைப் பார்த்தான். குழந்தையா பெரியமனிதனா என்று தீர்மானிக்க முடியாது. ஒரு பச்சைத் தும்பியை நூலில் கட்டிப் பறக்கச் செய்தபடி அவன் பிள்ளைகளின் நடுவில் நின்றான். பிள்ளைகள் அவனை மெதுவாக ரவியை நோக்கித் தள்ளிவிடுகிறார்கள். அவ்வளவு சீக்கிரம் எண்ணிக்கையை உருவாக்க வேண்டாம் என்று முடிவு செய்தான் ரவி. ஆயினும் முகம் முறிக்க வேண்டாம் என்று நினைத்துக் கேட்டான், "பேரென்ன?"

"சொல்லுடா கிளியே," பிள்ளைகள் உற்சாகப்படுத்தினார்கள்.

கிறுக்குச் சிரிப்புடன் அவன் சொன்னான், "அப்புக்ளி."

"அப்புக்கிளியா?"

"ஆமா சார்," பிள்ளைகள் சொன்னார்கள். "உளறுவாயன் சார்."

"எட்டுக்கால் பூச்சி பைத்தியம், சார்."

"சரி," ரவி சொன்னான், "இப்பப் போங்க. அடுத்த திங்கக்கெழம எல்லாரும் வருவீங்களா?"

சிலம்பு கிலுங்குவதைப்போல எல்லோரும் ஒன்றாகப் பதில் சொன்னார்கள், "வர்றோம் சார்."

கொஞ்சம் தொனி மாற்றிச் சொல்ல வேண்டியிருந்தது, "சரி, இப்ப எல்லாரும் போங்க."

களைப்பாகவும் எரிச்சலாகவும் இருந்தது. கொஞ்சம் நேரம் தனியாக இருந்தால் பரவாயில்லை என்று தோன்றியது. பிள்ளைகளும், பிறகு சற்று நேரம் கழித்துப் பெண்களும் சென்ற பிறகு ரவி பெட்டியைத் திறந்து பொருட்களை

கசாக்கின் இதிகாசம்

எடுத்து வைக்க முற்பட்டான். சன்னல் படியிலிருந்த கரப்பான் பூச்சிகளை விரட்டிவிட்டு அங்கே செய்தித்தாளை விரித்துத் துப்புரவாக்கினான். பகவத்கீதை, பிரின்ஸ் திருவங்குளம்[7], ரில்கெ, முட்டத்து வர்க்கி, போதலேர் – இப்படிக் கையிலிருந்த கொஞ்சம் புத்தகங்களை அதன் மேல் அடுக்கி வைத்தான். பிறகு டூத் பிரஷ், ஷேவிங் செட் முதலான கண்ணிகள் அனைத்திற்கும் இடம் கண்டுபிடித்தான். அப்புறம் நிமிர்ந்து நெட்டுயிர்த்து நாற்காலியில் சாய்ந்தான். கணுக்காலிலும் இடுப்பிலும் வலி. ஓய்வெடுக்க வேண்டும். கண்மூடிக் கண்மூடி உள்ளங்கையை மெல்ல மெல்ல நெற்றியில் வைத்தான்.

❍

குளிப்பதற்கு ஓடைக்குச் சென்றபோது பொழுது தாழ்ந்திருந்தது. சற்றே வெப்பம் துளிர்த்த பாறைகளை மிதித்து அவன் நடந்தான்.

கீழ்த் துறையில் இரண்டு உம்மாக்கள் குளித்துக் கொண்டிருந்தார்கள். மார்புகளும் இடையும் மட்டும் மறையும்படித் தூக்கிக்கட்டிய காச்சித் துணிகள்[8] காற்றில் இடம் மாறிக்கொண்டிருந்தன. அந்தி வெளிச்சத்தில் அவர்களது தோள்களும் தொடைகளும் கறுத்தன. சோம்பலாக அங்கே பார்த்தபடி அவன் தண்ணீரில் முங்கிக் கிடந்தான்.

உம்மாக்கள் சேலை கட்டித் துறையேறியபோது ரவி தனித்தவனானான். கதகதப்பான தண்ணீர். ஓடையிலிருந்து கரையேற மனமில்லை.

ஓடைக்கும் பள்ளிக்குமிடையே சற்று ஓரமாக விலகி, பெரிதாகவும் சிதைந்துமிருந்த பள்ளிவாசல் கையையும் காலையும் ஊன்றிக்கொண்டு நின்றிருந்தது. ஓடைக்கு அக்கரையில் வயல்கள். ஒரு தாமரைக் குளம். மீண்டும் வயல்கள். அதற்குமப்பால் அந்தியின் செந்தூரத் தீற்றல். அங்குதான் நகரம் கிடந்தது.

நீரோட்டத்தில் ரவி சற்றுத் திரும்பினான். பள்ளிக் கூடத்தையும் கசாக்கையும் பார்த்தான். கசாக்குக்குப் பின்னால் செதலி மலை இருண்டுவிட்டிருந்தது.

ரவி வெகுநேரம் தண்ணீரில் ஆழ்ந்திருந்தான்.

---

7. **பிரின்ஸ் திருவங்குளம்:** முற்காலத்திய மலையாள ஜனரஞ்சக எழுத்தாளர்.

8. **காச்சி:** விளிம்புக் கறையிட்ட, முஸ்லிம் பெண்கள் உடுத்தும் இடையாடை, வேட்டி.

2

திரும்புதல்

கசாக்கின் மதரசாவில் அல்லாப்பிச்சா மொல்லாக்கா[9], ராவுத்தர்களின் பிள்ளைகளுக்கு அந்தக் கதையைச் சொன்னார். வெகுகாலத்துக்கு முன்னால், மிகவும் வெகுகாலத்துக்கு முன்னால், ஒரு பௌர்ணமி இரவில் ஆயிரத்தொரு குதிரைகள் கொண்ட படையொன்று கசாக்குக்கு வந்தது. ரப்புல் ஆலமினான[10] எஜமானையும் முத்துநபி[11]யையும் பத்ரீங்களையும்[12] கொண்ட செய்யத் மியான் ஷெய்கும் தங்ஙள்களும்தான்[13] அந்தப் படையினர்.

---

9. **மொல்லாக்கா:** முல்லா (ஆசிரியர்) + இக்கா (மூத்தோரை அழைக்கும் சொல்)

10. **ரப்புல் ஆலமீன்:** உலகைக் காக்கும் அல்லா.

11. **முத்துநபி:** முகம்மது நபி.

12. **பத்ரீங்கள்:** அரேபியாவில் உள்ள ஒரு மலைச் சரிவின் பெயர் பதர். முகம்மது நபியும் அவரைச் சேர்ந்தவர்களும் இங்குதான் எதிரிகளுடன் போராடினார்கள். இது, ஹிஜ்ரா இரண்டாம் வருடம் ரம்ஜான் மாதம் 17ஆம் நாள் நடந்தது. இந்தப் போரில் நபியின் படை வென்றது. நபியுடன் இணைந்து போராடியவர்கள் பத்ரீன்கள் என்று அறியப்படுகிறார்கள். 'பதர்' எனும் சொல்லுக்கு முழு நிலா என்று பெயர்.

13. **தங்ஙள்:** முஸ்லிம்களுக்கிடையில் மேலோரைக் குறிக்கும் சொல். தங்ஙள்கள் முகம்மது நபியின் பரம்பரையைச் சேர்ந்தவர்கள் என்று நம்பப்படுகிறது. நபியை மரியாதையாக 'நபித் தங்ஙள்' என்றும் 'தங்ஙள்' என்றும் குறிப்பிடுகிறார்கள். நபியின் மருமகன் அலியை 'அலியார் தங்ஙள்' என்கிறார்கள். தங்ஙள் குடும்பத்தைச் சேர்ந்தவர்களுக்கு மந்திரம், விஷக்கடிக்கான சிகிச்சைபோன்றவை பரம்பரையாக சித்திக்கும் என்ற நம்பிக்கையும் உண்டு. இவர்களில் பெண்களை மரியாதையாக 'பீவி' என்று அழைக்கிறார்கள்.

ஆயிரம் குதிரைகளும் மாசுமறுவற்ற வெள்ளைக் குதிரைகள். ஆனால் ஷெய்குத் தங்ஙளோ, வயதாகித் தழும்பேறிய ஒரு ஒல்லிக் குதிரையின் மீதுதான் பயணம் செய்தார்.

இதிகாசத்தைச் செவிகொண்ட ஒவ்வொரு தலைமுறையும் கேட்டிருக்கிறது, "ஏன் அப்டி மொல்லாக்கா?"

"அந்த குதரிய்க்கி ஆர் தொண?" மொல்லாக்கா சொன்னார். "அத்கு தொண படச்சவன். செய்க்கு தங்ஙளு." ஷெய்க் எஜமான் அந்தக் குதிரையைத் தேடிப் பிடித்தது அதற்குத்தான். பிறகு அந்தக் குதிரைக்கு கால் வலிக்கும்போது படை நிற்க வேண்டும் என்று கட்டளையிட்டார். தங்ஙள்கள் குதிரைகளைப் பனைமரங்களில் கட்டினார்கள். தழும்பு பிடித்த அந்தக் குதிரை இரவின் கடைசி யாமத்தில் செத்தது. கசாக்கின் பனங்காட்டில்தான் அதைக் குடி வைத்தார்கள். கிழக்குக் காற்று வீசும்போது தட்டுத்தடுமாறி வரும் அதன் குளம்படி ஓசையைக் கேட்கலாம். பழனி மலை ஏறப்போகிற முருகசாமிகளுக்குக் கால் வலியெடுக்கும்போது அந்தக் குதிரையை அழைத்தார்கள். அது வயதானவர்களையும் விதவைகளையும் சுமந்து ஏற்றங்களைக் கடந்து சென்று இறக்கிவிடும் என்று புராணம் சொல்கிறது.

பாண்டன் குதிரையின் பனங்காட்டில் தங்ஙள்கள் முகாமிட்டார்கள். அந்த முகாமின் சந்ததிகள்தான் கசாக்குக் காரர்கள். இன்றும் செதலி மலையில் ஷெய்க் தங்ஙளின் கல்லறையைப் பார்க்கலாம். அங்கே வசித்துவந்த ஷெய்க்கின் ஆன்மாவை கசாக்கின் ராவுத்தர்களும் ஈழவர்களும்[14] வழிபட்டு வந்தார்கள்.

மொல்லாக்கா சொன்னார், "நம்க்கும் வயசாவும்போது படச்சவன் வந்து நம்டே பெடரில ஏறி ஒக்காருவான்."

இழை பிரிந்த தன் சட்டையின் மணத்தைச் சுவாசித்து, மொல்லாக்கா சற்று நேரம் எதுவும் பேசாதிருந்தார்.

"படச்சவன் தன் படை கிட்ட சொல்வான், அப்டியே படை நிக்கட்டும்!" மொல்லாக்கா தொடர்ந்து சொன்னார், "இந்தக் கெழட்டுக் குதர சாகரவரெய்க்கிம்."

கதியற்ற அந்த விலங்கின் இறுதிப் பணிவிடைக்காக எஜமானின் போர்அணி மொத்தமும் நிற்கிறது.

"இன்னக்கி ஆரோட மொற?" அல்லாவின் தழும்பேறிய கிழட்டுக் குதிரையைப்போல மொல்லாக்கா மதரசாவிடம் கேட்டார். ஒவ்வொரு நாளும் ஒரு குழந்தையின் முறை.

---

14. **ஈழவர்:** கேரளத்தைச் சேர்ந்த இந்துக்களிடையே உள்ள ஒரு சாதிப் பிரிவு.

அன்றைய முறை குங்ஙாமினாவுடையது. அதற்கேற்றபடி அவள் மொல்லாக்காவின் காலை உணவுக்கான வெள்ளையப்பத்தைக் கொண்டு வரவில்லை. மறதி ஒன்றுமில்லை. வரும் வழியில் அரசம் பூக்கள் உதிர்ந்து கிடந்த இடத்தில் காட்டு மயில்கள் கூட்டமாக மேய்வதைப் பார்த்தாள். உம்மா கட்டிக்கொடுத்த பொட்டலத்தைக் கட்டவிழ்த்து அப்பத்தைச் சிறு துண்டுகளாக்கி மயில்களுக்குப் போட்டாள். அப்பம் தீர்ந்தவுடன் ஒரு கொண்டை மயில் அவள் பின்னால் கேட்டு வந்தது.

"தீந்துடுச்சி மயிலாரே," அவள் சொன்னாள். கொக்கக்கோ என்று மயில் கடைக்கண்ணால் பார்த்து, அவள் பின்னால் ஓடத் தொடங்கியது. கடைசியில் அது அவள் கெண்டைக் காலில் கொத்தியதால் ரத்தம் வந்தது. வலித்தது என்றாலும் குங்ஙாமினாவின் மனம் நிறைந்தது. "மயிலு என்னெக் கொத்துனுச்சி தெரியுமா!" என்று அவள் கொலுசுவிடமும் நூர்ஜகானிடமும் சொன்னாள்.

குங்ஙாமினா மதரசாவில் எழுந்து நின்றாள். மொல்லாக்கா அவளருகே வந்து நின்றார். அவள் மயில்களைப் பற்றிச் சொல்லவில்லை. ஒன்றும் சொல்லவில்லை. இப்போது நிச்சயமாக அடி விழும் என்று பிள்ளைகள் எதிர்பார்த்தார்கள். ஆனால் மொல்லாக்கா எதுவும் செய்யவில்லை. அவர் ஏதோ நினைவுகளில் ஆழ்ந்தார் . . .

❍

கடந்த வாரம் மரத்தடி மேடையில் கூடிய பஞ்சாயத்தைப் பற்றித்தான் மொல்லாக்கா நினைத்துப் பார்த்தார். அவரின் அழைப்பின் பேரில்தான் கசாக்கின் முக்கியஸ்தர்கள் அங்கே கூடினார்கள். சில இளைஞர்களும் வந்திருந்தார்கள். மொல்லாக்கா அவர்களிடம், கசாக்கில் இப்படியொரு பள்ளிக்குத் தேவையெதுவுமில்லையென்று சொன்னார். முக்கியஸ்தர்கள் மருதாணிச் சிவப்பேறிய தாடியைத் தடவிக் கொண்டே சம்மதித்தார்கள். நரிக்கு நாட்டாண்மை கொடுக்க வேண்டாம் என்றும் மொல்லாக்கா அவர்களிடம் சொன்னார். அவர்கள் சம்மதித்தார்கள். இளைஞர்கள் மட்டும் மெதுவாக ஏதோ சொன்னார்கள்.

"என்னா? என்னா?" மொல்லாக்கா கேட்டார்.

"சர்க்காரு பிசியம்[15]," காசிம் சொன்னான். "நாம வேண்டாம்னு சொன்னா இந்த ஸ்கோலு நிக்கப்போவுதா?"

---

15. **பிசியம்:** விஷயம்

அலியாரின் தேநீர்க் கடைக்கு முன்னால் சுமைதாங்கியின் மீது அமர்ந்து, அங்கே குழம்பி நின்ற மக்களிடம் கேட்டார் குப்புவச்சன், "என்னா, ம்? இது நடக்குமா?"

பள்ளிக்கூடம் நடத்த முயற்சிப்பவர்கள் பலர் இருக்கிறார்கள். தேவாரத்து தரவாட்டைச்[16] சேர்ந்த சிவராமன்நாயர். சிவராமன்நாயரின் மருமகன் தையற்காரர் மாதவன்நாயர். அத்தரு முதலாளியின் மைத்துனன் சுல்பிக்கர் ஹய்யத்கான்.

"சனங்களுக்கு வேண்டாத காரியத்த யாரால நடத்த முடியும்?" சுமைதாங்கியில் வளைந்தமர்ந்தபடி குப்புவச்சன் பொதுவாகச் சொன்னார்.

இடுப்பு முடிச்சில் சாவிக்கொத்தைச் செருகி சுமைதாங் கியருகில் வந்தார் சிவராமன்நாயர். "இங்கப்பாரு, குப்வோ, சொன்னத மறந்துடாத. புரிஞ்சுதா?"

"நல்ல காரியம்," குப்புவச்சன் சொன்னார்.

"வெறும்பேச்சுப் பேசாதடா, அப்பே," என்றார் சிவராமன்நாயர்.

"என்னாது! எம்மேல ஒங்களுக்கு நம்பிக்க இல்லியா மூத்தாரே?"[17]

"ஓம் பங்குக்கு பத்துப் புள்ளைங்களையாவது நீ ஸ்கோல்ல சேக்கணும்."

"நீங்க ஒண்ணும் கவலப்படாதிங்க மூத்தாரே. நாம இந்த ஸ்கோல நடத்தணும்."

சுமைதாங்கியை நெருங்கி நின்று சிவராமன்நாயர் மெதுவாகச் சொன்னார், "டே அப்பே, முசல்மான்லாம் நமக்கு எதிரு."

குப்புவச்சன் சிவராமன்நாயரிடம் கண்சாடை காட்டினார். கொஞ்சம் முகமதியர் அந்த வழியாக தேநீர்க் கடைக்கு வந்துகொண்டிருந்தார்கள். சிவராமன்நாயர் நடந்தகன்றார். மருதாணித் தாடிக்காரர்களான ராவுத்தர்களும் அல்லாப்பிச்சாமொல்லாக்காவும் அலியாரின் தேநீர்க் கடைக்குள் நுழைந்தார்கள்.

"சொல்லறது உண்மயா?" அல்லாப்பிச்சாமொல்லாக்கா கேட்டார்.

"உண்மை!" அவர்கள் சொன்னார்கள்.

---

16. **தரவாடு:** பெரிய குடும்பம், உயர்ந்த குடும்பம்.

17. **மூத்தார்:** மூத்தவர், மூத்த நாயர். குட்டி மூத்தார்: அதிகாரம், மேலாண்மை உடைய இளம் பிராயத்தினரைக் குறிக்கும் சொல்.

நினைத்து நினைத்துப் பார்த்து நம்ப முடியாமல் மொல்லாக்கா தனக்குத்தானே சொல்லிக்கொண்டார், "நைஜாமலி திர்ம்பி வந்த்ருக்கான்! மர்படிய்ம் வந்த்ருக்கான்!"

"அவனெங்கே!" அவர் கேட்டார்.

பெரியவர்கள் சொன்னார்கள். நான்கு இரவுகளுக்கு முன்புதான் நைசாமலி கசாக்குக்கு வந்தான். இடிந்துடைந்த ராஜாவின் பள்ளிவாசலில் வசிக்கிறான். பாசி பிடித்த மிச்சமீதிகளைச் சுற்றி ஒரு மலைப்பாம்பைப்போல நைசாமலி பதுங்கிக் காத்திருப்பதாக, அல்லாப்பிச்சாமொல்லாக்கா தன் நினைவில் கண்டார். பெண்மை வாய்ந்த ஈரமான நீண்ட உதடுகள் மொல்லாக்காவின் நினைவில் தோன்றின. அசரத்து[18] அமைதியிழந்தார். ஆனால், அந்த இனிய நினைவும் கலக்கமும் மொல்லாக்காவிடமிருந்து அகன்றன. நைசாமலி ஷெய்க் தங்களின் காலியாராகத்தான்[19] திரும்பி வந்திருக்கிறான். இப்போது அந்த உண்மையை மட்டும்தான் நினைக்க வேண்டும்.

அல்லாப்பிச்சாமொல்லாக்கா மீண்டும் கேட்டார்: "ஏன் ஆரும் எங்கிட்டே சொல்லவில்லை?"

யாரும் பதில் பேசவில்லை.

"அலியாரே," மொல்லாக்கா கேட்டார், "ஒனக்கும் தெரிஞ்சிர்ந்ததா?"

அலியார் பதில் சொல்லவில்லை.

"நீ அந்த ராத்திரி அவன் வர்றதப் பாத்தியா?" மறுபடியும் கேட்டார் மொல்லாக்கா.

அலியார் 'ம்' என்று முனக மட்டுமே செய்தார்.

மொல்லாக்கா நினைத்தார்: ஆரும் எங்கிட்டே சொல்லலியே, சொல்றதுக்குப் பயந்த மாதிரி.

பன்னிரண்டு வருடங்களுக்கு முன்பு செதலி மலையின் அடிவாரத்தில், வெயிலொளியில், கானல்நீரில், நறுமணத்தில், தான் கண்ட அழகான அந்தப் பதினாறு வயதுப் பையனைப் பற்றி மொல்லாக்கா நினைத்தார். அன்றிலிருந்து நடந்த கதையை அவன் யாரிடமும் சொல்லவில்லை. ஆயினும் தித்திபியும்மா எல்லாம் அறிந்திருந்தாள். நைசாமலியை மறக்கும்படி அவள் தன் கணவனுக்கு அறிவுறுத்தினாள். ஆனால் மறக்க முடியவில்லை.

---

18. **அசரத்து:** மத குரு. முஸ்லிம்களுக்கான மதச் சடங்குகளையும் வழிபாடுகளையும் நடத்தித் தருபவர்.

19. **காலியார்:** காஸி. நீதிபதி. பள்ளிவாசலிலும் சமூகத்திலும் முக்கிய ஸ்தானமுள்ள மத பண்டிதர்.

நொடிப் பொழுதும் விட்டு விலகாமல் நைசாமலி அவரைப் பின்தொடர்ந்துகொண்டிருந்தான். அவனது இளமையினூடே, ஆணவத்தினூடே, அவரது பலவீனத்தினூடே, கசாக்கின் சதுப்புகளினூடே அவன் அவரை வேட்டையாடினான்.

ஒரு குவளை தேநீரின் முன்னால் மொல்லாக்கா அமர்ந்தார். சட்டென்று என்னென்னவோ தொடர்பற்ற சிந்தனைகள் அவர் மனதில் கடந்து சென்றன. அலியாரும் மற்ற இளைஞர்களும் நைசாமலி என்னும் காலியாரை மதிக்கிறார்கள். அனுசரிக்கிறார்கள். சில நாட்களுக்குள் கசாக்கில், ராஜாவின் கோண எழுத்து[20] சொல்லிக் கொடுப்பதற்காக ஒரு சர்க்கார் பள்ளிக்கூடம் வரப்போகிறது. கட்டைவிரலில் செருப்பு கடித்த ரணம் எரிகிறது.

மொல்லாக்கா தேநீர் குடிக்கவில்லை. வெளியே பேச்சுக் குரல் கேட்டது. வெளியே பார்த்தார்.

இருபது இருபத்தைந்து பேர் புடைசூழ நைசாமலி சுமைதாங்கியருகில் நிற்கிறான். கருஞ்சுருள் முடியின் இறகுக்கிரீடம், மூட்டமான கண்கள். அவனைச் சுற்றிலும் இளைஞர்கள் மட்டுமல்ல, பெரிய மனிதர்களும் உண்டு.

மொல்லாக்கா இறங்கிச் சென்றார்.

“நைஜாமலி?” அவர் சொன்னார். “நீ வந்துட்டியா?”

“காலியார்,” நைசாமலி மொல்லாக்காவைத் திருத்தினான்.

மொல்லாக்கா உறைந்து நின்றுவிட்டார்.

“நீ உண்மயா பொய்யா?” மொல்லாக்கா கேட்டார்.

“உண்மை.” நைசாமலி சொன்னான்.

மொல்லாக்கா கௌளி எழுப்பும் ஓசைக்காகச் செவிகூர்ந்தார். காற்றின் ஒலிக்காகச் செவிகூர்ந்தார். அடையாளமில்லை.

நெற்றியிலிருந்து வியர்வைத் துளியை வழித்தெடுத்து அகலச் சுண்டிவிட்டு அவர் சொன்னார், “பொய்! நீ செய்க்கோட ஆன்மாயில்ல. நீ பிசாசுதான்!”

மொல்லாக்கா ஒரு பிடி மண் வாரியெடுத்து ஜெபித்து நைசாமலியின் முகத்திலெறிந்தார். எறிந்த வேகத்தில் அவர்தான் தடுமாறினார். விழவில்லை. யாரோ தாங்கிப் பிடித்தார்கள். நைசாமலி சிரித்தான்.

திரும்பி தேநீர்க் கடையின் உள்ளே சென்றார் மொல்லாக்கா. ஆறிச் சில்லிட்டு, இரண்டு ஈக்கள் செத்து மிதந்த நிலையில்

---

20. **கோண எழுத்து:** ஆங்கிலம்.

தேநீர்க் குவளை அப்போதும் அங்கிருந்தது. அவர் மீண்டும் சென்று அதன்முன் அமர்ந்தார். குவளையின் மீது குனிந்திருந்தார்.

கடைக்குள் இப்போது இரண்டு பெரியவர்கள் மட்டும் மிச்சமிருந்தார்கள்.

"பொந்துராவுத்தரண்ணோ," அவர்களில் ஒருவரிடம் மொல்லாக்கா கேட்டார், "இந்த ஸ்கோலு பிசியத்திலே நைஜாமலி ஏதாவது சொன்னதா?"

"சொன்னது. ரொம்ப வீரியமா சொன்னது."

"என்னா சொன்னது?"

"ஸ்கோலு செய்க் எஜமானுக்கு விரோதம் கெடயாதுன்னு சொன்னது. இந்த ஸ்கோலு இங்க நாட்டணும்னு சொன்னது."

மொல்லாக்கா சொன்னார், "இந்த ஸ்கோல்ல காபரோட[21] பட்ப்பு. தெரிய்மா? அத்க்கு ஜால்ராப்போடுறவன் செய்க்கோட காலியாராவதெப்டி?"

சட்டென்று மொல்லாக்கா உக்கிரமாகக் கொந்தளிக்கத் தொடங்கினார், "தூ! தூ! தூ!"

யாரையென்றும் எதற்கென்றும் தெரியவில்லை. பொந்துராவுத்தரண்ணன் திடுக்கிட்டு விலகினார். வாய் நிறையக் குடித்த தேநீரை மொல்லாக்கா புஸ்வாணம்போல வெளியே துப்பினார்.

"அடேய் வேசி மவனே!"

தேநீர்க் குவளையைக் கையில் பிடித்துக்கொண்டு மொல்லாக்கா அலியாரை வசை பாடுகிறார்.

"அடேய் நாணம் கெட்ட நாயே! எத்க்கெடா நீ இந்த டீல பௌண்டர்[22] போட்ட?"

யாரும் தடுப்பதற்கு முன்பு அவர் தேநீர்க் குவளையை வெளியே தூக்கியெறிந்தார்.

"மொல்லாக்கா!"

நைசாமலி உள்ளே வந்தான். பின்னால் பெரியவர்கள், இளைஞர்கள். பெஞ்சுகளைக் காலால் விலக்கித் தள்ளி அவன் மொல்லாக்காவை நெருங்கினான். மெலிந்து உயரமாக இருந்தாலும் வலிமையான அந்த உடல் ஒரு நிழல்போல தனக்கு மேலே படர்ந்து நிற்பதாக மொல்லாக்கா உணர்ந்தார். உறுதியான

---

21. **காபர்:** நாத்திகர்.
22. **பௌண்டர்:** பவுடர், பால் பவுடர்.

குரலில் நைசாமலி மெதுவாகச் சொன்னான், "அடங்கணும் மொல்லாக்கா!"

❍

மதரசாவின் பிள்ளைகள் அமைதியானார்கள். குங்காமினாவின் அருகே தியானத்திலிருப்பதுபோல நின்ற மொல்லாக்காவின் கண்களிலிருந்து கண்ணீர் வழிந்தது. குங்காமினாவின் தலையில் கை வைத்தபடி நின்றார்.

"சரி," கடைசியில் சொன்னார் மொல்லாக்கா. "இனி நீ மறக்கக்கொடாது வெலாலே[23]. மற்பியா?"

மொல்லாக்கா மன்னித்துவிட்டார், ஆனால் ஏன் அழுதார்?

"இல்ல," அவள் சொன்னாள்.

"பின்னொரு பிசியம்," அவர் சொன்னார். "நீ யந்த காபரோட ஸ்கோலுக்குப் போவியா?"

மன்னிப்புக் கிடைத்த திருப்தியில் அவள் எந்த வாக்குறுதிக்கும் தயாராக இருந்தாள்.

"இல்ல."

"செய்க் தங்ஙள் மேல சத்தியஞ் செய்யி."

"செய்க் தங்ஙள் மேல சத்தியமா, பதரீங்க மேல சத்தியமா, முத்துநபி மேல சத்தியமா அந்த காபரோட ஸ்கோலுக்குப் போவமாட்டே!"

"மாரியம்மன் மேல சத்தியஞ் செய்யி." இண்டுஇடுக்குகளை அடைப்பதற்காக மொல்லாக்கா மீண்டும் கேட்டார்.

"மாரியம்மன் மேல சத்தியமா, புளிங்கொம்பத்துப் போதி[24] மேல சத்தியமா, நாகப் பாம்புக மேல சத்தியமா அந்தக் காபரோட ஸ்கோலுக்குப் போவமாட்டே!"

"சரி."

மொல்லாக்கா மீண்டும் சென்று இதிகாசக் கதை சொல்லலின் பீடத்தில் அமர்ந்தார். நாற்பது வருடமாக, இந்த அறுபது பிறந்த நாட்கள் முடியும்போதும், அதன் மீதிருக்கிறார். அந்த இதிகாசத்தின் மலையோரங்களினூடே, ஷெய்க்கின் புகழ் பாடியவாறு நிராதரவாக அவர் நடக்கிறார்.

பயணியின் கால் விரலில் ரணம் வலித்தது.

---

23. **வெலால்:** நாசம் பிடித்தவள் (ன்),தொல்லை கொடுப்பவள் (ன்), கெட்டவள் (ன்).

24. **புளியங்கொம்பத்துப்போதி:** புளிய மரக் கிளையில் குடியிருக்கும் பகவதி.

3

அசரத்து

அங்கே பன்னிரண்டு பள்ளிவாசல்கள் அழிந்துபோயிருக்கின்றன. அவற்றில்தான் கசாக்கின் முடிவற்ற காலம் தேங்கி நின்றது. பன்னிரண்டில் மிகவும் பழைய பள்ளிவாசலுக்கு எவ்வளவு பழமை இருக்குமென்று கேட்டால் கசாக்குக்காரர்கள் அநேகாயிரம் வருடங்கள் என்று சொல்வார்கள். அஸ்திவாரமும் கொஞ்சம் சுவரும் மட்டுமுள்ள அந்தப் பள்ளிவாசலைப் புதுப்பித்துக் கட்டும்படி ரிஷிகளிடமும் தேவர்களிடமும் புளிங்கொம்பத்துப் போதி கேட்டுக்கொண்டாளாம். கோழி கூவுவதற்கு முன்பு வேலை முடிய வேண்டும். ஆனால், துர்த்தேவதைகள் நள்ளிரவு நேரத்தில் கூவி ரிஷிகளையும் தேவர்களையும் ஏமாற்றி விட்டனர். அப்படி, யாராலும் புதுப்பித்துக் கட்டக் கூடாமல் அந்த மிச்ச மீதிகள் கிடந்தன. பல பள்ளிவாசல்களின் அஸ்திவாரங்கள் சதுப்புகளில் தாழ்ந்துபோயிருந்தன. மேற்கூரையில்லாமல் கசாக்கின் தரிசுகளில் நின்ற பள்ளிவாசல்கள் உண்டு. மேற்கூரையும் மதிலும் கொட்டியம்பலமும்[25] ஒன்றும் அழிந்திராமலிருந்தாலும் வழிபாட்டின் பாரம்பரியமற்று, பேய் வீடுகளாக ஆகிவிட்டவையும் உண்டு. அப்படியொன்றுதான் ராஜாவின் பள்ளிவாசல்.

---

25. **கொட்டியம்பலம்:** பழைய பாணியிலான முன்வாயிற்படி. கூரையுடன் கூடிய இந்த எடுப்பில் ஆடுமாடுகள் உள்ளே வராமலிருப்பதற்கான தடுப்பும் (கால்களை தூக்கி வைத்து தாண்டக் கூடியது) அமர்வதற்கான பலகைக் கட்டிலும் கொண்டது.

அரபிக் குளத்தின் மேட்டில் முட்செடிப் புதர்கள் வளர்ந்த சதுப்பில் அது இருளடைந்து நின்றது. பன்னிரெண்டாவது பள்ளிவாசல். அல்லாப்பிச்சாமொல்லாக்கா நிலைப்படுத்தியது பதின்மூன்றாவது பள்ளிவாசல்.

அல்லாப்பிச்சையின் முன்னோரான வாவரு மொல்லாக்காவுக்கு அல்லாப்பிச்சையென்ற சிறுவன் காணக் கிடைத்தான். மியான் ஷெய்க்கின் அசரத்துகள் அவ்வளவு பேரும், இல்லையென்றால் அவர்களில் பெரும்பாலானோரும், அகதிகளும் பயணிகளுமாக கசாக்குக்கு வருவதுண்டாம். செதலி மலை பெரியதொரு காந்தக் கல்லைப்போல அவர்களை அங்கே அழைத்தது. அசரத்து மலையடிவாரத்தில் காத்திருந்து தன் வாரிசைத் தேடிப் பிடித்தார்.

பன்னிரெண்டு வருடங்களுக்கு முன்பு, அல்லாப்பிச்சை – தித்திபி தம்பதியரின் மகள் மைமுனாவுக்குப் பதினாறு வயது முடியும் காலத்தில்தான் செதலியின் அடிவாரத்தில் மொல்லாக்கா அவனைப் பார்த்தார். மைமுனாவின் வயது, நீண்ட பெண்மையான உதடுகள், மந்தார விழிகள், பெண்ணுடையதுபோன்ற சரிந்த தோள்கள்.

பல்லியின் சத்தம், மஞ்சள் கிளிகளின் கூச்சல்; அல்லாப்பிச்சா மொல்லாக்கா அவை அனைத்தையும் செவிகொண்டார். சிறுவன் அவர் முன்னால் நின்றான். அவன் சிரித்தான்.

“நீ எங்கெ போறே?” மொல்லாக்கா கேட்டார்.

“பாம்பு பிடிய்க்கப் போறேன்,” அவன் சொன்னான்.

“எந்த விதமான பாம்பு?”

“நாகப் பாம்பு, கருநாகம்.”

“எத்க்கு?”

அவன் பதில் சொல்லவில்லை.

“ஒன் பேரென்னா, வேசி மகனே?”

“நைஜாமலி.”

“ஒனக்கு அத்தா உம்மா இர்க்கா?”

“கெடயாது.”

“வீடு இர்க்கா?”

“கெடயாது.”

அவன் சிரித்தான். பெண்மையார்ந்த கன்னங்களில் குழிகள் தோன்றின. இழை பிரிந்த துண்டுக்குக் கீழே அவனது

வெண்ணிறத் தொடைகளில் தெளிந்திருந்த செம்பட்டை ரோமங்களை மொல்லாக்கா பார்த்தார்.

மொல்லாக்கா மீண்டும் செவிகூர்ந்தார். தூரத்தில் செதலியின் கரிய இலைகளினூடே காற்று வீசுகிறது. மலை உச்சியிலிருந்து காட்டுத் தீயின் புகை கீழே படர்ந்தது. புகையின் விரல்கள் நீல நிழலாடும் மலைச் சரிவில் ஷெய்க் தங்ஙளின் திருமொழியைக் குறித்துக் காட்டியது. அந்த தீர்க்க தரிசனத்தின் காட்சியில் கசாக்கின் அசரத்து மூழ்கினார். மீண்டும் தன்னிலைக்கு மீண்டபோது நைசாமலி முன்பிலேயே நிற்பதைப் பார்த்தார். கையில் ஒரு பாம்பு இருக்கிறது. புதர்ச் செடிகளிலும் காய்ந்த கொடிகளிலும் பிணைந்து கிடந்து வழிப்போக்கர்களின் கண்ணைக் கொத்திப் பறிக்கும் பச்சைப் பாம்பு.

"நீ ஏன் நாகப் பாம்பைப் பிடிக்கலை?" மொல்லாக்கா கேட்டார்.

"இந்தப் பாம்பு நாகமாகலாம்," சிறுவன் சொன்னான்.

"எந்தக் காலத்திலே?"

"அதோட காலம் வரப்போ."

"ஸெரி," மொல்லாக்கா சொன்னார், "நீ அந்தப் பச்சப் பாம்பு வெலாலை விடு."

அவன் அனுசரித்தான். பச்சைப் பாம்பு காட்டுத் துளசிப் புதருக்குள் நுழைந்தேறியது. மொல்லாக்கா நைசாமலியை நோக்கிக் கை நீட்டினார். சொறிந்து கொடுப்பதற்கு இசைந்து காட்டும் காளைக் கன்றைப்போல அவன் தன் கன்னத்தை அந்தக் கையோடு சேர்த்தான்.

"நீ எங்கூடெ வா," மொல்லாக்கா சொன்னார்.

மந்தார விழிகளும் பெண்மை கசிந்த உதடுகளுமுள்ள பையன் கசாக்கினுடைய அசரத்தின் பின்னால் நடந்தான். புனித வசனங்களைச் சொல்லிக்கொண்டுதான் மொல்லாக்கா வீட்டுக்குள் வந்தார். அன்று இரவு அந்த வீட்டில் யாரும் தூங்கவில்லை.

அவ்வாறு நைசாமலி அந்தக் குடும்பத்தின் பாகமானான். தித்திபியும்மா இறைச்சியும் பத்திரியும்[26] அவனுக்குப் பரிமாறினாள். எதுவும் பேசாமல்தான் பரிமாறினாள். எதுவும் பேசாமல்தான் அவன் சாப்பிட்டான். அவள் அவன் குளிப்பதற்குத் தைலம் காய்ச்சினாள். தைலம் தேய்க்கும்போது அவன் உடல் தேன்

---

26. **பத்திரி:** ஒருவித அப்பம், புளிக்காத மாவால் செய்யப்படுவது. கேரள இஸ்லாமியச் சமையலில் முக்கியமான உணவுகளில் ஒன்று.

நிறமானது. போக்குவெயில் கொண்டு உடலில் நிறம் பிடிக்க அவன் வாசலில் நந்தியாவட்டைச் செடிகளின் நடுவில் நின்றான்.

மூன்று பெருநாள் முடிந்தது. ஒரு நாள் மொல்லாக்கா சட்டென்றுதான் அதைக் கவனித்தார்: நைசாமலி முடி மழிக்கவில்லை. பதினைந்து நாட்களுக்கு ஒரு முறை முடி மழித்துவிடும்படி ஒஸ்ஸானிடம்[27] ஏற்பாடு செய்திருந்தார்.

"நீ முடி மழிக்கலையா?" மொல்லாக்கா கேட்டார்.

"இல்ல," நைசாமலி சொன்னான்.

சுருள் முடி துளிர்த்திருந்தது.

"சீக்கிரம் மழிச்சிட்டு வா," மொல்லாக்கா சொன்னார்.

மறுநாள் மொல்லாக்கா கூமன்காவுவரை செல்ல வேண்டியிருந்தது. திரும்பி வந்தபோது நைசாமலி முடி மழித்திருக்கவில்லை. மொல்லாக்கா எதுவும் பேசவில்லை. ஆனால் அது மொல்லாக்காவை அமைதியிழக்கச் செய்தது.

முடி வளர்ந்தது. முடி வளர்த்த மற்றவர்களும் இருக்கிறார்கள். அலம், அமீர், செய்யத், அமீநுத்தீன்கான், மொய்தீங் கண்ணு, அத்தர். இவர்களில் முதலில் முடி வளர்த்தது அத்தர்தான் என்று தோன்றுகிறது. மதரசாவுக்கு வர விரும்பாமல் இபிலீசுடன்[28] கூட்டுச் சேர்ந்துகொண்டு புளியங்கொட்டை பொறுக்கித் திரிந்தவன்தான் அத்தர். இன்று அவன் முதலாளி. கூமன்காவில் உள்ள அவன் பீடிக் கம்பெனியில் நான்குபேர் அமர்ந்து பீடி சுருட்டுகிறார்கள். ஆயினும் அவன் தலையில் பொடுகும் பேனும் ஏற்படும் என்று மொல்லாக்கா இகழ்ந்தார்... நைசாமலி தலைமுடி வளர்க்கக் கூடாது.

தித்திபியும்மா மொல்லாக்காவைச் சமாதானப்படுத்த முயன்றாள்: "பரவாயில்ல, முடி வளத்துட்டான்னா அதுல இந்தளவுக்கு என்னா இருக்கு?"

"தப்பு," மொல்லாக்கா சொன்னார். "அவன் இந்த ஊருக்கு மொல்லாவாஹப் போறவன்."

"தப்பு," மொல்லாக்கா மீண்டும் சொன்னார். "அவன் மைமுனாவுக்கு மாப்பள."

அதைச் சொன்னது வேறு யாரோ என்று மொல்லாக்காவுக்கே தோன்றியது. அந்த நொடியில் அவர் மைமுனாவின் மணவாளனைக் குறித்தோ கசாக்கின் மொல்லாக்காவைக்

---

27. **ஒஸ்ஸான்:** முஸ்லிம்களுக்கு முடி திருத்தம் செய்கிற, முஸ்லிம் சமூகத்தைச் சேர்ந்த சவரத் தொழிலாளி.

28. **இபிலீஸ்:** பிசாசு.

குறித்தோ நினைத்திருக்கவில்லை. மாறாக, அந்த முடியைப் பற்றி மட்டுமே என்னவென்று அறியாததொரு மனவெழுச்சியுடன் சிந்தித்துக்கொண்டிருந்தார். அதன் கருஞ்சுருள்கள் தழைத்து வளர்ந்தன. மைமுனாவின் முடிபோல, தித்திபியின் முடிபோல. அது அந்த நெற்றியிலும் கன்னத்திலும் உதிர்ந்து விழுந்தது.

அன்றொரு நாள் மொல்லாக்கா அத்திக்கோடுவரை செல்ல வேண்டியிருந்தது. அங்கிருந்த இரண்டாம் தாரத்தை ஆண்டுக்கு ஒருமுறை சென்று பார்ப்பதற்கு அவர் மறப்பதில்லை. மூன்று நான்கு நாட்களுக்குப் பிறகுதான் திரும்பி வருவார். அந்த நாட்களில் பள்ளிவாசலுக்குச் சென்று வாங்கு சொல்லும் பொறுப்பை நைசாமலியிடம் ஒப்படைத்துவிட்டு மொல்லாக்கா புறப்பட்டார்.

மொல்லாக்கா திரும்பி வந்தபோது வாங்கு சொல்லப் பட்டிருக்கவில்லை! வெகுண்டுபோனார். மொல்லாக்காவின் சினம் அத்தனையும் மைமுனாவிடம்தான் திரும்பியது. முடியைச் சுருட்டிப் பிடித்து அவர் கேட்டார், "எங்கடீ அவன்?"

"எவன்?"

"எவனா, இபிலீசே!"

மொல்லாக்கா நேராகப் பள்ளிவாசலை நோக்கி நடந்தார். கண்கள் இருள்வதுபோலத் தோன்றின. பனைமர மடல்களில் காற்று அடங்கவில்லை. அவர் வௌவால்கள் நிறைந்த மேல் தளத்துக்கு ஏறினார். செவிகளின் மீது உள்ளங்கைகளை அழுத்திக் கொண்டு அல்லாப்பிச்சாமொல்லாக்கா வாங்கு சொன்னார்:

"அல்லாஹு அக்பர் –

அல்லாஹு அக்பர் –

அச்ஹத் அன் லாயிலாஹ இல்லல்லாஹ் –[29]"

ஸுபுஹுக்கும் ஸுகருக்கும்[30] இடைப்பட்ட நேரம். நேரமற்ற நேரம். கசாக்குக்காரர்கள் ஏதோ ஆபத்துக் குரல்போல அந்த வாங்கைச் செவிமடுத்தார்கள்.

உச்சிப் பொழுதின் மயக்கத்தில் மொல்லாக்கா நைசாமலியைப் பார்த்தார். மய்யத்தாங் கொல்லையில்[31] வாவரின்

---

29. "இறைவன் மிகப் பெரியவன்! வணங்குவதற்குத் தகுதியான இறைவன் அல்லாவைத் தவிர வேறு யாருமில்லை என்று நான் சாட்சி கூறுகிறேன்!"

30. ஸுபுஹு, ஸுகர் ஆகிய தொழுகை நேரங்களுக்கு இடைப்பட்ட நேரம். அதிகாலைத் தொழுகை நேரத்திற்கும் மதியத் தொழுகை நேரத்திற்கும் இடைப்பட்ட நேரம்.

31. **மய்யத்தாங்கொல்லை:** முஸ்லிம்கள் சவ அடக்கம் செய்யும் மயானம்.

மீசான் கல்லில்[32] அமர்ந்து வெயில் காய்கிறான்! முடிச் சுருள்கள் காற்றில் உலர வைத்ததுபோன்று தோன்றின.

நைசாமலி அன்று இரவு சாப்பிட வரவில்லை. மொல்லாக்கா வாசலில் அங்கும் இங்கும் நடந்தார். பிறகு திண்ணையில் வந்து அமர்ந்தார். தித்திபியும்மா அடுப்பங்கரைக்குச் சென்று தட்டில் சோறுபோட்டு, குரலெழுப்பப் பயந்ததுபோன்று, அவள் மைமுனாவிடம் சொன்னாள், "ந்தா, அத்தாக்கு சோறு கொண்டுபோய் வைய்யி."

தாழ்வாரத்தில் தடுக்கு போட்டு, சிமினி விளக்கு வைத்து, மைமுனா சோறு சாப்பாடு வைத்தாள். அவள் மெதுவே அழைத்தாள், "அத்தோ!"

பதில் இல்லை.

அவள் உள்ளே சென்றாள். அத்தாவின் கலக்கங்களில் நுழைய உம்மாவோ மகளோ துணியவில்லை. சற்று நேரம் சென்றபோது சோறுபோட்டு வைத்திருந்த பீங்கான் தட்டு உடைந்து நொறுங்கும் சத்தம் கேட்டது. மொல்லாக்கா வெளியே புறப்பட்டார். காலடியோசை படி கடந்து சென்றது.

தித்திபியும்மா அழுதழுது உறங்கினாள். மைமுனா அழவும் இல்லை. தூங்கவும் இல்லை. வெளியே நிலாவும் காற்றும் நிறைந்து முழங்குகின்றன. கசாக்கின் வெட்டவெளிகளிலிருந்து வரும் அத்தாவின் பாடலை அவள் கேட்டாள்.

பிஸ்மியும் ஹம்தும் ஸலாத்தும் ஸலாமாலும்
பிண்டெ பிறகே தொடங்குன்னேன் யா அல்லாஹ் –
தச்ரிப் தானோர் ஸஹாபுல் பதர் மால
தீர்த்து மொழியுவான் ஏகணும் நீ அல்லா –
பசரிலும் ஜின்னிலும் ஆகெ முர்ஸலாயி
பாண நெபீன்டெ தணியும் அருளல்லா –[33]

மறுநாள் நைசாமலி கசாக்கை விட்டுச் சென்றான், கூமன்காவில் உள்ள அத்தரின் பீடிக் கம்பெனியில் சேர்வதற்காக.

---

32. **மீசான் கல்:** சமாதிக்கு மேலே இருபுறங்களிலும் நாட்டப்படும் கல். அடையாளக் கல்.

33. இறைவா உன் பெயரைக் கூறி உன்னைப் புகழ்ந்து
உனது தூதருக்கு அருளும் சாந்தியும் வேண்டிப் பிரார்த்தித்து
துவங்குகிறேன், யா அல்லாஹ்!
கண்ணியமிக்க பதர் நபித் தோழர்களின்
புகழ் மாலையை முழுமையாய் மொழிய
துணை புரிவாய் நீ அல்லாஹ்!
மனிதர்களிலும் ஜின்களிலும் தூதராய் வந்த
நபியின் கருணை அருள்வாய் யாஅல்லாஹ்!

4

கசாக்கின் அழகி

நைசாமலி கசாக்கை விட்டுச் சென்ற பிறகு அல்லாப்பிச்சாமொல்லாக்கா கூமன்காவு வழியாகப் போவதில்லை. நைசாமலி கசாக்குக்கு வரவுமில்லை. இரண்டு வருடங்கள் அப்படிக் கடந்தன.

நைசாமலி அத்தரு முதலாளியின் கம்பெனியில் பீடி சுருட்டுகிறான். அனுபவம் வாய்ந்த தொழிலாளர்களைவிட இரு மடங்கு சுருட்டுவான். நேர்மையாகச் சுருட்டுவான்.

தித்திபியும்மா மைமுனாவை நினைத்துப் பார்த்தாள். மற்ற என்னவெல்லாமோ மறந்து போனது. கொஞ்சம் கூமன்காவுவரை போங்களேன், அவள் மொல்லாக்காவிடம் சொல்லிப்பார்த்தாள். சின்னவுங்க பிடிவாதம் பிடிச்சா தல நரச்சவங்க பொறுத்துக்கத்தான் வேணும். மொல்லாக்காவுக்கு இன்று கோபமில்லை. ஆனால், கூனிக்குறுகியமர்ந்து அவர் சொன்னார்: "இனி சொல்லிப் பலன் கெடயாது."

தித்திபியும்மா தன் கணவனை இவ்வளவு பலவீனமாக முன்பு ஒருபோதும் பார்த்ததில்லை. அவர் கன்னங்களிலும் கண்களுக்கடியிலும் புறங்கைகளிலும் முதுமையின் முதற் தீண்டல்களை அவள் கவனித்தாள். இவ்வளவு பலவீனமடையும் அளவு இன்னும் வயதாகவில்லை. இன்னும் ஐம்பத்தியைந்து முடியவில்லை. அப்புறம் ஏனோ அடிக்கடி காய்ச்சல், சோர்வு. இந்த துலாத்தில்[34]

---

34. **துலாம்:** மலையாள மாதங்களில் ஒன்று.

இரண்டு மூன்று முறையாவது கோழிக் கஷாயம் வைத்துக் கொடுக்க வேண்டும். இல்லை, ஒருக்கால் அது முடியாமல்போகலாம்.

"ஆனாலும்," தித்திபியும்மா சொன்னாள். "கொஞ்சம் போய்ப் பார்ங்கோ."

மொல்லாக்கா தலையசைத்தார், "பலன் கெடயாது, தித்திபியே!"

அந்தப் பலவீனத்தின் அடர்த்தி தித்திபியும்மாவைத் தொட்டு அழைத்தது. அவள் மொல்லாக்காவின் பக்கத்தில் வந்து அமர்ந்தாள். வெண்ணிற நீள் கரங்கள் மெதுவாக அல்லாப்பிச்சையைக் கட்டியணைத்தன. அவர் தோளில், வியர்வையின் மணம் ஊறிய அழுக்குச் சட்டையில், கன்னம் பதித்து தித்திபியும்மா நீண்ட நேரம் அமர்ந்திருந்தாள்.

தித்திபியும்மா இறங்கி வாழை முற்றத்திற்குச் சென்றபோது மைமுனா ஒரு குடம் தண்ணீருடன் வருகிறாள்.

"தலயில துணியப் போடுடி," தித்திபியும்மா கண்டித்தாள்.

தலையில் முக்காடிடவில்லையென்றால் மலக்குகள்[35] மோகம் கொள்ளும் என்பது நம்பிக்கை. மைமுனா அலட்சியமாக துணியைத் தலையில் இழுத்துவிட்டாள். அடுத்த நொடியே அது மீண்டும் கீழே நழுவியது. கருகருவென்றிருந்த முடியைப் பார்த்து தித்திபியும்மா அதிசயித்தாள்.

தித்திபியும்மா குறைப்பட்டுக்கொண்டது மலக்குகளின் காரணத்தால் அல்ல. மைமுனா செல்லுமிடமெல்லாம் காஸிமும் ஹனீபாவும் இருக்கிறார்கள், உபைத்தாவூது இருக்கிறான், உஸாமத்து இருக்கிறான். ஆனால், அந்த இளைஞர்கள் யாருமே சீதனமில்லாமல் பெண்ணைத் தரவாட்டுக்குள் விடமாட்டார்கள். மைமுனாவின் உடலில் மீன் செதிலளவுகூட தங்கம் கிடையாது. அந்த உடலின் செழிப்பிற்குத் தங்கம் தேவையில்லை என்று கசாக்குக்காரர்கள் சொன்னார்கள். மைமுனா தன் வெள்ளைச் சட்டையை முழங்கைவரை சுருட்டிவிட்டாள். கருவளையல்களை ஏற்றி வைத்தாள். அபூர்வமான நேரங்களில் அவள் காஸிமிடமோ உஸாமத்திடமோ பேச நின்றாள். அவர்கள் முகங்கள் சிவப்பதையும் குரல்கள் இடறுவதையும் காண்பதற்காக மட்டும்.

---

35. **மலக்கு:** கடவுளின் சிறப்பான சிருஷ்டி. தேவதை. தீர்க்கதரிசிகளுக்கு தெய்வீக செய்தியைக் கொண்டு சேர்ப்பது, மழை பெய்ய வைப்பது, ஆயுள் முடிந்தால் ஜீவிகளின் உயிரைப் பிடிப்பது முதலான செயல்களைச் செய்வது மலக்குகள்தான். கடவுள், மனிதர்களை மண்ணாலும் மலக்குகளை ஒளியாலும் படைத்தார் என்பது நம்பிக்கை.

ஓ.வி. விஜயன்

இல்லையென்றால் அவள், இதழ் கடித்து ஒரு சிரிப்பை அடக்கி கசாக்கின் யாகக் குதிரையாக நடுநிலத்தினூடே நடந்தாள் ...

❍

கூமன்காவுக்குச் சென்ற ஐந்தாம் வருடம் நைசாமலி சொந்தமாய் ஒரு கம்பெனி வைத்தான். தானும், பீடி சுருட்டுபவர்கள் இருவரும். அதற்குத் தேவையான பணத்தை அத்தரின் மனைவிதான் கொடுத்தாள் என்று கூமன்காவு பீடித் தொழிலாளிகள் சொன்னார்கள். எப்படியாயினும் அந்தக் காலத்தில் அத்தரும் அவன் மனைவியும் பிணக்கம் கொண்டார்கள் என்பது உண்மைதான்.

அத்தர் பீடியின் அடையாளம் அத்தரின் படம்தான். பாலக்காட்டுக்குச் சென்று கோட்டும் டையும் துருக்கித் தொப்பியும் கடன் வாங்கி எடுக்கச் செய்த படம். ‘கடவுள் சகாயம் எம். அத்தரு போட்டோ பீடி’ கடந்த ஆறேழு வருடமாக அந்தச் சுற்று வட்டாரங்களில் பொதுவாகப் பரவி வந்திருக்கிறது. அதற்குச் சவால்விட்டவாறு புதிய வியாபாரச் சின்னம் களமிறங்கியது. ‘செய்யத்மியான் செய்க் துணை நைஜாம் போட்டோ பதினொன்னாம் நம்பர் பீடி.’ கருப்பும் மஞ்சளும் கொண்டெழுதிய சுவர் விளம்பரங்கள் இப்படிக் கூறின, ‘நைஜாம் போட்டோ பதினொன்னாம் நம்பர் ஆரோக்கியகரம். பசியேற்படுத்தும். உண்ட பொருட்கள் செரிக்கும்.’ பதினொன்னாம் நம்பரின் வயலட் லேபிள்கள் வரப்பிலும் ஓடையோரத்திலுமெல்லாம் பிரண்டை விதைபோலச் சிதறிக் கிடந்தன. மைமுனா பொறுக்கிவைத்துக்கொண்டாள். அத்தரின் கோலத்தைப்போல வறண்ட பார்வையோ இறுக்கமான வாடகைக் கோட்டோ அல்ல. அழகான சிரிப்பு. நெற்றில் நெகிழ்ந்து விழும் முடிச் சுருள்கள். பித்தானிடாமல் அலட்சியமாகக் கிடந்த கழுத்துப் பட்டை.

ஒரு பெருநாளன்று நைசாமலிமுதலாளி கசாக்குக்கு வந்தான். பச்சைப் பட்டு லுங்கி அணிந்திருந்தான். கடும் மஞ்சள் அல்பாக்கு[36] சட்டைக்கு உள்ளே ஆறு விரல் அகலம் வரும் பாக்கெட் பெல்ட் தெரிந்தது. தலையிலும் கழுத்திலும் பையிலும் சிவப்புப் பட்டுக் கைக்குட்டைகள். நடக்கும்போது ஓசையெழுப்பும் ஆணிச் செருப்பு, டார்ச். நைசாமலி பழைய

---

36. **அல்பாக்கு:** ஒரு வகைத் துணி. (அல்பாக்கா எனும் விலங்கின் ரோமத்தால் தயாரிப்பது. இந்த விலங்கு தெற்கு அமெரிக்காவில் உள்ளது. அங்கிருந்து இறக்குமதி செய்ததைக் குறிப்பிடுவதற்கும், அதுபோன்ற துணியைச் சுட்டுவதற்கும் இந்த வார்த்தை பயன்படுத்தப்படுகிறது)

பழக்கங்களைத் தேடிப் பிடித்து நலம் விசாரித்தான், "என்னா குப்வச்சா – என்னாடி இவ்ளே, தங்கப்பெண்ணேய் – என்னா அலியாரே?"

காஸிமும் ஹனீபாவும் உபைத்தாவூதும் உஸாமத்துமெல்லாம் நைசாமலியைச் சூழ்ந்துகொண்டார்கள். நைசாமண்ணன் மீது அவர்களுக்கு மதிப்பும் அன்பும். அத்துடன் கடும் வெறுப்பும். காஸிம் கேட்டான், "என்னா நைஜாமண்ணோ, இங்கேயே தங்கப்போறதா?"

"நல்ல பேச்சு, ம்!" நைசாமலி சொன்னான், "கம்பெனி அங்கெ வ்ட்டுட்டு இங்கெ தங்கறதா?"

நைசாமலி அலியாரின் தேநீர்க் கடையில் சம்மணமிட்டமர்ந் திருந்தான். அங்கே செல்பவர்களுக்கெல்லாம் தேநீரும் முறுக்கும் பீடியும். மொல்லாக்கா அந்த வழியாகவொன்றும் வரவில்லை.

மறுநாள் உச்சிப் பொழுதில் மைமுனா அரபிக் குளத்தில் குளித்து நின்றிருந்தாள். சாதாரணமாக ஆட்கள் அரபிக் குளத்தினருகிலோ ராஜாவின் பள்ளிவாசலுக்கோ செல்வதில்லை. முக்கியமாக அந்தி சந்திப் பொழுதுகளில். முற்காலத்தில் அந்தக் குளத்தில் அரபிகள் தலைவெட்டி எறிந்திருக்கிறார்கள். நிலவு நிறைந்த இரவுகளில் தலையற்ற உடல்கள் அங்கே நீராட வருவதுண்டாம். ஆழமான நீர்ப்பரப்புக்கு மேலே நீலத் தாமரைகள் மலர்ந்திருந்தன. நீர்ப்பாம்புகள் மெத்தனமாக நெளிந்து நீந்தின. மைமுனா, மார்புக்கு மேலே அழுத்திக் கட்டிய இடுப்புத் துணியினூடே கைநுழைத்து சோப்பு தேய்த்தபடி நின்றாள். உச்சி வெயிலில் நீலமும் பச்சையும் மஞ்சளுமாக சோப்புக் குமிழ்கள் கண்மூடி விழித்தன.

தூரத்தில் ஒரு வயலில் இரண்டு செறுமிகள்[37] நாற்று நட்டுக்கொண்டிருந்தார்கள். சற்று நேரத்திற்குப் பிறகு அவர்களும் கரையேறினார்கள். கண்ணெட்டும் தூரத்தில் யாருமில்லை. காற்றுகள் உச்சிப் பொழுதின் மயக்கத்திலிருந்தன. ஆலமரக் கிளைகளில் அலையடித்தபடி கானல்நீர் மட்டும் மேலெழுந்தது.

ஈரத் துணியைச் சுற்றிக்கொண்ட மைமுனா ராஜாவின் பள்ளிவாசலை நோக்கி நடந்தாள். காலில் குத்திய கண்டங்கத்திரி முட்களை அவள் அறியவில்லை. அவள் பள்ளிவாசல் படியேறினாள். பள்ளிவாசலுக்குள்ளேயான இருட்டில் மெலிந்துயர்ந்து நின்ற உருவம் அவளுக்குத் தெரிந்தது. இப்போது

---

37. **செறுமி:** தாழ்த்தப்பட்ட சாதியைச் சேர்ந்த பெண். இதன் ஆண்பால், செறுமன்.

அவள் பள்ளிவாசலுக்கு உள்ளே இருக்கிறாள். சிவப்பார்ந்த அடரிருட்டு. மச்சுப் பலகைகளிலிருந்து தொங்கிய ஒட்டடை தலைமுடியில் படிந்தது.

“ஜலதோஷம் ப்டிக்கும்,” நைசாமண்ணன் சொன்னதை அவள் கேட்டாள். “ஈரத் துணிய எடுத்துடு.”

❍

கசாக்கைத் திகைக்கச் செய்த ஒரு சம்பவம் மறுவாரம் ஏற்பட்டது. மைமுனாவின் திருமணம் நிச்சயமானது. ஆலமரத்து மேடையிலும் அலியாரின் தேநீர்க் கடையிலும் சுமைதாங்கிக்கருகிலும் கசாக்குக்காரர்கள் பேசிக்கொண்டார்கள். எல்லோருமே அந்த யாகக் குதிரையை மானசீகமாகத் தளைத்தவர்கள். திருமணத்தைப் பற்றி மொல்லாக்காவிடம் கேட்பதற்கு யாரும் துணியவில்லை. மொல்லாக்காவின் நண்பர்கள்கூட அவரைத் தனியே விட்டார்கள்.

ஒரு சாவுச் சடங்கைப்போல நிக்காஹ் முடிந்தது. வறண்ட கன்னங்களை சவரம் செய்து நேர்த்தியாக்கி, முட்டுதட்டும் கால்களில் கோடி கட்டி, முங்ஙாங்கோழி என்ற சுக்ருராவுத்தன் மணவாளனாகச் சமைந்து வந்தார். விருந்தினர்கள் உற்சாகமற்றுப் பேசி நேரம் போக்கினார்கள். கல்யாண ஊர்வலம் சென்றபோது, மொல்லாக்கா எழுதிய பழைய சன்மார்க்கக் கீதத்தை யாரோ பாடினார்கள்:

இபிலீசின் கூடே போஹாதடா
நல்ல வழியே நடடா, நடடா, நடடா
நடடா, நடடா, டடாம், டடாம்.

அன்று இரவு ஒருவன் கசாக்கின் வயல்களைக் குறுக்காகக் கடந்து கூமன்காவை நோக்கி நடப்பதை யாரும் பார்க்கவில்லை. வானத்தில் பருவ மழை காத்திருந்தது. இடிமின்னலில் வழி தெரிந்தது. மனிதனின் காலடிபட்ட வழிப்பாதையல்ல. வெடித்து வீறலிட்ட மண் கட்டிகளும் நெருஞ்சி முட்களும் பாம்புப் புற்றுகளும். சாந்தியற்ற இபிரீத்துகளின்[38] சஞ்சாரப் பாதை. நைசாமலி அதனூடே முன்னோக்கி நடந்தான். செதலி அகன்று காணாதானது. ஆவேசம் அடங்காமல் அவன் பின்னரும் நடந்தான். கூமன்காவின் மாமரங்களும் பின்வாங்கிவிட்டிருந்தன.

---

38. **இபிரீத்து:** சைத்தான்.

5

ஷெய்கின் காலியார்

நைசாமலி எங்கே சென்றான் என்று யாருக்கும் தெரியவில்லை. அவன் கூமன்காவுக்குச் செல்லவில்லை. வேலைக்காரர்கள் ஒருவாரம் காத்திருந்தார்கள். பிறகு கடையைப் பூட்டினார்கள். கட்டி வைக்கப்பட்டிருந்த பீடிகளை, புகையிலைக் கடைக்காரர்கள் பறிமுதல் செய்தார்கள். வேலைக் காரர்களில் ஒருவன் அத்தரின் கம்பெனிக்கும் மற்றவன் கள்ளச்சாராயத் தொழிலுக்கும் சென்றார்கள்.

மறுவருடம் நைசாமலி மீண்டும் கூமன்காவில் காட்சிப்பட்டான். ஜடாமுடி வளர்ந்திருந்தது. எதுவும் நடக்காததுபோல அவன் அத்தரைச் சென்று பார்த்தான். அத்தரின் கேள்விகளுக்கொன்றும் திருப்திகரமான பதில் சொல்லவில்லை. அத்தரிடம் இது மட்டும்தான் கேட்டான், “நான் மர்பபடியும் உங்க கம்பனியில் சேரட்டுமா?”

செய்யத்மியான் செய்க் துணை பீடியின் வயலட் லேபிளில் முடிச் சுருள்களின் இறகுக் கிரீடமணிந்து இருந்த எதிரி. ஆணவம் நிறைந்த சுவர் விளம்பரம். அவனை நிராதரவாகப் பார்க்க வேண்டும். ஆனால், அதற்கு முன்பு அவன் நிராதரவாகத் தன் காலடியில் வர வேண்டும்.

“நீ வந்த்க்கொ,” அத்தர் சொன்னான். “ஆனா, மரியாதிய்க்கி பணி செய்த்க்கோ. அந்த லொட்டுலொட்கு பிசியத்த விட்டுடு. தெரிஞ்சிதா, ம்?”

“என்னா, அத்தரண்ணோ, நைஜாமின உங்களுக்கு தெரியாதா? சொன்னா சொன்னதாக்கும்.”

“பேச்சொண்ணும் வேண்டா.”

“ஓ, அப்படி தா, ம்.”

அத்தரின் மனைவி ஸொஹறாபி விசாரித்தாள், “அந்த பய்யன் வந்த்தா?”

அத்தரின் தலை சூடேறிற்று.

“தூ! உனக்கென்னடி அதில?”

நைசாமலியோ, வாக்குத் தவறவில்லை. ஒரு எந்திரத்தைப் போல சுருட்டினான். அருவருப்பூட்டும் ஆவேசம். அது அவன் விரல் முனைகளில் துடித்தது. சுருட்டி முடித்த பீடிகளில் அது நிறைந்ததாகத் தோன்றியது.

பல மாதங்கள் கடந்தன. அத்தரின் பகைகூட குளிர்ந்து வருகிறது. அப்போதுதான் நைசாமலியின் வசிப்பிடமான கடை அறையின் முன்னால் ஒரு சிவப்பு போர்டு காட்சிப்பட்டது: “கூமன்காவு பீடித் தொழிலாளி யூனியன்.” அத்தரின் பீடி சுருட்டும் தொழிலாளிகள் பத்து பேரில் ஏழு பேர் யூனியனில் சேர்ந்தார்கள். பாலக்காட்டிலிருந்து வந்த தோழர்கள் பயிற்சி வகுப்புகள் எடுத்தார்கள். கூமன்காவு பீடித் தொழிலாளி யூனியன், ஜனவரி இருபத்தியொன்றுக்கு லெனின் தினம் கொண்டாடியது, நைசாமலி முஷ்டி மடக்கி முழக்கமிட்டான்: “எல்லா ராஜ்ஜியங்களிலியும் இரிய்க்கும் ஒஷப்பாளிகளே – ஒண்ணு சேருங்க!”

அத்தருமுதலாளி அச்சுறுத்தலின் போக்கைப் புரிந்து கொண்டான். முஸ்லிம் லேபர் யூனியன், அது மத துவம்சம் என்று அத்தரிடம் சொன்னது. கவிழ்ப்பு என்றும் வெளிநாட்டு ஊடுருவல் என்றும் காங்கிரஸ்காரர்கள் சொன்னார்கள். அத்தரோ, எதையும் கேட்கவில்லை. யூனியன் தன் புராதன எதிரி. கசாக்கில் புளியங்கொட்டை பொறுக்கி நடந்த காலத்தில் தன்னைப் பட்டினிபோட்டது யூனியன்தான்! செதலி மலைக்கு விறகொடிக்கச் சென்ற அத்தாவைக் காட்டுத் தீ வைத்துக் கொன்றதும் பிறகு தன் குடும்பத்தைச் சிதிலமாக்கியதும் யூனியன்தான். அதற்கும் எவ்வளவோ காலம் முன்பு அது தன் வம்சத்தைத் துன்புறுத்தியிருக்கிறது.

மைமுனா அந்தக் கதைகளை கூமன்காவுக்கு சர்க்கரை கடத்தும் தங்கயிடமிருந்து கேட்டாள். நைசாமண்ணன் ஊர்வலம்

நடத்துகிறானாம். கோயில் தோப்பில் போடும் கூட்டங்களில் பேசுகிறானாம்.

"மிக்ஷயன்[39] வச்சி மைமுனே, பெருசாச் சொல்ற மிக்ஷயன்!"

"அப்டியா, தங்கே?"

"ஓ . . ."

"யா, ரஹமான்!"

அத்தருமுதலாளி நைசாமலியை விலக்கிவிட்டவுடன் வேலை நிறுத்தம் வெடித்துக் கிளம்பியது. அத்தருமுதலாளி எள்ளளவும் அசைந்து கொடுக்கத் தயாராயில்லை. வர்க்கங்களின் போராட்டம், பிட்சைக்காரனுக்கும் முதலாளிக்கும் இடையிலான யுத்தம். பாடுபட்டு முதலாளியாகி மாளிகை வீடு கட்டிய பிறகு தானாக ஏற்றெடுத்த பெயர்தான் 'மாளிகைக்கல்'[40] மாளிகைக்கல் அத்தர், எம். அத்தருமுதலாளி, கடவுள் சகாயம் எம். அத்தரு போட்டோ, போராட்டத்தில் பின்வாங்குவதில்லை.

கசாக்குக்காரர்கள் இவற்றையெல்லாம் ஆர்வத்துடனும் சற்று ஆவலுடனும் உற்றுப் பார்த்தார்கள். ஒரு கசாக்குக்காரன் மற்றொரு கசாக்குக்காரனுக்கு எதிராகப் போராடுகிறான் . . . சரிகை ஒட்டப்பட்ட ஸ்டாலின் வண்ணப்படத்தையும் குர்ஆனையும் ஏந்திக்கொண்டு நைசாமலி ஊர்வலங்கள் நடத்துகிறான். கூமன்காவில் கோஷங்கள் முழங்கின:

"ஆங்களோ அமேரிக்கன் சொரண்டல் – அழியட்டும்!"

"கொடுங்கோலன் எம். அத்தர் – மூரதாபாத்![41]"

"இங்கிலா – ஸிந்தாபாத்!"

சக்கரக்காரி தங்க மைமுனாவிடம் சொன்னாள், "என்னாடி மைமுனோ, ஒரு ஆரவாரோம்! நம்மடெ மரய்க்காரு[42] தான் எல்லாருக்கும் தலவன்."

"அப்டியா தங்கே?"

---

39. **மிக்ஷயன்:** மெஷின், ஒலி பெருக்கி.

40. **மாளிகைக்கல்:** மாளிகை வீட்டு அத்தர் முதலாளி.

41. **மூரதாபாத்:** ஒழிக!

42. **மரய்க்கார்:** பாலக்காட்டு ஈழவர்கள், ராவுத்தர்களை (முஸ்லிம்களை) 'மரய்க்கார்' என்றும் ராவுத்தர்கள் திருப்பி அவர்களைப் 'பணிக்கர்' என்றும் அழைக்கிறார்கள்.

ஐந்தாம் நாள் போராட்டத்தின் தன்மை மாறியது. அத்தர் ஒரு தன்னார்வத் தொண்டரை வெளிப்படையாக அடித்துக் காயப்படுத்தினான். நீதிக்காகவும் சட்டத்துக்காகவும்தான் அடித்தான். போலீஸ் வந்தது. போலீஸ்காரர்கள் தன்னைப் பாராட்டுவார்கள் என்று அத்தருமுதலாளி நினைத்திருந்தான். ஆனால், அத்தரையும் நைசாமலியையும் கைவிலங்கிட்டு பாலக்காட்டுக்குக் கொண்டு சென்றார்கள் ... பாலக்காட்டில் பெரியதொரு பீடிக் கம்பெனியான 'பூனை எலி அமைதி அத்ருமான் போட்டோ' கூமன்காவில் ஒரு கிளை திறந்தது. அவ்வாறு வேலை நிறுத்தமும் அத்தரின் கம்பெனியும் முடிந்தது.

❍

நைசாமலி சிறையறையில் அடிவாங்கிச் சோர்ந்துபோய்க் கிடந்தான். கனமான குற்றங்கள். நாட்டுக்கு எதிரான போர்ப் பிரகடனம், வன்முறை வழியின் மூலம் ஆட்சியைக் கவிழ்க்கப் பார்த்தது, கொலைக்குத் தூண்டியது, அப்படிப் பல. அதையெல்லாம் சகித்துக்கொள்ளலாம். ஆனால், வலியைத் தாங்க முடியவில்லை. தசைகளில், இணைப்புகளில், எலும்புகளிலெல்லாம் வலி. பிரக்ஞை மங்குகிறது, தெளிகிறது. அந்த மாற்றங்களினூடே அவன் ஒரு கேள்விக்கு வியர்த்தமாக விடை தேடினான். "அல்லாப்பிச்சாமொல்லாக்காவுக்கும் தனக்குமான யுத்தத்தில் போலீஸுக்கு என்ன வேலை?"

பொழுது விடிந்தபோது கொஞ்சம் பரவாயில்லை. ஆகாயத்தைப் பார்க்க முடியவில்லை. எங்கோ காகம் கரைகிறது. கசாக்கின் பனங்காடுகளில்தான் என்று தோன்றுகிறது. சம்மணமிட்டு கண்கள் மூடி கம்பளி விரிப்பின் மீது அமர்ந்திருந்தான். ஒரு போலீஸ்காரன் வாயிலுக்கு வந்தபோது நைசாமலி கேட்டுக்கொண்டான், "இன்ஸ்பேட்டரெஜமான்ட்ட கொஞ்சம் பேசணும்."

அவ்வாறு நைசாமலி ஸ்திரமற்ற கால்களால் இன்ஸ்பெக்டரின் முன்னால் நின்றான்.

"எஜமா, நம்மல் இதெல்லாம் விட்டுர்றது."

இன்ஸ்பெக்டர் கைதியின் முகத்தை உற்றுப் பார்த்தார்.

"இந்த புத்தி ஏன் முன்னமே வரல?" அவர் கேட்டார்.

"எல்லாம் மாய எஜமா!"

கொஞ்சம் புதுமையான அரசியல் கைதி. இன்ஸ்பெக்டர் கேட்டார், "மாயயா?"

“நேத்து ராத்ரி நம்மல்ட்ட பெரியவர் வந்தாரு, எஜமா!”

“பெரியவரா? லாக்கப்புக்கா?”

“செய்யத்மியான் செய்க் தங்ஙள்.”

இன்ஸ்பெக்டர் ஹெட் கான்ஸ்டபிளைப் பார்த்தார், “யாரது ராமன்நாயரே, இதுக்குள்ள வந்தது?”

“எஜமா,” நைசாமலி தலையிட்டான், “அதொரு ஜின்னாக்கும், ஆவி.”

இன்ஸ்பெக்டர் நாற்காலியில் சாய்ந்தமர்ந்தார். அவர் ராமன்நாயரிடம் சொன்னார், “நான் இவனுங்க கிட்ட எத்தன தடவ சொன்னேன், தலயிலயும் மர்மஸ்தானத்துலயும் அடிக்காதீங்கன்னு!” பிறகு நைசாமலியிடம், “சரி, நைசாமலி, இதோ இந்த நாக்காலில ஒக்காரு. இனி ஏதாச்சிம் போக்கிரித்தனம் காட்டுவியா?”

“இன்சால்லா, இதெல்லாம் செய்யத்மியான் செய்க்கோட கிர்ப எஜமா.”

“யாரு – அந்த ஆவி, இல்லயா? ஒண்ணும் பிரச்சினயில்ல. நான் ஒரு கடலாசில ஒரு சங்கதியெழுதுறேன். அதுல கையெழுத்துப்போடு.”

நைசாமலி தியானத்தில் மூழ்கி நாற்காலியில் அமர்ந்திருந்தான். இன்ஸ்பெக்டர் மன்னிப்பு வாக்குமூலம் எழுதித் தயாராக்கினார். இனி ஆட்சியமைப்புக்கு அடிபணிந்து நடந்துகொள்கிறேன். வெளிநாட்டு சக்திகளின் ஆயுதமாகாமல் இருந்துகொள்கிறேன். எல்லாவற்றையும் படித்துக் காட்டிய பிறகு இன்ஸ்பெக்டர் கேட்டார், “இதுல கையெழுத்துப்போட ஒனக்கு ஏதாச்சிம் மறுப்பு இருக்கா?”

“போடுறேன்.”

இடதுகை பெருவிரலின் அடையாளத்தை அதில் பதித்த பிறகு நைசாமலி எழுந்து நின்றான்.

“ஒரு விண்ணப்பமுண்டு எஜமா?”

“சொல்லு, ஆலி.”

“நம்மல்டெ பேரோட ‘காலீ’ ன்னும் சேத்து எழுதணும்.”

“அது எதுக்கு?”

“நம்மல் ரொம்பக் காலமாவே செய்யத்மியான் செய்க் தங்களோட காலியார். அதுதான் பெரியவரோட உத்தரவு.”

40 ஓ.வி. விஜயன்

இதுபோன்ற சந்தர்ப்பங்களில் ஏற்படக்கூடிய தோழமையும் தாராளப் பாங்கும் இன்ஸ்பெக்டரைப் பாதித்தன.

"எல்லாத்தையும் சரியாக்கிடலாம். நீ இப்ப லாக்கப்புக்குப் போ. நல்லாத் தூங்கு. கேஸெல்லாம் வாபஸ் வாங்கிடுவேன், கேட்டியா. ராமன்னாயரே, டீயோ காப்பியோ ஆலிக்கு என்னா வேணும்னு கேட்டு வாங்கிக்குடு. அப்பறம் கொஞ்சம் குளுச்சியா ஏதாவது, நீலிபிருங்காதி, தேய்க்கச் சொல்லி நெறைய குளுந்த தண்ணில குளிக்க வையுங்க."

மந்தாரக் கண்களால் இன்ஸ்பெக்டரை கீழிருந்து மேலாகப் பார்த்துவிட்டு நைசாமலி ஜெபித்தான், "அல்ஹம்மது லில்லாஹி ரப்பில் ஆலமீன் அர்ரஹமானிரஹீம்... அல் பாத்திகா!"

❍

செதலியின் உச்சியில் நைசாமலி நடந்தான். ஒரு சரிவில், விளைச்சல் அழுகிப்போன நெல்வயல்போன்று காட்டுத் தேன்கூடுகள் கீழே படர்ந்து படர்ந்து செல்கின்றன. காற்றும் மழையும் காலமும் அரித்துச் சென்ற உச்சிப்பாறை கமான் வளைவாகவும் கொத்தளமாகவும் ஸ்தூபியாகவும் ஆகிவிட்டிருந்தது. அந்தப் பாறையின் உட்புறத்திலெங்கோ செய்யத்மியான் செய்க்கின் எலும்புகள் ஓய்வுகொண்டன. ஸ்தூபியில், கமான் வளைவில், மலையின் எதிரொலியில், மியான்செய்க்கின் ஆவி நடமாடியது.

மலை உச்சியில் ஆகாயத்தை நோக்கிக் கைகளை விரித்துக் கொண்டு நைசாமலி நிற்கிறான். காற்றில், சுற்றிலும் வெள்ளி மேகங்கள் நீங்கிச் சென்றபோது மலை விலகிச் செல்வதுபோன்று நைசாமலிக்குத் தோன்றியது. அந்த மேகங்களிலோ ஜின்னும் இபிரீத்தும் பயணம் செய்தன. காலடியில், இளம் சூடான பாறையின் பிளவுகளில் பூத்து நின்ற கிருஷ்ணகாந்திப் பூக்களில் வைரக்கிரீடம் சூடிய சிறிய மலக்குகள் பரவித் திரிந்தன.

நைசாமலி உரக்க அழைத்தான். எதிரொலி ஸ்தூபிகளைச் சுற்றியே மீண்டும் மீண்டும் சஞ்சரித்தது. நைசாமலி சிறகு விரித்து கீழ் நோக்கிப் பறந்தான்... பிரக்ஞை மீண்டபோது முழங்காலிலும் நெற்றியிலும் விலாப்புறத்திலும் பெரிய காயங்கள் ஏற்பட்டிருந்தன. வெள்ளி மேகங்கள் இருண்டுவிட்டிருந்தன. நைசாமலி எழுந்து நின்றான். நிற்கலாம். வலித்தது, அவ்வளவுதான். நடக்கலாம். அவன் மெதுவாக நடந்து மலையிறங்கினான்.

அல்லாப்பிச்சாமொல்லாக்கா பள்ளிவாசலில் இருந்தார். அப்போதுதான் கசாக்குக்காரர்கள் அதைக் கேட்டார்கள். இரவினூடே முனகி முனகிச் செல்லும் அமானுடக் குரல். ஷெய்கு

எஜமானின் மந்திரங்கள். அவற்றை ஜெபித்துக்கொண்டு நைசாமலி வயலேறினான். நடுத்திடலைக் கடந்து, தூரத்து சதுப்பை நோக்கி நடந்தான். ராஜாவின் இருளடர்ந்த பள்ளிவாசலில் அவன் ஊடுருவுவதைக் கசாக்கின் பெரிய மனிதர்கள் பார்த்தார்கள்.

"நியமிக்கப்பட்டவன்!" அவர்கள் பரஸ்பரம் கிசுகிசுத்தார்கள்.

நைசாமலி வெளியே வரவில்லை. சதுப்பின் மீசான் கற்களுக்கிடையில், சிலமுறை மட்டும், நிழல்போல, கசாக்குக் காரர்கள் நைசாமலியைப் பார்த்தார்கள். மைமுனாவையும் பார்த்தார்கள். சதுப்பின் எல்லைவரை செல்லத் துணிந்தவர்கள் அங்கே எரிந்த சந்தன பத்திகளின் எண்ணற்ற குற்றிகளைப் பார்த்தார்கள். மஞ்சள் பொடி, கண்ணைத் தோண்டியெடுத்த பெருச்சாளித் தலைகள், வெடி மருந்து எரிந்து கரிந்த சதுப்பு மண். அவர்கள் பயபக்தியுடன் பார்த்தார்கள், "அத்தாட்சி!"

நைசாமலி ஐந்தாம் நாள் காலையில் ஆலமரத்தடிக்கு நிலைகொள்ள வந்தான். ஓராசிரியர் பள்ளி கூடாதென்று சொல்வதற்காக மொல்லாக்கா அழைத்துத்தான் அன்று காலையில் கசாக்குக்காரர்கள் அங்கு வந்திருந்தார்கள். நடுத்திடலின் ஒரு ஓரத்தில் நின்றுகொண்டு நைசாமலி அறிவித்தான்: "ஹோஜராஜாவான எஜமானுக்குச் சொந்தமான ஷெய்க் தங்களோட உபாசகனா, காலியாரா, நான் கசாக்குக்குத் திரும்பி வந்திருக்கிறேன் ..."

பெருந்துக்கத்துக்குப் பிறகு அல்லாப்பிச்சாமொல்லாக்கா பொந்துராவுத்தரண்ணனுடன் அலியாரின் தேநீர்க் கடைக்குள் அமர்ந்திருக்கிறார். அவர் மீண்டும் மீண்டும் கேட்கிறார், வீணே. நைசாமலி திரும்பி வந்த விஷயத்தை ஏன் தன்னிடம் சொல்லவில்லை? பொந்துராவுத்தரண்ணன் மனக் கஷ்டத்துடனும் பயத்துடனும் தலையசைக்க மட்டுமே செய்தார்.

ஷெய்க்கின் காலியார் வெளியே ஆலமரத்து மேடையில் வீற்றிருந்து கசாக்குக்காரர்களுடன் பேசினார் ...

6

பள்ளிக்கூடங்கள்

காலியார் கசாக்குக்காரர்களுடன் பேசினார். மருதாணித் தாடிக்காரர்களான பெரிய மனிதர்கள் செவிகூர்ந்து நின்றார்கள். பிறகு அவர்கள் மெதுவாகக் கலைந்து சென்றார்கள். குழந்தை களைப் பள்ளிக்கு அனுப்பக் கூடாது என்று அல்லாப்பிச்சாமொல்லாக்கா சொல்கிறார். கசாக்கின் குழந்தைகள் கோணெழுத்து படிக்க வேண்டும் என்று நைசாமலி சொல்கிறான். சொல்வதற்கு நைசாமலிக்கு என்ன உரிமை இருக்கிறது? அரபிக் குளத்தில் நள்ளிரவுக் குளியல், ராஜாவின் பள்ளிவாசலில் பாம்புத் தூக்கம், சதுப்பில் எரிந்தணைந்த வெடி மருந்தின் அடையாளம், வெட்டவெளிகளில் முணுமுணுப்பாகக் கடந்து செல்லும் குறிசொல்லும் குரல்.

"அவனோடெ ஸத்தியம் என்னா?" அவர்கள் ஒருவருக்கொருவர் கேட்டுக்கொண்டார்கள்.

அவர்கள் நினைவுகூர்ந்தார்கள். மொல்லாக்கா நைசாமலியைச் சபித்ததை. ஜெபித்து மண் வாரியெறிந்தபோது மொல்லாக்காவுக்கு அடி தவறியது.

"செய்க் எஜமானோட ஸத்தியம்," அவர்கள் சொன்னார்கள்.

"அப்படியானால் மொல்லாக்கா பொய்யா?" அவர்கள் மீண்டும் கேட்டார்கள்.

"மொல்லாக்காவும் ஸத்தியம்தான்," அவர்கள் சொன்னார்கள்.

"அதெப்டி ?"

"ஸத்தியம் பலது!"

அவர்கள் கலக்கமடைந்தார்கள்.

நாற்றுப்புரையில்:

"என்ன, என்ன, சிவராமன்னாயரே?" ரவி சற்று ஆவலுடன் கேட்டான்.

"முஸல்மான்க நமக்கெதிர் மேஷ்ஷே," சிவராமன்நாயர் சொன்னார். முஸல்மான்கள் எதிரணியில். சிவராமன்நாயருக்கு உள் நடுக்கம் ஏற்பட்டது.

"மேஷ்ஷே," அவர் சொன்னார், "முஸல்மான்க எப்பவும் நமக்கெதிர்தான்."

முற்றத்துப் புளியமரத்து நிழலில் ஒரு மனிதன் அசைவற்று நின்றுகொண்டிருந்தான். மெலிவும் உயரமுமான உடல் புள்ளி வெளியில் விழுந்து விசித்திரமாயிருந்தது.

"அஸ்ஸலாம் அலைகும்!" காலியார் சொன்னார்.

"வலைகும் ஸலாம்," ரவி சொன்னான்.

"வர்லாமா?" காலியார் கேட்டார்.

"வரணும், வரணும்," ரவி சொன்னான்.

கருமுடியைப் பகுத்துத் தோளிலிட்டு நைசாமலி ரவியின் முன்னால் நின்றான். சிவராமன்நாயர் தடுமாற்றமடைந்தார்.

"நம்மளூ செய்யத்மியான் செய்க் தங்ஙளோட காலியாரு," காலியார் அறிவித்தார்.

என்ன சொல்ல வேண்டுமென்று ரவிக்குத் தெரியவில்லை. ஆயினும் சொன்னான், "சந்தோஷம்!"

"நம்மளோட சர்வ சகாயமும் ஓங்களுக்கு உண்டு," காலியார் சொன்னார், "செய்யத்மியான் செய்க்கோட கைர்![43]"

வந்ததுபோலவே காலியார் இறங்கி நடந்தார். மாசற்ற சருமம், தாடி மழித்து நேர்த்தியாக்கிய வெண் முகம், நீண்ட, மெல்லிய கைகள்.

மதகுரு நடந்து மேடு ஏறினார். ரவிக்கு ஒன்றும் புரியவில்லை.

---

43. **கைர்:** அருள்.

“சிவராமன்னாயரே,” அவன் கேட்டான். “யார் இந்த செய்யத்மியான் ஷெயிக்?”

சிவராமன்நாயர் தூரத்து செதலியைப் பார்த்தார். நொடி நேரம் சிரமப்பட்டாரென்று தோன்றியது. பிறகு தைரியத்தை வரவழைத்துக்கொண்டு சொன்னார், “நீங்க ஒண்ணும் கவலப்படாதீங்க, மேஷ்ஷே.”

ரவிக்கு ஆவல் அதிகரித்தது. “சொல்லுங்க, சிவராமன்னாயரே.”

“அதுவா – ஒ, ஒரு ஆத்துமா.”

“ஆத்துமாவா?”

ரவி நாற்காலியில் சாய்ந்தமர்ந்து சிகரெட் பற்ற வைத்தான். அந்த அலட்சியம் சிவராமன்நாயருக்குப் பிடிக்கவில்லை.

“ஆத்துமா உண்மதான் மேஷ்ஷே,” அவர் சொன்னார், “ஆனா முஸல்மானோட ஆத்துமா. மோசப்பட்ட ஆத்துமா. அவ்ளோ சக்தியுள்ளதுன்னு சொல்ல முடியாது. நம்ம முதுகொளத்தியம்மாவோட கோயில் தோப்புல அந்தப் பெரிய வேட்டுச் சத்தம் கேட்டா இந்த முஸல்மான் ஆத்துமா கழிஞ்சிடும்ன்னு வச்சிக்கங்க.”

பிறகு சிவராமன்நாயர் ஒரு பாட்டு சொன்னார்:

“பாரதப் பூமியின் கிரீடம் சூட

மொட்டைப் பாழ் தலையல்ல வேண்டியது –”

அவர் சிரித்தார்.

“கல்யாணிக்குட்டி சொல்லிக்கொடுத்தது,” அவர் சொன்னார். “கல்யாணிக்குட்டி நம்ம மஹள் – இருந்தாலும் மேஷ்ஷே, அதுல உள்ள சங்கதி சரிதான?”

“அதுல என்னா சந்தேகம்?” ரவி சொன்னான்.

ஆனால், திரும்பி வீட்டுக்கு நடக்கும்போது சிவராமன்நாயர் தன்னையறியாமல் செதலியைப் பார்த்துவிட்டார். காட்டுத் தேன்கூடுகளில் பெரியதொரு மேகத்தின் நிழல் வீழ்ந்தது. கிரகணம்போல மலை கருத்தது. சிவராமன்நாயருக்கு உள்ளே உதறலெடுத்தது.

வீட்டுக்குச் சென்று படியேறும்போது மனைவி நாராயணியம்மா திண்ணையில் நின்றுகொண்டிருந்தாள். ஈரத்துண்டு மட்டும் கட்டிக்கொண்டு மேலுடலில் சந்தனம் பூசிக்கொண்டிருந்தாள். முப்பது வருடங்களுக்கு முன்பு

திருமண இரவில் பார்த்த நாராயணிதான். குறுக்குவசமாக வளர்ந்திருக்கிறாள், அவ்வளவுதான். நெற்றியின் இருபுறமும் மூன்று நான்கு வெள்ளி நார்கள் தோன்றியிருக்கின்றன, அவ்வளவுதான். இல்லையென்றால் எல்லாம் அந்த இரவுதான். மஞ்சளின் நிறம். பால் குடிக்கும் குழந்தையால் தளர்த்த முடியாத கல் முலைகள்.

"ஓ, நாயரோட கோவந்தீந்துடுச்சா?" நாராயணியம்மா கேட்டாள். "ஸ்கோலெல்லாம் நடத்திக் கொடுத்திட்டீங்களா?"

சிவராமன்நாயர் கேட்காததுபோன்றிருந்தார்.

"நமோநம," அவர் சொன்னார். "கல்யாண்ட்டியே, பழய சோறு இருக்குதாடீ?"

கல்யாணிக்குட்டி அடுக்களைக்குச் செல்லும் சத்தம் கேட்டது. வளையோசை. கொலுசு.

நாராயணியம்மா ஈரிழைத்[44] துண்டுடுத்தி திண்ணையில் உலவினாள். வருடங்களுக்கு முன்பு அவள் முதன்முதலாக அப்படிச் செய்தாள். அன்று அவர் அவளைக் கண்டித்தார். நாராயணியம்மா மறுநாளும் துண்டைக் கட்டிக்கொண்டு காசுமாலையும் நீலக்கல் பதக்கமும் அணிந்து முற்றத்தில் நின்றாள். முதன்முறையாக அவள் தனியாக நாற்றுப்புரைக்குச் சென்றபோது அவர் போகக் கூடாது என்று சொன்னார். அவள் மீண்டும் சென்றாள்.

"நாராயணீ!" அன்று கேட்டதை சிவராமன்நாயர் நினைத்துப் பார்க்கிறார், "நாற்றுப்புர வாசல்ல யாரு?"

மௌனம்.

மீண்டும் கேள்வி.

"குப்பு," நாராயணியம்மா சொல்கிறாள், "பனையேறி குப்பு."

"எதுக்காக வந்தான்?"

"தீ கெடய்க்குமான்னு கேக்குறதுக்கு."

பனையேறி குப்புவை நினைவு வந்தது. அலியாரின் தேநீர்க் கடையின் முன்னால் பொறிவைத்துப் பேசியபடி சுமைதாங்கியின் மீது அமர்ந்திருக்கும் குப்பு அல்ல. மார்பிலும் உள்ளங்கைகளிலும் பொன் மினுமினுப்பாய்க் காய்ப்பேறிய

---

44. **ஈரிழைத் துண்டு:** இரட்டை இழைகளால் செய்யப்பட்ட மெல்லியதுண்டு

பனையேறி. வருடங்களுக்குப் பிறகு கல்யாணிக்குட்டியின் முகத்தைப் பார்க்கும்போது, அந்த வடிவொத்த மூக்கிலும் மெல்லிய உதட்டிலும் மற்ற ஏதோ முத்திரையைக் கண்டுபிடிக்கப் பார்க்கிறார். மனம் கசக்கிறது. ஸ்தம்பிக்கிறது. மீண்டும் புலனாகாதொரு சாதகத்தினூடே அந்தக் கசப்பை மறக்கிறார்.

◯

கசாக்கில் இரண்டு பள்ளிக்கூடங்கள் இருக்கின்றன, அல்லாப்பிச்சாமொல்லாக்காவின் மதரசா, ராவுத்தர்களுக்கு. அப்புறம் இந்துக்களுக்கான பாலர்பள்ளி. மூன்று தலைமுறைகளாக பணிக்கர்கள்தான் பாலர்பள்ளியை நடத்திவந்தார்கள். இதற்கும் மேலாக, ஆறுமைல் தூரத்திலுள்ள கூமன்காவு தொடக்கப்பள்ளிக்குச் சென்றால் கோணெழுத்தும் கணக்கும் படிக்கலாம். கசாக்கிலிருந்து பிள்ளைகள் அங்கே செல்லவில்லை. அவ்வளவு தூரம் செல்ல அதிகம்பேர் முற்படவில்லை என்பதுதான் விஷயம்.

பாலர்பள்ளியோ, கூமன்காவு தொடக்கப்பள்ளியோ அல்லாப்பிச்சாமொல்லாக்காவைத் தீண்டவில்லை. மதரசாவின் சிம்மாசனத்தில் அமர்ந்துகொண்டு அவர் கசாக்கின் புராணம் கற்பித்தார்.

மூன்று நான்கு மாதங்களுக்கு முன்பு கிராமசேவகர் பள்ளிக்கூடம் வருகிறது என்ற விவரத்தைச் சொன்னபோது, மொல்லாக்கா கசாக்கின் முக்கியஸ்தர்களிடம் பேச மட்டுமே செய்தார். பள்ளிக்குப் பிள்ளைகளை அனுப்ப மாட்டோம் என்று அவர்கள் அனைவரும் சம்மதிக்கவும் செய்தார்கள். யாரும் பள்ளிக்கூடத்திற்கு இடமும் கொடுக்கக் கூடாது.

"நரிக்கி நாட்டாம கொடுத்தா கிடைக்கு ரெண்டாடு கேக்கும்," மொல்லாக்கா உதாரணம் காட்டினார்.

"உண்மதான், ம்" முக்கியஸ்தர்களும் சொன்னார்கள்.

ஆனால், சிவராமன்நாயர் இடம் கொடுத்தார். அவர் தன் நாற்றுப்புரையை வாடகைக்குக் கொடுத்தார்.

"நாத்து எங்க வய்க்கிறது?" நாராயணியம்மா கேட்டாள்.

"நாத்து போய்த் தொலயட்டும்," சிவராமன்நாயர் சொன்னார், "அங்கப் பள்ளிக்கொடம் நடக்கட்டும், அந்தக் கேலன் பாடம் கத்துக்கட்டும்."

"ஒங்களுக்கு," நாராயணியம்மா உடலில் சந்தனம் பூசியவாறே சொன்னாள், "முழுக் கிறுக்கு."

கசாக்கின் இதிகாசம்

“ஒன் நாக்க அடக்கு, நாராயணீ!”

நாராயணியம்மா பீடத்தில் அலட்சியமாகத் திரும்பிய மார்ந்தபடி திருவாதிரைப் பாட்டு[45] பாடத் தொடங்கினாள். கேலனுக்குப் பாடம் புகட்டுவதாகச் சொன்னது எதற்கென்று சிவராமன்நாயர் தனக்குத்தானே கேட்டுக் கொண்டார். கூமன்காவு தொடக்கப்பள்ளியின் உரிமையாளர்தான் கேலன்மாஸ்டர். பத்து வருட பள்ளிக்கூட வியாபாரத்திலிருந்து நூறு பற[46] நிலமும் ஒரு நெல்லறையும் சம்பாதித்திருக்கிறான். சிவராமன்நாயருக்குக் கிலேசமூட்டியது அந்த அநீதியொன்றுமல்ல. தேவாரத்து தரவாட்டின் சொத்து, அடகு பிடித்த இருபத்தைந்து பற ஒருபோக நிலம். கேலன் வெறும் கையுடன்தான் பள்ளி தொடங்கினான். சிவராமன் பெரியவரை வந்து பார்த்து ஆசி பெற்றுத்தான் முதலாவது வகுப்பை ஆரம்பித்தான். ஈழவனாக இருந்தாலும் தன்னைச் சார்ந்திருப்பவன்தானே என்று சிவராமன்நாயரும் நினைத்தார். கசாக்கிலிருந்து பிள்ளைகள் கூமன்காவுக்குப் போவதற்கு முதலில் அல்லாப்பிச்சாமொல்லாக்காவுக்குக் கடும் எதிர்ப்பு இருந்தது. அந்த எதிர்ப்போ சிவராமன்நாயரை வைராக்கியம் கொள்ளச் செய்யத்தான் உதவியது. கூடாது என்று முஸல்மான் சொன்ன நிலையில் அங்கே கூடும் என்று சொல்ல பொறுப்பு ஏற்பட்டது. ஆயினும், கடைசியில் கசாக்கிலிருந்து சென்றது ஐந்தாறு துணிச்சல்காரர்கள் மட்டும்தான்; வயல் கடக்க வேண்டும், மேடு ஏற வேண்டும், பருவ மழையின் காற்றும் இடியும் உண்டு. ஐந்தாறு பேர்தானே; மொல்லாக்கா நிம்மதியடைந்தார். ஆனால், கேலன் வளர்ந்தது இதனால் அல்ல. கூமன்காவு வழியாக மலம்புழா கால்வாய் வெட்டுகிறார்கள். கால்வாய்த் தண்ணீர் பாரதப்புழாவைக் குறுக்காகக் கடப்பதற்கு ஒரு குழாய்ப் பாலமும் கட்டிக்கொண்டிருக்கிறார்கள். இந்தப் பணியின் பணம் கூமன்காவிலும் பக்கத்துக் கிராமங்களிலும் பசுமை பிடிக்கச் செய்தது. கிராமத்தினரின் அத்தனை பிள்ளைகளும் பள்ளிக்கூடத்தில் சேர்ந்தார்கள். சேரக்கூடாது என்று சொல்ல அந்த இடங்களில் யாருமில்லை. கேலனின் பள்ளிக்கூடம் வளர்ந்தது. கேலன் மேலும் மேலும் வளர்ந்து பெரியவனானான். களஞ்சிய அறையானது. விவசாயமானது. முதலில் பத்துப் பறய்க்கு இருபோகமும் கொஞ்சம் சாமை வயலும். சிவராமன்நாயர் குறைபட்டுக்கொண்டார். பிறகு பதினைந்து பற வயல், இருபத்தைந்து, ஐம்பது, முழு உரிமை.

---

45. **திருவாதிரைப் பாட்டு:** திருவாதிரைப் பண்டிகைக் காலத்தில் பாடும் பாட்டு.

46. **பற:** ஒரு கொள்ளளவு. ஒரு பற நெல் விதைக்கக்கூடிய சுற்றளவு 14 சென்ட்.

அங்கிருந்து வந்த பிறகு சிவராமன்நாயர் கேட்டார், "என்னா பட்ப்புடா இந்த கொம்பாளனோட[47] ஸ்கோல்ல?"

பயனில்லை. அடர்நீலப் புடவையும் மஞ்சள் சாட்டின் ரவிக்கையுமணிந்து கேலனின் மனைவி கசாக்குக்கு வந்தாள். அவள் ஷெய்க் தங்ஙளுக்கும் புளியங்கொம்பத்துப்போதிக்கும் படையலிட்டாள். குட்டாடன்பூசாரியின் தெய்வப்புரையில்[48] கோழி ரத்தத்தை ஊற்றினாள். தேவாரத்து வீட்டின் சன்னல் வழியாக கல்யாணிக்குட்டி அந்த நீலப் புடவையையும் மஞ்சள் பட்டையும் பார்த்தாள் . . . ஓராசிரியர் பள்ளி வருமென்றானபோது சிவராமன்நாயருக்கு நிழல் கிடைத்ததென்று தோன்றியது. கசாக்கைச் சேர்ந்த ஐந்தாறு பிள்ளைகள் கேலனின் பள்ளிக்குச் செல்வது முடங்கினால் கேலனுக்கு நஷ்டமில்லை. ஓராசிரியர் பள்ளி எவ்வளவுதான் வளர்ந்தாலும் அது கேலனின் வியாபாரத்தை முடக்கப் போதாது என்பது சிவராமன்நாயருக்குத் தெரியாததும் அல்ல. என்னமோ ஏதோ, அது ஒரு பிடிவாதமாக மாறிவிட்டது! அவ்வளவுதான்.

ஒன்றல்ல, நிறையப் பிடிவாதங்கள். எதற்கெதிராக என்று தெரியவில்லை. கேலனின் பள்ளிக்கூடத்திற்கெதிராகவா, நாற்றுப்புரைக்கு எதிராகவா? நாராயணி இப்போதும் நாற்றுகளைச் சேர்த்துவைக்கத் தனியாகச் செல்கிறாள். தான் வேலையாக பாலக்காட்டுக்குச் சென்றால் நாராயணி நாற்றுப்புரையி லிருப்பாள். இனிமேல் நாராயணிக்கு நாற்றுப்புரையில் இடமில்லை. அங்கே பள்ளிக்கூடம். சிவராமன்நாயர் பிடிவாதம் கொண்டார். பலவீனமாகப் பழிவாங்கினார். நாராயணியை அல்ல. நினைத்துப் பார்த்தால் யாரையும் அல்ல. யார் மீதுமற்ற அந்தப் பகைக்கு என்னவொரு சஞ்சலம்! மூச்சுவிட முடியவில்லை. சிவராமன்நாயர் ஒருநாள் பாலக்காடு மருத்துவமனைக்குச் சென்றார். அவர்கள் முன்னங்கையில் ரப்பர்க் குழல் சுற்றி, காற்றடித்து அளவெடுத்தார்கள். ரத்த அழுத்தமென்று சொன்னார்கள் –

தேநீர்க் கடையில் மோதல் முடிந்த பிறகு . . .

"எப்படியோ ஆகட்டும்," அன்று இரவு தித்திபியும்மா, கணவரிடம் சொன்னாள். மொல்லாக்கா பிள்ளத் திண்ணையிலமர்ந்து செருப்பின் வாரைத் தைத்து இணைத்துக் கொண்டிருந்தார்.

---

47. **கொம்பாளன்:** ஈழவன்.

48. **தெய்வப்புரை:** தெய்வச் சிலை வைத்து வழிபடும் சிறிய கட்டடம்.

“ஷெய்க் எஜமா நம்மள மறக்காது,” தித்திபியும்மா சொன்னாள்.

மொல்லாக்கா பதில் சொல்லவில்லை. ராந்தல் விளக்கின் நிழற் பரப்பில் ஊசியில் நூல்கோக்கச் சிரமப்பட்டார்.

“ஏன் செர்ப்பு வாங்காதே வந்தீங்கோ?” தித்திபியும்மா கேட்டாள்.

கூமன்காவு சந்தைக்குச் சென்று அவளுக்கென்று முன்னூறு ரூபாய்க்குச் செம்பவழம் பதித்த வெள்ளி மோதிரம் வாங்கி வருவதைத்தான் அவர் செய்தார், செருப்புக்குப் பதிலாக. தித்திபியும்மா தன் வெண்ணிற நீள் விரலை லாந்தர் வெளிச்சத்தில் நீட்டினாள்.

மொல்லாக்கா முகமுயர்த்தி அவளைப் பார்த்தார். பிறகு மீண்டும் தைக்கத் தொடங்கினார்.

மோதிரமணிந்த கரத்தை நெஞ்சில் வைத்துக்கொண்டு தித்திபியும்மா சொன்னாள், “ஹோஜராஜாவான எஜமாவே, ஷெய்க் தங்ஙளே, எங்களக் காப்பாத்து!”

பலர் வாக்குத் தவறிப் பள்ளிக்கூடத்தில் சேர பெயர் கொடுத்தார்கள். நேற்று குஞ்ஞாமினாகூட பெயர் கொடுத்தாள். நாளை திங்கட் கிழமை, பள்ளியில் படிப்பு தொடங்குகிறது. மாலை நேரம். மொல்லாக்கா பள்ளிக்கூடத்தைப் பார்த்துக்கொண்டு பள்ளிவாசல் வராந்தாவில் அமர்ந்திருந்தார். தொழ வந்த இரண்டு கிழவர்கள் திரும்பிச் சென்றார்கள். இருட்டத் தொடங்கியது. மொல்லாக்கா பள்ளிவாசலில் தனித்திருந்தார். பள்ளிக்கூடத்தில் விளக்கு பிரகாசித்தது. இழை தவறிய வெண்ணிறத் தாடி ரோமங்களை உருவிவிட்டுக்கொண்டு அவர் வெகுநேரம் வராந்தாவிலிருந்தார். நாற்றுப்புரையில் விளக்கு வெளிச்சத்தில் அந்த விருந்தாளி வாசித்துக்கொண்டிருக்க வேண்டும். படித்தவர்களல்லவா? இல்லையென்றால் விளக்கைப் போட்டுக்கொண்டு சும்மாவும் இருக்கலாம். கொஞ்சம் அதுவரை சென்றாலென்ன, மொல்லாக்கா தெளிவற்றுச் சிந்தித்தார். சென்று என்ன சொல்வது? அந்த மனிதனை நேராகப் பார்த்ததுகூட இல்லை. பார்ப்பதற்கு நன்றாயிருப்பார் என்று கசாக்குக்காரர்கள் சொல்கிறார்கள். மொல்லாக்காவின் கண்கள் பள்ளிக்கூடத்திலிருந்து செதலிக்குத் திரும்பின. எஜமாவே, இந்த ஒற்றையடிப் பாதையை நீ எனக்குக் காட்டித் தந்தாய். மேடு ஏறி, சரிவின் வயலோரத்தில் நான் அதன் வழியே நடந்தேன். கால் ரணப்பட்டது. எத்தனை வருடம். நினைவுகூரத் திராணியில்லை.

முன்னிருட்டு மூடிய செதலியின் பின்புறத்தில் காலடி பதிந்திராத பெருவழிகள் புதர் மூடிக் கிடக்கின்றன. புதுயுக நினைவுகளின் பொழிவுகளில் அந்த உற்பத்தி ஸ்தானங்களிலிருந்து கலங்கிய நீர்கள் கீழே பாய்ந்தன. முதுமையின் போக்குச் சேற்றைத் தன்னில் சேமித்தபடி அவை மீண்டும் பாய்ந்து கடந்தன. அவற்றிற்கு மேலே, செதலியின் ஸ்தூபிகளில் ஷெய்க் எஜமான் மட்டும் காவல் நின்றார்...

அல்லாப்பிச்சாமொல்லாக்கா தடியூன்றிப் பள்ளிவாசலின் முற்றத்தில் இறங்கி நின்றார். புகை சேர்ந்த லாந்தர் வெளிச்சம் ஒரு தாமரை இலை வட்டத்தை உருவாக்கியது. வீட்டுக்கான நீண்ட ஒற்றையடிப்பாதை நாற்றுப்புரையையும் தாண்டித்தான் சென்றது. மொல்லாக்கா பள்ளிவாசலின் படியில் மீண்டும் சற்று நேரம் நின்றார். நாற்றுப்புரையிலுள்ள அறிந்திரா மனிதன் மீது அவருக்குக் கொஞ்சம் நேரம் அன்பும் இரக்கமும்கூடத் தோன்றியது. குற்றமற்ற பயணி, மொல்லாக்கா நினைத்துப் பார்த்தார். கர்மபந்தத்தின்[49] எந்தச் சரடு உங்களை இந்த வழியில் அழைத்து வந்தது?

அதை நினைத்துக்கொண்டிருக்கும்போதுதான் நாற்றுப்புரை யின் விளக்கணைந்துபோனது.

---

49. **கர்மபந்தம்:** முற்பிறவி வினைத் தொடர்பு.

7

சன்னல்

ரவியும் கர்மபந்தங்களைப் பற்றித்தான் நினைத்தான். வகுப்பறையின் கரும்பலகையின் மீது கையூன்றிக்கொண்டு அவன் நின்றான். ஏதோ எழுத வேண்டும் என்று நினைத்தான். ஆயினும் சும்மாதான் நின்றான். சன்னல் வழியே வெளியே பார்த்தான். மேகங்களின் நிழல்கள் பன்னிறப் பசுக்களைப்போல மேய்ந்து மேய்ந்து செல்கின்றன.

பள்ளியின் முதல்நாள். முதல் பாடம். முன்னால் இருபது குழந்தைகள் இருந்தார்கள். கலீபாக்களின், ராணிகளின் பெயர்கள் கொண்டவர்கள். செய்யத் அன்வர் அலமீன், ஷெய்க் முனீர், இப்திகாரூத்தீன், கைருண்ணிசா பீகம், மீர் அலம்கான். எட்டு வயதுள்ளவர்கள், பத்து வயதுள்ளவர்கள், விழிகளில் கண் மையும் காலில் வெள்ளித் தண்டையுமிட்ட பன்னிரண்டு வயதுக்காரி ஒருத்தி ... குறிப்பிடத்தக்க எதிர்ப்பு எதுவுமில்லாமலேயே பள்ளி திறக்க முடிந்தது. பத்துமணிக்குக் காலியாரும் சிவராமன்நாயரும் தையற்காரர் மாதவன்நாயரும் குப்புவச்சனும் அப்புறம் கசாக்குக்காரர்கள் கொஞ்சம்பேரும் நாற்றுப்புரையில் கூடினார்கள். சிவராமன்நாயர் வாசலில் உள்ள சந்தனக் கல்லில்[50] சாணி பிடித்துப் பள்ளி திறந்தார். அவர்களெல்லாம் சென்ற பிறகு ரவியும் பிள்ளைகளும் மட்டுமானார்கள்.

---

50. **சந்தனக்கல்:** சந்தனம் அறைக்கும் கல்.

ஒ.வி. விஜயன்

சன்னல் வழியே வெளியே பார்த்துக்கொண்டு ரவி இன்னும் கொஞ்சம் நேரம் அப்படியே நின்றுவிட்டான். மேகங்களுக்கடியில் தாமரைக் குளம் கருத்தது. நீர்ப்பறவைக் குஞ்சு ஒன்று தாமரை இலைகளுக்கிடையிலிருந்து வெளியே வரப் பாடுபடுவதை ரவி பார்த்தான். கடைசியில் கரையேறியது. அது காட்டுச் செடிகளின் கீழே ஆதரவற்று நின்றது. சற்று நேரத்துக்குப் பிறகு பெண் நீர்ப்பறவையும் அதன் இணையும் பறந்து வந்து சிறகடித்தவாறு குஞ்சைச் சுற்றி வந்தன. ரவி சன்னலிலிருந்து திரும்பினான். நீர்ப்பறவைக் குஞ்சு கூவுவது அப்போதும் கேட்டது.

தையற்காரர் மாதவன்நாயர் படியில் நின்று மீண்டும் அழைத்தார்:

"மாஷ்ஷே! ஒங்களோட பட்ப்பு மொடக்கறதுக்கு நான் ரெண்டாவது தடவயும் வந்துருக்கேன்."

"வரணும் மாதவன்னாயரே!"

மாதவன்நாயர் நாற்றுப்புரைக்கு வந்தார். அவர் பின்னால் பெரிய புதுச் சட்டைகள் அணிந்த இரண்டு பொடிசுகளும் ஏறினர்.

"இதோ இன்னும் ரெண்டு. புடிச்சுக்கங்க!" மாதவன்நாயர் சொன்னார். "கவரப்புள்ளைங்க[51]. என்னா மோசமாப்போச்சி?"

ரவி சிரித்தான்.

"நீங்கள்லாம் ரொம்ப உதவி செஞ்சீங்க, மாதவன்னாயரே."

"நல்ல காரியம்ல!"

ரவி ஆஜர் புத்தகத்தை விரித்து, பெயர்கள் எழுதிச் சேர்க்க ஆயத்தமானான்.

முழங்காலையும் தாண்டிக் கீழே தொங்கும் சட்டைகள் அணிந்த பொடிசுகள் மேசையோடு ஒட்டி நின்றனர்.

"மூக்கத் தொடச்சிக்கடா முண்டமே," மாதவன்நாயர் ஒருவனிடம் சொன்னார். பையன் யானைத் தந்தங்களை மேலே இழுத்துக்கொண்டான்.

"அசிங்கம் புடிச்சவனே, மூக்கச் சிந்துடா."

---

51. **கவரப்புள்ளைங்க:** கவர எனும் தாழ்த்தப்பட்ட சாதியைச் சேர்ந்த பிள்ளைகள் (இந்தச் சாதியினரின் தொழில் மூங்கிற் பாய், கூடை, முறம் ஆகியவை செய்வது)

கசாக்கின் இதிகாசம்

அவன் சட்டை விளிம்பில் மூக்குத் துடைத்தான்.

“நீயிந்த சட்டயத் தொலச்சிட்டியேடா, பாவி,” மாதவன்நாயர் சொன்னார். “கேட்டீங்களா மாஷ்ஷே, நான் கைக்காசு போட்டு சீட்டித் துணி வாங்கி தச்சிக் கொடுத்த சட்ட.”

ரவி பையனின் முதுகில் தட்டினான்.

“பேரென்ன?”

“பேரச் சொல்லுடா, கவரே,” மாதவன்நாயர் தைரியப் படுத்தினார்.

“சாத்தன்.”

“நீ எதுக்கு சட்டயக் கெடுத்துக்கிற?” ரவி கேட்டான்.

சாத்தன் சங்கடப்பட்டு நின்றான்.

மாதவன்நாயர் சொன்னார், “சாத்தனும் இதோ இந்த பெரய்க்காடனும் ராமலட்சுமணம்மாரு. போடுறதுக்கு சட்டயில்லாததால பள்ளிக்கொடத்துக்கு வர்லேன்னு சொல்லிக்கிட்டு இருந்தானுக. அதனால ரெண்டாளோட ஆஜர் கொறய வேண்டாம்.”

“மாதவன்னாயரே,” ரவி சொன்னான், “நீங்கள்லாம் ரொம்பப் பாடுபடறீங்க.”

மாதவன்நாயர் அதைக் கேட்காததுபோன்றிருந்தார். பொடிசுகள் பெஞ்சுகளுக்குச் சென்று சேர்ந்தமர்ந்தனர். மாதவன்நாயர் பிள்ளைகளின் நடுவே சென்றார்.

“ஆ, யார்ராது, அலம்கானா? சுந்தரியே, குங்காமினாப் பெண்ணே –” அவர் ஒவ்வொருவராக உற்சாகப்படுத்தத் தொடங்கினார். “நல்லாப் படிக்கணும், கேட்டீங்களா. இதோ, இந்த மேஷ்டரண்ணன் பதினாலு கிளாஸ் படிச்சவரு. அதுபோலப் படிக்கணும். படிப்பீங்களா?”

பிள்ளைகள் பதில் சொன்னார்கள், “ஓ, படிப்போம்.”

மாதவன்நாயர் சென்றார். கொஞ்சம் ஊக்கமூட்டியிருந்தால் பின்பும் நின்றிருப்பார். ரவி மேசைமீது சாய்ந்து நின்றிருப்பான்.

“இன்னக்கி ஒரு கத சொல்றேன்,” அவன் சொன்னான். “என்னா கத வேணும்?”

பிள்ளைகளெல்லோரும் ஒன்றாகப் பேசத் தொடங்கினர்.

"ஸார், ஸார்," கண் மையிட்ட சிறுமி கையுயர்த்திக் காட்டினாள்.

"சொல்லு," ரவி சொன்னான்.

"ஸார், ஆரும் சாகாத கத."

ரவி சிரித்துவிட்டான். அவள் சிவந்தாள்.

"என்னா பேரு?" ரவி கேட்டான்.

"குங்ஙாமினா."

"சரி," ரவி சொன்னான் ...

ரவி கதை சொல்லத் தொடங்கினான் ...

மெதுவாக அந்த வாழ்க்கை அதன் தினசரி முறையைக் கண்டுபிடித்தது. மாதவன்நாயர் ஆபிதா என்ற பெயருள்ள ஒரு வேலைக்காரியைக் கொண்டு வந்து விட்டிருந்தார். அதிகாலையில் ஒரு பாத்திரம் பாலுடன் அவள் வருவாள். ஆபிதா வந்ததற்குப் பிறகுதான் நாற்றுகளின் மணமும் சேற்றின் மணமும் முதன்முதலாக அகன்றது.

முங்ஙாங்கோழி எனும் சுக்ரு ராவுத்தரின் முதல் திருமணத்தில் பிறந்தவள்தான் ஆபிதா. அவள் அம்மா கிணற்றில் விழுந்து இறந்துவிட்டாள். இறக்கவில்லை, சுக்ரு கொன்றதாக சிலர் சொன்னார்கள். அல்ல, பெருமோகம் கொண்ட கள்ளக் காதலன்தான் இதைச் செய்தானென்றும் கருதியவர்கள் இருந்தார்கள். அம்மா இறக்கும்போது அவளுக்கு இரண்டரை வயது. இரவும் பகலும் அழுதுகொண்டிருப்பாளாம். அழுதவாறு ஆபிதா வளர்ந்தாள். அவளது வெளிறிய முகத்தைப் பார்த்தால் கண்ணீர் இப்போதுதான் நின்றதாகத் தோன்றும்.

"ஒனக்கு ஏதும் ஒடம்புக்கு முடியலியா?" ரவி ஒருமுறை கேட்டான். "ஏன் இப்டி ஒல்லியாருக்கே?"

"ஓ, ஒண்ணுமில்ல, செல நேரத்துல ஜொரம் வரும்."

"மருந்து சாப்புடணும், என்னா?"

துணி முக்கித் துடைக்கும் இடத்திலிருந்து முகமுயர்த்தாமல் அவள் மெதுவாகச் சொன்னாள், "மர்ந்து குடிக்கணும்."

அவளுக்கு எத்தனை வயதாகியிருக்குமென்று ரவி நினைத்துப் பார்த்தான். பதினாறு, பதினேழு? இருந்தாலும், அவளுக்கு விருப்பமிருந்தால் பள்ளிக்கூடத்தில் சேர்க்கலாம்.

"ஒனக்கு என்னா வயசு?" அவன் கேட்டான்.

"இர்வது," குற்றவுணர்ச்சியுடன் அவள் சொன்னாள்.

மற்றொரு நாள் ரவி கேட்டான், "நீ படிக்கிறியா?"

துடைப்பத்தைத் தரையில் சாய்த்து வைத்து அவள் எழுந்தாள்.

"படிப்பா?" அவள் சிரித்தாள்.

பிறகு, தனக்குத்தானே சொல்வதுபோலப் பேசினாள், "படிச்சிட்டு என்னா பலன்?"

"வேல செய்யலாம்ல, ஆஸ்பத்திரிலயோ, வேறெங்கயோ, என்னா?"

"நாம் போய்ட்டா," அவள் சொன்னாள், "அத்தாவ யாரும் பாத்துக்க மாட்டாங்க."

"அத்தாவுக்குத்தான் சம்சாரம் இருக்கே –"

ஆபிதா பதில் சொல்லவில்லை. அவள் வேலையைத் தொடர்ந்தாள்.

அத்தாவுக்கு யாருமில்லை. ஒரு சமயம் அவள் சொன்னாள். அத்தா, எதனாலோ, தனியாள். அவளுக்கென்றால் ஆட்கள் இருக்கிறார்கள் என்று சொல்லலாம்.

தூரத்தில், காளிகாவு என்ற இடத்தில், வெட்டிவேரும் நன்னாரியும் அடர்ந்து வளர்ந்திருக்கும் குன்றின் பின்னால், முற்றிலும் சிதைவுற்ற ஒரு நெல்லறையின் மிச்சமீதிகளிருந்தன. சுவர்களின் அடிப் பகுதிகள், அவற்றின் உட்பகுதியில் வைக்கோல் வேய்ந்த ஒற்றை அறை. அங்கே அவளது அம்மாயியும் மாமாவும் வசித்துவந்தார்கள். அம்மாயிக்குக் கண் தெரியாது. மாமா தொழுநோயாளி. சுவர்களின் மிச்சமீதிகள் அந்தக் குடிலைச் சுற்றி எல்லையிட்டன. அந்த எல்லையைக் கடந்து யாரும் உள்ளே கால் வைத்ததில்லை. காற்றில்லாத மாலைகளில் மாமா அஸ்தமனத்தின் சூடுகொள்ள, விரல்கள் தேய்ந்த கைத் தலங்களுடன் குடிசைக்கு முன்னால் பாறைகளிலிருந்தார்.

❍

பள்ளி கூடுவதற்கு முன்பு ஆபிதா அவள் வீட்டுக்குத் திரும்புவாள். மீண்டும் மாலையில் வந்து வாசல் பெருக்குவாள். அந்திசாயும் நேரத்தில் திரும்பிச் செல்வாள். ரவி தனியாவான். தனித்தமர்ந்து சன்னல் வழியாக வெளியே பார்ப்பான்... வெளியே பன்னிறப் பசுக்கள் மேயவில்லை. துயரம்போல, ஆறுதல்போல, இருட்டு. இருட்டில் ஆங்காங்கே மின்மினிகள். ஊர் விளக்குகள் என்ற பயணிகள். இப்போது நாற்றுப்புரை ஒரு ரயில் பெட்டி. பட்டென்று வெளியிலுள்ள இருட்டைப் பற்றி நினைத்துப்போனான். தான் இப்போது இருப்பது எங்கே? இருபுறமும் இருட்டின் தரிசுகளினூடே திரிவிளக்குகள் நீங்கி மறைந்தன. பயணத்திற்கிடையிலொருமுறை, எங்கிருந்தோ மற்றொரு தண்டவாளம் பாய்ந்து நெருங்கியது. மற்றொரு பிரயாணம், கர்மபந்தத்தின் நொடிநேரப் பரிச்சயம். சக்கரங்களுக்கிடையில், ஒரு நொடி மட்டும். தாளம் கொட்டியபடி அது மீண்டும் அகன்றது.

8

உடனிருப்போர்

புதுமழையின் பேரார்வ வேகம் அடங்கியது. பருவமழை ஏற்றமில்லாமல் இறக்கமில்லாமல் கசாக்குக்கு மேலே தவமிருந்தது. பள்ளி தொடங்கி மூன்று மாதம் கடந்திருந்தது. ஓலைக் குடைகளும் சில சமயம் பெரிய கொடிக் குடைகளும் பிடித்து ஓடும் மழைநீரில் மிதித்தும் எத்தியும் என்றும் இருபது பிள்ளைகள் படிக்க வந்தார்கள். பெயர் சேர்த்தவர்களில் பலர் வரவில்லை. ஆனால் அவர்களின் இடத்தைப் புதிய பிள்ளைகள் பிடித்துக் கொண்டார்கள். ஒன்றிரண்டு வாரங்களுக்குள் அவர்களும் மறைந்துபோனார்கள். சென்றவர்கள் சில சமயம் திரும்பி வந்தார்கள். சில சமயம் வழி தவறி வந்த பயணிகள் ஒன்றிரண்டு நாள் மட்டும் அங்கே தங்கினார்கள்.

ஒருநாள் ஒரு ஹைதர் ஹஸ்ரத்தின் பெயரைக் கூப்பிட்டபோது புதியதொரு குரல்தான் ஹாஜர் சொன்னது.

"யாரது?" ரவி கேட்டான்.

அந்நியன் எழுந்து நின்றான்.

"என்னா பேர்?"

"சொல்லுடா," குழந்தைகள் உற்சாகப்படுத்தினார்கள்.

"கருவு."

"கருவா?"

ஓ.வி. விஜயன்

“ஆமா, ஸார்,” குழந்தைகள் சொன்னார்கள், “தொட்டியப்[52] பையன், ஸார்.”

“அவனோட அப்பாவுக்கு கொரங்கு வித்த, ஸார்.”

ஏறக்குறைய பத்து வயது இருக்கும் கருவுக்கு, இந்த அறிமுகப்படுத்தல் பிடிக்கவில்லையென்று தோன்றியது. ஆனால் பெரிய அதிருப்தியொன்றுமில்லை. அவன் ஒரு சிரிப்புடன் நின்றான்.

“மூக்கத் தொடச்சிக்க கருவு,” ரவி சொன்னான்.

“தொடடா,” குட்டிஸொகரா சொன்னாள்.

“அப்பா பேர் என்னா?” ரவி கேட்டான்.

“கொரங்குவித்தக்காரன் செந்தியாவு தொட்டியன்.”

“எத்தன கொரங்கு இருக்கு?” குசலம் விசாரிக்கலாம் என்று நினைத்து ரவி கேட்டுவிட்டான்.

“பதினாறு கொரங்கு.”

குழந்தைகள் கூச்சலிட்டார்கள்.

“பொய், ஸார்,” குங்ஙாமினா சொன்னாள், “பீத்திக்கிறான், ஸார்.”

“பரவாயில்ல,” ரவி சொன்னான், “ஓம் பேரைச் சேக்கட்டுமா?”

கருவு சிரித்தான், அவ்வளவுதான்.

எப்படியாயினும் ரவி பதிவேட்டில் பெயர் எழுதினான். எஸ். கருவு. அது சனிக்கிழமை. செவ்வாய்க்கிழமை கருவுக்குப் பதிலாக அப்துல் முத்தலிப் ஆஜர் சொன்னான். ஆனால் பத்துநாட்களுக்குப் பிறகு கருவு திரும்பி வந்தான். சாத்தனும் பெரய்க்காடனும் படிப்பை நிறுத்தினார்கள். அவர்களின் அப்பாவும் அம்மாவும் குருநாதரிடம் விடைபெறுவதற்காகக் பள்ளிக்கூடத்திற்கு வந்தார்கள். மூங்கில் பாய் பின்னும் கவரகள் அவர்கள். குழந்தைகளின் படிப்பை எதற்காக நிறுத்துகிறீர்கள் என்று கேட்டபோது கவரகள் படிக்க வேண்டியதில்லையென்று அவர்கள் சொன்னார்கள். காரணம், கவரப் பேச்சு எல்லா பாஷைகளுக்கும் முந்தியது. அதற்கு எழுத்துக்கள் இல்லை. அதில் பாட்டுகள் இல்லை. மலை மூங்கில்களில் சிக்கி நின்ற மனிதாத்மாக்களின் கதைகள் மட்டுமே உண்டு.

52. **தொட்டியன்:** விவசாய வேலை செய்யும் ஒரு சாதியினர்.

தையற்காரர் மாதவன்நாயரைத் தவிர கசாக்குக்காரர்கள் யாருக்கும் பள்ளி பற்றிய விஷயத்தில் அக்கறை இருக்கவில்லை. சிவராமன்நாயரின் உற்சாகமும் ஒரு விதத்தில் அடங்கியது; பள்ளியின் அணியில் முஸல்மானும் உண்டல்லவா. பிறகு தானெதற்கு?

"இதைக்கொண்டு ஆகாது, மாஷ்ஷே," மாதவன்நாயர் மட்டும் அடிக்கடிச் சொன்னார், "ஒரு நாற்பதாவது தெகயனும்."

○

மதரசாவில் பாடம் சொல்லி முடிவது காலை உணவுடன் தான். ஒன்பதரை மணியாகும். அரைமணி நேரம் முதல் நாற்பத்தைந்து நிமிடம்வரைதான் மதப்பாடம். பத்தரை மணிக்குப் பள்ளியைத் தொடங்குவதாக ரவி முன்பே வாக்குக் கொடுத்திருந்தான். அந்த சமரசமோ மொல்லாக்காவைப் பொறுத்தவரை ஒன்றுமில்லை. காலியாரின் நிலைப்பாடுதான் மொல்லாக்காவுக்கு மிக அதிகம் வேதனையளித்தது. குழந்தைகளைப் பள்ளியில் சேர்ப்பதற்கோ, சேர்த்தவர்களை நிலைநிறுத்தவோ நைசாமலி ஒன்றுமே செய்யவில்லை. பள்ளிக்கூடத்தை அங்கே நிலைநாட்டுவேன் என்று சொன்ன நைசாமலி பிறகு அதிலிருந்தெல்லாம் அகன்று நின்றது ஏன்? நைசாமலி இடையில் நுழையாதிருந்தால், ஒருக்கால், தானே ஒரு அபராதமோ படையலோ வாங்கிக்கொண்டு பள்ளிக்கூடத்திற்கு அனுமதி கொடுத்திருக்கலாம்... அவன் தன்னை ஒரு பந்தைப்போல கசாக்கின் நடுத்திடலிலிட்டு உதைத்து விளையாடுகிறான். என் பாசத்தை நான் உனக்களித்தேன், நிறைய, மொல்லாக்கா சொன்னார்: நான் இதை உன்னிடமிருந்து ஒருபோதும் எதிர்பார்க்கவில்லை. எப்படியாயினும் மொல்லாக்கா ஓயவில்லை. மாதவன்நாயர் கசாக்குக்காரர்களிடம் ரவி பி.ஏ. க்காரன் என்று சொல்லியிருந்தார். அது உண்மையாக இருக்க வாய்ப்பில்லையென்று மொல்லாக்கா சொன்னார். பி.ஏ. க்காரன் வேண்டுமானால் ஸப்பின்ஸ்பெக்டர் கூட ஆகலாம். எந்த பி.ஏ. க்காரனும் தொடக்கப்பள்ளியில் கற்பிக்க வந்ததாகக் கேள்விப்பட்டதில்லை. அலியாரின் தேநீர்க்கடையிலமர்ந்து மொல்லாக்கா சொன்னார், "பெரட்டு! பச்சப் பெரட்டு! அவனோட குட்டு இப்போ ஒடையலயா?"

தேநீர் ஆற்றிக்கொண்டிருந்த அலியார் சொன்னார், "ஒடைஞ்சது, ம்!"

மொல்லாக்காவின் கையில் துருப்புச் சீட்டு: ரவிக்கு ஆங்கிலம் தெரியாது. எந்த பி.ஏ. க்காரனுக்குத்தான் கோணெழுத்து தெரியாது? இப்படித்தான் உண்மை வெளிப்பட்டது. தேநீர்க்

கடையிலும் மைமுனாவின் மாற்றக் கடையிலும்[53] பொட்டலம் கட்டுவதற்குப் பழைய மாத இதழ்களும் பத்திரிகைகளும் வாங்குவதுண்டு. அலியார் இரண்டு மூன்று மாதங்களுக்கு ஒரு முறை பாலக்காட்டுக்குச் சென்றுதான் பழைய காகிதங்கள் வாங்கி வருவார். ஒருநாள் ரவி தேநீர்க் கடைக்கு வந்தபோது அலியார் பழையதொரு தினசரியின் தாளைக் கையில் கொடுத்தார். அதில் குறிப்பிடும்படி உடையணியாத ஒரு பெண்ணின் படம் இருந்தது.

"இந்தப் பொண்ணு யாராக்கும் மேஷ்டரே?" அலியார் கேட்டார்.

"இப்படி கோவணமுடுத்து நிக்கறதோட ஸத்தியம் என்னா? கொஞ்சம் படிச்சி அர்த்தம் சொல்லுங்க."

ரவி தாளை எடுத்துப் பார்த்தான். ஒரு ஜெர்மன் பத்திரிகையின் ஏடு அது.

"இது இங்லீஷ் இல்லயே," ரவி சொன்னான்.

அலியார் ரவியைக் கூர்ந்து பார்த்தார், "இல்லயா?"

"இல்ல."

அலியார் சற்று அழுத்தமாக முனகினார்.

ரவி சென்ற பிறகு அலியார் அப்பாமுத்தை வரவழைத்துக் காகிதத்தை அவன் கையில் கொடுத்தார்.

"படியடா அப்பாமுத்தே!"

கேலன் மாஸ்டரின் பள்ளியில் எட்டாம் வகுப்பு தோற்றவன் அப்பாமுத்து. அப்பாமுத்து மெனக்கெட்டான். தாளைக் கண்களுக்கு நெருக்கமாக வைத்துக்கொண்டான். பிறகு அச்சமற்று வாசிக்கத் தொடங்கினான்.

"எல் – சீ – ஈ – பீ –"

மூலையிலிருந்து யாரோ கேட்டார்கள், "என்னா? என்னா?"

"பீஈஈ!"

ஆட்கள் சிரித்தார்கள்.

அப்பாமுத்து வாசிப்பைத் தொடர்ந்தான், "எல் – ஈ – எப் – ஓ – இது என்னடாப்பா 'ஓ' வுக்கு மேல ரெண்டு புள்ளி. தப்பா அச்சடிச்சதாருக்கும். சீ – குயுவு[54] –"

---

53. மாற்றக்கடை: பண்டமாற்றுக் கடை.
54. **சீ - குயுவு:** சி, னி.

இவ்வளவு பிரட்டு கையிலிருந்தால் ரவியுடைய தரவாட்டின் கதையும் புழுகலாக இருக்க வேண்டும் என்று மொல்லாக்கா சொன்னார். ரவியின் அப்பா ஒரு காப்பித்தோட்டத்தில் டாக்டராக இருந்தாரென்றுதான் மாதவன்நாயர் சொன்னார். ஒரு டாக்டரின் மகன் தொடக்கப் பள்ளியில சொல்லிக் கொடுக்க வந்த கதையை எங்காவது கேட்டதுண்டா?

"சொல்றதில ஏதாவது உண்மை இல்லாம இருக்குமா?" தேநீர்க் கடையின் முன்னால் உள்ள சுமைதாங்கியிலமர்ந்து குப்புவச்சன் கேட்டார்.

யாரோ சொன்னார்கள், "ஓர் வேள ஹோமாவதி[55] யாயிர்க்கலாம்."

"ஹோமாவதியும் ஒரு லொட்டும் இல்லை," மொல்லாக்கா சொன்னார்.

"அட, அப்படிச் சொல்லாதீங்க," என்றார் குப்புவச்சன்.

"நீ பேசாம கையக் கட்டிக்கிட்டு இரு, குப்வோ. இதெல்லாம் பெரட்டு," மொல்லாக்கா முடிவாகச் சொன்னார், "ஜகஜாலப் பெரட்டு!"

அலியார் திருப்பிச் சொன்னார், "பெரட்டுதான், ம்."

இக்காலத்தில்தான் மற்றொரு சம்பவம் ஏற்பட்டது. முகலாயர்கள் முதன்முதலாக இந்தியாவுக்கு வந்த கதையை ரவி குழந்தைகளுக்குச் சொல்லிக்கொடுத்துக்கொண்டிருந்தான். பின் வரிசையில் எழுந்து நின்று மீர் அலம்கான் சொன்னான், "எங்க மூதாதை செய்யத்மியான் செய்க் தங்ஙள் இந்தியாவுக்கு வந்ததுபோல –"

சரித்திரப் புத்தகங்கள் இல்லாததால் ரவி ஒரு முகலாய ராஜாவின் படத்தைக் கரும்பலகையில் வரைந்து வைத்திருந்தான். கதைப்போக்கு மூதாதைகளை நோக்கித் திரும்பியவுடன் குழந்தைகள் ஷெய்க்கின் படத்தையும் வரைய வேண்டும் என்றார்கள். வண்ண சாக்பீஸ்களால் ரவி வரையத் தொடங்கினான். கூர்மையான மூக்கு, நீளமான முடியிழைகள், பிரிந்திருக்கும் தாடி, முக்கால்கை சட்டை, கட்டம்போட்ட கைலி, தலைப்பாகை, இரண்டு கொம்புகள், கூர்மையான வால், கையில் லாந்தர் விளக்கு.

"மொல்லாக்கா!" குஞ்ஞாமினா உரக்கச் சொன்னாள்.

---

55. **ஹோமாவதி:** ஹோமியோபதி.

"சத்தம்போடாதீங்க!" ரவி மேசை மீது அடித்தான்.

"ஸார், ஸார்," குழந்தைகள் சொன்னார்கள், "இன்னக்கி மொல்லாக்கா கொலுஸுவ அடிச்சாரு, ஸார்."

"எதுக்கு அடிச்சாரு?"

"அதுவா, ஸார் – அப்பறம் – வெள்ளயப்பம் கொண்டு வராததுக்கு."

ஒவ்வொருவரும் மொல்லாக்காவைப் பற்றி ஒவ்வொரு கதை சொல்லத் தொடங்கினார்கள். மொல்லாக்கா குழந்தைகளை அடித்தது, மொல்லாக்கா நெடுவரப்பில் கழிந்து வைத்தது, மொல்லாக்காவை ஜின்னுகள் விரட்டியது. அப்படிப் பல கதைகள் இருந்தன. கடைசியில் குங்ஙாமினா ஒரு கதை சொல்வதாகக் கூறினாள்.

"முன்னொரு காலத்துல காட்டுல ஒரு மொல்லாக்கா இருந்தாரு –"

பிள்ளைகள் சேர்ந்து அமர்ந்தார்கள்.

குங்ஙாமினா கதையைத் தொடர்ந்தாள்: "அந்த மொல்லாக்கா என்னக்கிம் வெள்ளயப்பம் தின்னுதான் வாழ்ந்து வந்தாரு. புள்ளைங்க இரை கொண்டு வந்து கொடுத்தாங்க. ஒவ்வொரு நாளும் ஒவ்வொரு புள்ள அவருக்குக் கொண்டுவந்து கொடுக்கணும். கடசில, ஒரு பொம்பளப் புள்ள கொண்டு போக வேண்டிய மொற வந்துச்சி. அவள் வெள்ளயப்பம் கொண்டுட்டுப் போகல." கதை அவ்வாறு நீண்டது. கடைசியில் புத்திசாதுர்யம்கொண்ட அவள் மொல்லாக்காவைக் கிணற்றில் விழச் செய்வதுடன் கதை முடிந்தது.

ரவி குழந்தைகளிடம் கேட்டான், "இந்தக் கதயில வர்ற பொம்பளப் புள்ளயோட பேரென்ன, சொல்ல முடியுமா?"

குழந்தைகள் சொன்னார்கள், "குங்ஙாமினா! குங்ஙாமினா!"

அதெல்லாம் முடிந்த பிறகு ரவி அவர்களிடம் சொன்னான், "இனி போதும். யாரெயும் தப்பா பேசக்கூடாதுன்னு நான் சொல்லியிருக்கேன்ல?"

வகுப்பறை அமைதியானது. குங்ஙாமினாவுக்கு வருத்தம் ஏற்பட்டது.

அன்று மாலையில் பிள்ளைகள் நடுத்திடலில் தப்புகொட்டி விளையாடினார்கள். மீர் அலம்கான், இப்திகாருத்தீன், பீரான், உண்ணிப்பாரதி, குட்டிஸொகரா அப்படி நிறையப்பேர்.

குங்ஙாமினா இல்லை. ஒரு தகர டின்னில் தட்டிக்கொண்டு அவர்கள் உரக்கச் சொன்னார்கள், "அல்லாவுக்கப்பறம் மொல்லாக்கா, அல்லாவுக்கப்பறம் மொல்லாக்கா!"

○

மாலையில் பள்ளிவாசல் குளத்தின் மேட்டில் லாந்தரையும் தூக்கியவாறு மொல்லாக்கா நின்றிருந்தார்.

"என்னா மொல்லாக்கா இப்டி நிக்கிறீங்க?" மாதவன்நாயர் கேட்டார்.

"சும்மா."

மாதவன்நாயர் மொல்லாக்காவின் பக்கத்தில் சென்று நின்றார். முரட்டுத் துணியிலான பழைய சட்டையில் நிறைய ஒட்டும் தையலும். பாவம், தித்திபியும்மா தைக்கிறாள். ஒட்டுப்போடுகிறாள். இது கிழியும்போது மற்றொன்று தைக்கச் செய்ய மொல்லாக்காவின் கையில் பணம் இருக்காது. இந்தச் சட்டைக்கான கடனே இன்னும் அடைத்து முடியவில்லை.

மாதவன்நாயர் மொல்லாக்காவின் முன்கையைப் பிடித்தழுத்தி நிறுத்தினார்.

"பெரிசே," மாதவன்நாயர் சொன்னார், "இனியாச்சும் முட்டாள்தனத்த வுடக்கூடாதா?"

மொல்லாக்கா பட்டென்று வெளிறினார்.

"என்னா மாதவா நீ சொல்லறது?"

"கொழந்தைங்க வந்து சேர்றத நீங்க ஏன் இன்னும் தடுக்கிறீங்க? அந்த கேலனோட காசும் –"

"நம்மலொன்னும் வாங்கல்ல –"

"முழுப் பூசணிக்காய சோத்துல மறைக்கப் பாக்காதீங்க!"

மாதவன்நாயர் பிடிவிட்டார்.

"மொல்லாக்கா," அவர் சொன்னார், "கேலன் பலதும் சொல்வான். ஸ்கோலுக்கு வர்ற கொழந்தைங்கள மொடக்குனா மாசம் முன்னூறு தர்றதாத்தானே நிபந்தன? இல்லேன்னு சொல்லாதீங்க. எனக்குத் தெரியும். செரி. நீங்க மொடக்குங்க. கொழந்தைங்களோட எண்ணிக்க குறைஞ்சா, இந்த ஸ்கோல அப்டிப் பூட்டிடுவாங்க. அப்பறம் கேலனுக்கு நீங்க தேவப்படுவீங்களா, பெருசு?"

மாதவன்நாயர் வயலுக்கும் மொல்லாக்கா நடுத்திடலுக்கும் நடந்தார்கள். பள்ளிக்கூடத்தைக் கடந்துதான் நடுத்திடலுக்குச் செல்ல வேண்டும். அங்கே, விளக்கொளியில் ரவி வாசித்துக் கொண்டிருந்தான். அந்த விளக்கைப் பார்க்கும்போது அங்கே செல்ல வேண்டும் என்று பலமுறை நினைப்பார். இதுவரையிலும் சாத்தியமாகவில்லை.

மொல்லாக்கா மெதுவே மேடு ஏறினார். முங்ஙாங்கோழியின் வீட்டின் முன்புறத்தை மைமுனா ஒரு மாற்றக் கடையாக ஆக்கியிருந்தாள். கடையின் முன்னால் யாருமில்லை. சுற்றிலும் திரியுள்ள தொங்கு விளக்கின் வெளிச்சத்தில் ஒரு மலக்கைப்போல அவள் அங்கிருந்தாள்.

“மைமுவோ,” மொல்லாக்கா கேட்டார், “சுக்ரு வந்ததா?”

“இல்ல,” அவள் சொன்னாள்.

“ஒன் இட்ப்பு வலி நல்லாயிடுச்சா!”

மைமுனா சற்று முனக மட்டுமே செய்தாள்.

கடை வாசல் பெஞ்சில் மொல்லாக்கா அமர்ந்தார். மழை சற்று நின்றிருந்தது. ஒன்றிரண்டு ஈசல்கள் தூக்கு விளக்கைச் சுற்றிலும் மோதி விழுந்தன. மொல்லாக்கா சற்று நேரம் அப்படியே அமர்ந்திருந்தார்.

“மைமுவோ,” கடைசியில் அவர் கேட்டார், “ஒரு காக்குப்பி தேங்காண்ண கொட்க முடியுமா, புள்ளே?”

“இங்க தேங்காண்ணயொன்னும் கெடயாது. போங்கோ.”

மொல்லாக்கா மீண்டும் தயக்கத்துடன் சற்று நேரம் பேசாதிருந்தார்.

“மக்ளே,” அவர் சொன்னார், “ஒன் உம்மா எண்ண தேச்சி ரொம்ப நாளாச்சுடீ.”

“போங்கோ, போங்கோ.”

“கொழந்தே, தோ பார் –”

“போங்கோ, அத்தா.”

“ஸெரி. இல்லன்னா வேண்டா,” மொல்லாக்கா சொன்னார். “நான் வரேன், புள்ளே. ஒன் இட்ப்பு கொடச்சல நல்லபடியாப் பாத்துக்கோ. ஏதாச்சிம் தைலம் தடவு.”

மொல்லாக்கா நடுத்திடலில் மெதுவாக ஒருமுறை சுற்றி வந்தார். பிறகு மீண்டும் திரும்பிப் பள்ளிக்கூடத்தை நோக்கி நடந்தார்.

லாந்தர் விளக்கு படியேறி வருவதை ரவி பார்த்தான். வாயிலில் நின்று மொல்லாக்கா கனைத்தார்.

“மேஷ்டரே!–”

“ஆரது? மொல்லாக்காலல? வாங்க, வாங்க!”

மொல்லாக்கா உள்ளே வந்தார்.

“அஸலாம் அலைகும்.”

ரவி சொன்னான், “வலைகும் ஸலாம். இந்தப் பக்கம் வரமாட்டீங்களே. இப்டியிருந்தா நல்லாருக்குமா, மொல்லாக்கா?”

மொல்லாக்கா ரவியின் காலடியில் தரையில் அமர்ந்தார்.

“இது மேல ஒக்காருங்க, மொல்லாக்கா.”

“இது பரவால்ல, தம்பி.”

எரிந்து எண்ணை தீர்ந்துவிடாதிருப்பதற்காக அவர் லாந்தர் விளக்கை அணைத்து வைத்தார்.

“தம்பி என்னா படிக்கிறீங்க, வேதமாருக்குமோ?”

“இல்ல, இதொரு கத.”

“எவ்ளோ பட்ப்பு வேணம் இந்த பொஸ்தஹம் படிய்க்கறதுக்கு?”

ரவி சிரித்தான்.

“படிப்பா? அதெப்படிச் சொல்ல முடியும்? இதொரு கதைதான?”

“இது இங்லீசாருக்குமோ?”

“ம், ஆமா?”

நினைவில் எதையோ குறித்து வைப்பதற்காக மொல்லாக்கா நொடி நேரம் எடுத்துக்கொண்டார்.

“ஒரு சிகரெட்டு குடிங்க, மொல்லாக்கா.”

“வேண்டா, வேண்டா. நம்மட கையில பீடியிரிக்குது. சிகரெட்டு நம்மட தொண்டைக்கி ஒத்துக்காது. ஆ, இல்லன்னா

கொட்ங்கோ, கொட்க்கும்போது வேண்டான்னு சொல்லக்கூடாது. அப்படிதானே?”

மொல்லாக்கா சிகரெட்டைக் கட்டை விரலுக்கும் சுட்டுவிரலுக்கும் இடையில் அழுத்திப் பிடித்துக்கொண்டு உக்கிரமாகப் புகையூதத் தொடங்கினார்.

“ஓர் பிசியம் சொல்லத்தான் நம்மலு வந்தது,” இரண்டு சிகரெட்டுகள் தீர்ந்தபோது மொல்லாக்கா சொன்னார். “அதிப்போ ஒங்க கய்யிலதான் கெடக்கு.”

“என்னா, சொல்லுங்க!”

“ஸ்கோலுக்கு ஓர் மஸாலச்சி[56] வேணும்னு மாதவன்நாயரு சொன்னாரு.”

“ஒங்களுக்கு யாரையாவது தெரியுமா? மாசம் அஞ்சு ரூபா கொடுக்கறதுக்குக் கடுதாசி வந்திருக்கு.”

மொல்லாக்கா பின்னரும் கொஞ்சம் சந்தேகித்தார். பிறகு சொன்னார். “அந்த வேலய நம்மலு எடுத்துக்கறது.”

என்ன சொல்வதென்று தெரியாமல் ரவி சங்கடப்பட்டான். கடைசியில் அவன் சொன்னான், “சரி, மொல்லாக்கா.”

மொல்லாக்கா எழுந்தார்.

“ஸெரி தம்பி, நம்மலு போகணும்.”

ரவியின் தீப்பெட்டியெடுத்து உரசி அவர் மீண்டும் லாந்தரை ஏற்றினார்.

---

56. **மசாலச்சி:** மஸால்ஜி (வீட்டு வேலையாள்)

9

முதல் பாடங்கள்

ஓணம் நெருங்கிக்கொண்டிருந்தது. கசாக்கின் ஆகாசம் மேல் நோக்கிப் படர்ந்து மிதந்தது. ரவியின் பதிவேட்டில் இப்போது முப்பத்தி ஐந்து பெயருண்டு.

"மொல்லாக்கா இப்பவும் புள்ளைங்கள ஸ்கூலுக்கு வரவிடாம தடுக்குறாரு," ரவி, மாதவன் நாயரிடம் சொன்னான்.

"மஸால்ஜி வேலயோட காசு –"

"அந்த வகயில அஞ்சு ரூபா, நான் அப்பறம் போகட்டும்னு விட்டுட்டேன்."

"அந்த சொலயும்மாவோட புகாரு," மாதவன் நாயர் சொன்னார், அந்த ஆமினாப் பொண்ண வாசல் தெளிச்சிக் கூட்ட வக்கிறார்னு."

"நா என்னா செய்வேன், மாதவன்நாயரே? மொல்லாக்காவோட மஸால்ஜி வேல செய்யறது மதரசா புள்ளைங்க. ஒர் நாளு குங்ஙாமினாவ அனுப்புனாரு."

"ஐயோ பாவம்! தொடப்பத்த தொடவுடாம வளத்த பொண்ணு."

"எனக்கும் கஷ்டம் புரிஞ்சது. நா அவளக் கூட்ட விடல."

"நீங்க ஆபிதாவ நிறுத்திட்டீங்களா மாஷ்ஷே?"

"நிறுத்தல்ல; சமீபத்துல அவளுக்கு முடியல. அப்டி கொஞ்ச நாள் வரல்ல."

“உண்மதான். ஒடம்புக்கு முடியாதவ.”

“நேத்துலேர்ந்து வாச தெளிச்சிக் கூட்ட ஆபிதாவ அனுப்புறாரு.”

“இந்தப் பெருசு ஒழுங்கா நடக்கக் கூடாதா? எவ்வளவுதான் சொல்றது!”

“நான் செல சமயம் நெனப்பேன், அந்த சம்பளத்த நிறுத்தினா என்னான்னு.”

மாதவன்நாயர் ஏதோ யோசித்திருந்துவிட்டார்.

“அது வேண்டா, மாஷ்ஷே,” அவர் சொன்னார், “இருக்கிறபடியே நடக்கட்டும்.”

கேலன் மாஸ்டர் பாலக்காட்டுக்குச் சென்று, பள்ளிக் கூடத்தைப் பூட்டுவதற்காக யாருக்கெல்லாமோ லஞ்சம் கொடுத்திருக்கிறாராம். கடந்த மாதம் இன்ஸ்பெக்டர் ஒரு எச்சரிக்கையோடுதான் சோதனையை நிறைவு செய்தார். “பிள்ளைகளின் எண்ணிக்கையை அதிகரிக்க வேண்டும். இல்லையென்றால் பள்ளியை மூடவேண்டியிருக்கும்.”

“அப்டி வராது, மாஷ்ஷே,” மாதவன்நாயர் சொன்னார். “இந்தப் புள்ளைங்க யாரும் போகமாட்டாங்க. அப்பறம் வர்ற வருசம் நமக்கொரு நாப்பத்தஞ்சி புள்ளைங்களாவது பூர்த்தியாக்கணும்.”

“குப்புவச்சன் கொஞ்சம் புள்ளைங்களை சேர்த்து விடுறேன்னு சொல்லிட்டுப்போயிருக்காரு.”

“காசு வாங்குனாரா?”

“கொஞ்சம்.”

“ரொம்ப நல்லது! நேத்து இங்கேந்து ரெண்ணு புள்ளைங்கள கேலனோட ஸ்கோல்ல கொண்டு போயி சேத்துவுட்டுருக்காரு கில்லாடி. நீங்க கொடுத்த காசு போற வழியில அவனீஸ்[57] குடிக்கிறதுக்காக.”

ரவி கேட்டான், “காலியாரெங்கே, மாதவன்னாயரே?”

“அதொரு தினுசு, மாஷ்ஷே.”

---

57. **அவனீஸ்: அவ்னீஸ்: அவிநீஸ்: எஸென்ஸு :** சாராயம் அவுன்ஸ் கணக்கில் அளந்து விற்கப்பட்டதால் இந்தப் பெயர்.

“இல்ல, நான் பாக்கும்போது, ஆரம்பத்துலல்லாம் காலியாருக்கு ரொம்ப ஆர்வமிருந்திச்சி. மொல்லாக்கா புள்ளைங்கள தடுக்காம இருக்க காலியார் நெனச்சா முடியாதா?”

“நெனக்கணுமில்லே? வெளில வர்றதே பாதிராத்திரிலதானே?”

“மாதவன்னாயரே,” ரவி கேட்டான், “என்னா இந்த காலியாரோட பெரட்டு?”

“என்னமோ,” மாதவன்நாயர் சொன்னார். “யாருக்குத் தெரியும் மாஷ்ஷே, உண்ம எது பொய் எதுன்னு? அதத் தெரிஞ்சிக்கக் கூடாதுங்கறதுதானே மனுச ஜென்மத்தோட விதி?”

“நாசமாப்போறதுதான் ஸ்கூலோட விதி,” ரவி சொன்னான். “இந்த ஓணத்துக்குப் பூட்டுனா இந்த ஆஜரெல்லாம் மொடங்கும். அப்பறம் மொதல்ல போயி முப்பத்தஞ்சி பேரோட காலையும் புடிக்கணும்.”

“அதுக்கு நான் பொறுப்பு,” மாதவன்நாயர் ஏற்றுக் கொண்டார். “பதினஞ்சி நாள் லீவுதான? நீங்க அதுக்காக இங்க காத்துக்கெடக்க வேணாம். ஊருக்குப் போயி ஓணம் கொண்டாடிட்டு நல்லபடியா வாங்க.”

“நான் எங்கயும் போகல,” ரவி சொன்னான்.

“ஊருக்குப் போகலே?”

“போறதுக்கு ஊரில்ல, மாதவன்நாயரே.”

“அது ஏன்?” எதுவும் நினைக்காமல்தான் மாதவன்நாயர் அப்படிக் கேட்டுவிட்டார்.

வெளியே இள வெயிலில் சிங்கமாத ஈசல்கள் முளைத்துப் பறந்தன. பருவமழை குளிப்பாட்டிய கிழக்குக் காற்று பனைமரங்களில் வீசியது. காற்றில் பனைமரங்கள் இணை சேர்ந்தன. தாமரைக் குளத்தின் மேட்டின் வழியே குழுவான பிள்ளைகள் செதலியை நோக்கி நடந்து போகிறார்கள். ஈழவர்களின் பிள்ளைகளும் ராவுத்தர்களின் பிள்ளைகளும் உண்டு. ஓணப் பூக்கள் தேடிப் போகிறார்கள். பூப்பறித்துத் திரும்பி வந்து, மெழுகிச் சமப்படுத்திய சிறிய முற்றங்களில் தவம் செய்யும் சந்தனக் கற்களுக்குச் சுற்றிலும் பூக்கோலம் செய்து அலங்கரிப்பார்கள். ரவி நினைவுகூர்ந்தான்: காப்பித் தோட்டங்களின் நடுவில் காற்று வாங்கி நின்ற வீடு, குன்றின்

சரிவில் பனி, காட்டுப் பூக்கள், அப்புறம் அந்நியமான மாலைப் பொழுதுகள், பேரில்லாத நகரங்கள்.

பயணம். வழியிடைப் புகலிடத்தில் ஓய்வு.

"மாஷ்ஷே," மாதவன் நாயர் சொன்னார், "ஓர் காரியம்."

"ஓ?"

"நம்ம கையில ஒரு பய்யன் இர்க்கான். சேத்துக்கிறீங்களா?"

"ஏன் கேக்கறீங்க?"

"அதுவா," மாதவன்நாயர் தயங்கினார், "அது அப்புக்ளி –"

"சொல்லுங்க மூத்தாரே," ரவிக்கை தைத்து முடிப்பதற்காக நேற்றுக் கடையில் காத்திருக்கும்போது நீலி சொன்னாள். நடுத்திடலில், கூட்டமான பிள்ளைகளுடன், அப்புக்கிளி கூத்தாடுகிறான்.

"என்னால இதப் பாக்க முடியல," நீலி சொன்னாள்.

அவள் மூக்கைச் சிந்திப்போட்டாள்.

"மூத்தாரே, அது எம் மவன்."

மாதவன்நாயர் ஒன்றும் பேசவில்லை. அவர் தைத்துக் கொண்டிருந்தார். உணர்ச்சியின்றி, பிறகு வேதனையுடன், அவர் நினைத்துப்பார்த்தார். அப்புக்கிளிக்குத் தான் ஒரு சட்டை தைத்துக் கொடுத்தது, துண்டுத் துணிகள் சேர்த்துத் தைத்துக் கெண்டைக்கால் அளவு வரும் ஒரு அங்கிச் சட்டை. முன்புறம் அரிவாளும் சுத்தியலும் திரிசூலமும். பின்புறம் ஒரு துணிப் பையிலிருந்து வெட்டி எடுத்த மயில் மற்றும் காந்திஜியின் சித்திரங்கள்.

"நான் சொல்லிப் பாக்குறேன், நீலியே," அவர் சொன்னார்.

"மாதவன்னாயரே, அதொரு பைத்தியம்ல?" ரவி கேட்டான்.

"ஒரு மந்தம்."

"வயஸு?"

"இர்வது."

கசாக்கின் இதிகாசம்

ரவி ஆலோசித்தான். "எப்டி மாதவன்னாயரே இதச் செய்யிறது?"

"நீங்க ஒதவி செய்யணும். ஏதும் படிக்கிறதுக்காக இல்ல. அலயாம இருக்கிறதுக்காகத்தான்."

மறுநாள் காலையில் மாதவன்நாயர் அப்புக்கிளியையும் அழைத்துக்கொண்டு நாற்றுப்புரைக்கு வந்தார். ரவி அன்றுதான் அப்புக்கிளியைக் கவனித்துப் பார்த்தான். துருத்திக் கொண்டிருக்கும் உதடுகள், ஒரு முக்கால் மனிதனின் உடல். ஆனால், கைகால்கள் மிகவும் சிறுத்துப்போனதால் ஆகமொத்தம் ஒரு குழந்தையின் அளவே தோன்றியது. அந்த முகத்தில் பால்யமோ இளமையோ முதுமையோ தெரியவில்லை.

அப்புக்கிளி மேசைக்கருகில் வந்து நின்றான். ரவி கேட்டான், "இங்க சேர ஒனக்கு இஷ்டமா?"

"ஏ புள்ளைகளா, சத்தம்போடாதீங்க! எங் கிளி மெரளுது," மாதவன்நாயர் வகுப்பைக் கண்டித்தார். பிறகு கிளியிடம், "பச்சப் பனந் தத்த, மாஷ் கேட்ட து ஒங் காதுல விழுந்துச்சில்ல! ஒனக்கு சேர இஷ்டம்தான? சொல்லு?"

அப்புக்கிளி கீழே பார்த்து நின்றான், அவ்வளவுதான்.

"நீ ஏன் பயப்படற?" மாதவன்நாயர் தைரியப்படுத்தினார், "நம்ம ஸ்கோல்தானடா, அப்பே?"

ஆனால் அந்த நம்பிக்கை அப்புக்கிளியின் முகத்தில் தெரியவில்லை. கூட்டாளிகள் பலரும் பெஞ்சுகளிலிருந்து கண்சாடை காட்டுகிறார்கள். ஆயினும் பீதி.

ரவி அப்புக்கிளியின் தோளில் கைவைத்து மெதுவாக நாற்காலியின் ஒரு ஓரத்தில் சேர்த்தான்.

"நீ ஏன் அப்புக்கிளி பயப்படுற? எல்லாரும் ஒன்னோட கூட்டாளிங்கதான?"

"எம் பக்கத்து வந்து ஒக்காரு, க்ளியே," பிள்ளைகள் அழைத்தார்கள். "இங்க வா."

மாதவன்நாயர் புறப்பட முற்பட்டபோது கிளியின் அலறல், "என்னிம் கொந்துபோதா, மாதவண்ணோ!"[58]

---

58. **"என்னிம் கொந்துபோதா மாதவண்ணோ!":** "என்னையும் அழைத்துப் போடா மாதவன்னா!"

“அடப் பட்சியே!” மாதவன்நாயர் சொன்னார், “நீ என் மானத்த வாங்கிட்டியேடா!”

மாதவன்நாயர் ஒரு அணாவுக்குக் கடலைமுறுக்கு வாங்கிக்கொண்டு வரும்படி அலம்கானை அனுப்பினார்.

“டே, பஞ்சவர்ணமே,” அவர் சொன்னார், “தோ, இந்த மேஷ்டரண்ணன் ஒனக்கு முறுக்கு தருவாரு.”

அப்புக்கிளி ரவியின் முகத்தைப் பார்த்தான்.

அவன் கேட்டான், “நீ முத்க்கு தர்வியா?”

“நீ இங்க ஒக்காந்து படிச்சா முறுக்கெல்லாம் தருவேன்.”

“கதல முத்க்கோ?”

“ஆமா, கடல முறுக்கு,” ரவி சொன்னான், “இல்ல, மாதவன்நாயரே, தொந்தரவாயிடுமோ?”

“ஒண்ணும் பயப்பட வேண்டாம், மாஷ்ஷே – டே அப்பே, க்ளியே, கெடுத்துப்புட்டடா நீயி.”

கடலை முறுக்கு வந்தபோது அப்புக்கிளி மலர்ந்தான்.

“இனி நாம்போகட்டுமா?” மாதவன்நாயர் கேட்டார்.

ரவியையும் பிள்ளைகளையும் மாதவன்ணனையும் மாறி மாறிப் பார்த்து, ஏதோ ஆழ்ந்த சந்தேகத்தை அகற்றிய பிறகு, அப்புக்கிளி முனகிச் சம்மதம் தெரிவித்தான்.

“அங்க போயி ஒக்காரு,” ரவி சொன்னான்.

“ஒக்காரு,” மாதவன்நாயரும் அறிவுறுத்தினார்.

அப்புக்கிளி முன்வரிசையில் இடம் பிடித்தான்.

போகும்போது மாதவன்நாயர் சொன்னார், “நல்லாப் படிக்கணும், கேட்டியாடா அப்பே. படிச்சிப் படிச்சி இஞ்சிநீராகணும் கேட்டியா.”

அப்புக்கிளி மற்றொரு முறை முனகினான்... வகுப்புப் பாடம் தொடர்ந்தது. ரவி கரும்பலகையில் ஒரு கணக்கு எழுதுவதற்காகத் திரும்பியபோது குட்டிஸொகரா மெதுவாக கிளியின் அருகே நெருங்கினாள். ஒரு இலந்தைப் பழத்தை அவன்

கையில் வைத்துவிட்டு மெதுவாகச் சொன்னாள், "பயப்பட வேண்டாம், கேட்டியா!"

ஒருநாள் ரவியும் பிள்ளைகளும் ஒட்டடையடித்து நாற்றுப்புரையைத் துப்புரவு செய்துகொண்டிருந்தார்கள். அவர்கள் சிலந்திகளை வேட்டையாடினார்கள். ஆதம் சாக்பீஸால் நேர்க்கோடு போட்டு அதில் செத்த சிலந்திகள் நான்கைக் கிடத்தியிருந்தான். அப்புக்கிளி அவற்றிற்கருகில் மண்டியிட்டமர்ந்தான். பிறகு ஒன்றைக் கையிலெடுத்து ஊதி ஊதி உயிரூட்ட முயன்றான்.

"ஸார், ஸார்," குங்ஙாமினா கேட்டாள், "பெரிய பெரிய எட்டுக்காலியானா எவ்ளோ பெரிசாகும் ஸார்?"

ரவி பள்ளிவாசலின் மதிலைச் சுட்டிக்காட்டினான்.

"அதோ அவ்வளவு."

"யா, ரஹமான்!"

சுவரிலுள்ள பிளவுகளில் உள்ளங்கையளவு வரும் தவிட்டு நிறச் சிலந்திகள் வசித்துவந்தன. அவை சுவரின் மீது பற்றி நிற்கும்போது காகிதத்தைச் சுருட்டி எறிந்தால்போதும். மீண்டும் பிளவுகளில் நுழைந்துகொள்ளும். வெளி சதுப்பிலுள்ள சிலந்திகளோ பெரியவையாயிருந்தன. கசாக்கின் அடர்ந்த இரவில் தீர மிக்கவையாக அவை பிறவி கொண்டன. பருவ மழையின் முட்புதர்களில் கருப்பு நட்சத்திரங்களாக உதித்து நின்றன. கார்த்தவீர்யார்ஜ்ஜுனனைப்போல[59] கைகளால் அடித்துச் சிறிய பிராணிகளை வேட்டையாடி மகிழ்ந்தன ... ரவி எட்டுக்கால்பூச்சிகளின் துர்சரித்திரத்தைப் பிள்ளைகளுக்குச் சொல்லிக் கொடுத்தான். பெண் எட்டுக்கால்பூச்சிகள் இணைகளைக் கொன்று தின்பது வழக்கம்.

"யா, ரஹமான்!" குழந்தைகள் சொன்னார்கள்.

இதுவரை சொல்லிக் கொடுத்த கதைகளொன்றிலும் யாரும் யாரையும் தின்றதில்லை. ஆனால் இயற்கையில்

59. **கார்த்தவீர்யார்ஜுனன்:** கேஹய ராஜ்ஜியத்தின் ஒரு ராஜா. க்ருத வீர்யனின் மகன். தத்தாத்ரேய மகரிஷியை மகிழ்ச்சிப்படுத்தி ஆயிரம் கைகளும் பராக்கிரம சக்தியும் பெற்றான். ஜமதக்னியின் ஆசிரமப் பசுவை பிடித்துக்கொண்டு போனான். அதைத் தொடர்ந்து ஏற்பட்ட யுத்தத்தில் ஜமதக்னியின் மகனான பரசுராமன், கார்த்தவீர்யார்ஜுனனைக் கொன்றார்.

அப்படித்தானென்று ரவி சொன்னான். அது யாரையும் திருப்திப்படுத்தவில்லை. கடைசியில் கருவு சொன்னான், "கர்ம பலந்தான், ஸார்,"

"ஆமா, ஸார்," பலரும் சொன்னார்கள்.

எல்லோருக்கும் தெரிந்த விஷயம் இது. அப்பா அம்மாக்களும், இறப்பதற்காக மட்டுமே காத்துக்கொண்டு கிழிந்த போர்வைகளுக்கடியில் படுத்திருந்த தாத்தாக்களும் பாட்டிகளுமெல்லாம் கேள்விப்பட்டிருக்கிறார்கள். இறந்தால் மீண்டும் பிறப்பார்கள் என்ற உண்மையை கசாக்கின் ராவுத்தர்கள்கூட ஏற்றுக்கொண்டார்கள்.

"நாமெல்லாம் எட்டுக்காலியாயிடுவோம் ஸார்," குங்ஙாமினா சொன்னாள்.

"மொல்லாக்கா ஊராம்புலியாவாரு[60] ஸார்," வேறு யாரோ சொன்னார்கள்.

"என்னா?" ரவி கேட்டான்.

"கர்மம்," குங்ஙாமினா சொன்னாள். "இந்த கொன்ன பாவம் தீர வேண்டாமா?"

அதை நினைத்தபோது அவள் தோள்கள் வெடுக்கென்று இழுத்துக்கொண்டன. அவள் தனக்குத்தானே சொல்லிக் கொண்டாள், "அப்பறம் நான் இங்க சுவத்தப் புடிச்சிக்கிட்டு நிக்கிம்போது மேஷ் வந்து என்ன அடிச்சிக் கொல்லுவாரு... நாம சாவறதா எட்டுக்காலி சாவறதா ஜாஸ்தி வேதன, என்னமோப்பா!"

ரவி அவள் கரங்கள் இரண்டையும் சேர்த்துப் பிடித்து முன்னால் நிறுத்தினான். கண் மை பரவிய கன்னத்திலிருந்து முடிச் சுருள்களை கையால் ஒதுக்கிவிட்டவாறு அவன் சொன்னான், "நான் என்னோட ஆமினாக்குட்டியக் கொல்வனா?"

கர்மத் தொடர்ச்சிகளின் கதை இப்படி முடிந்தது என்றாலும் விலங்கியலுக்குச் செல்வதற்குக் கடமைப்பட்டவன் ஆனான். அடுத்து வந்த இரண்டு மூன்று நாட்கள் முழுதும் வகுப்பில் விலங்கியல் மட்டுமே இருந்தது. விலங்கியல் பாடத்திற்கிடையில் குங்ஙாமினா ஒரு பச்சோந்தியை வகுப்புக்குக் கொண்டு வந்தாள்.

---

60. **ஊராம்புலி:** ஒரு வகைப் பெரிய சிலந்தி.

“இதுக்கு கொட்டடப்பாலு[61] கொடுத்திருக்கு ஸார்.” அவள் உணர்ச்சிகரமாக படிக்கட்டிலிருந்தே உரத்துச் சொன்னாள்.

குங்நாமினா பச்சோந்தியை ரவியின் முன்னால் கொண்டு வந்து விட்டாள். பச்சோந்தி ஒரு குடிகாரனைப்போல கொஞ்சம் தட்டுத்தடுமாறி நடந்து, முழித்தபடியிருந்தது.

“ஏன் இப்டி குறும்பு பண்ணுன?” ரவி கண்டித்தான்.

குங்நாமினாவின் முகம் மங்கியது. அனைவரின் உற்சாகமும் பட்டென்று அடங்கியது. ரவி மகிழ்ச்சியடைவான் என்று அவள் நினைத்திருந்தாள்.

“இது சாவுமா?” ரவி கேட்டான்.

குங்நாமினா எதுவும் பேசவில்லை. தங்கமாதவி சொன்னாள், “செல சமயம் சாகும் ஸார்.”

“அவ்னீஸு போலத்தான், ஸார்.” சாந்துமும்மது சொன்னான். “ராஸ்தி குடிச்சா சாகும். இல்லன்னா பெழய்க்கிம்.”

“எதுக்கு இப்டி கொட்டடப்பாலு கொடுக்கறது? சொல்லு.” ரவி மீண்டும் குங்நாமினாவிடம்தான் கேட்டான். அவள் பதில் சொல்லவில்லை. மற்றவர்களெல்லாம் சேர்ந்து சொன்னார்கள்: பச்சோந்திகள் மனிதனின் ரத்தத்தை உறிஞ்சுபவை. குடிக்க வேண்டும் என்றில்லை. பார்த்தாலே போதும். பார்த்துப் பார்த்து காற்றினூடே ரத்தத்தை சுவைத்துக் குடிக்கும்போதுதான் பச்சோந்தி தலையாட்டும். முள் பீலியணிந்த துர்முகம் பெரும்பாலும் சிவப்பாகத் தெரிகிறது. இதுவும் போதாத பச்சோந்திகள் தும்பிகளைப் பிடிக்கின்றன. இறந்தவர்களின் நினைவுகள்தான் தும்பிகள். கசாக்கின் எந்தக் குழந்தையும் தும்பிகளைப் பிடிப்பதில்லை, அப்புக்கிளியைத் தவிர. ஆனால், அவன் முட்டாள். பிறவிகளறிந்தவன் ... அப்படி ஜென்மப் பகைக்குப் பழிவாங்குவதற்காகக் குழந்தைகள் பச்சோந்தியைக் கொட்டப்பால் குடிக்கச் செய்கிறார்கள்.

வேறு விஷயங்களும் இருந்தன.

“பச்சோந்தி பூதமாக்கும், ஸார்,” ஆதம் சொன்னான்.

“அது என்னா?”

---

61. **கொட்டப்பால்:** ஆமணக்குப் பால்

“பூதம்,” ஆதம் விளக்கினான், “அப்டி சொன்னா, பேயி.”

ஆதம் நிறுத்தினான். அவனுக்கே அச்சமாகிவிட்டது. கருவுதான் தொடர்ந்தான். மனிதர்களுக்குள் பேய்கள் புகுந்து வசிப்பதுண்டு. அவற்றைத் துரத்துவதற்குப் பச்சோந்திகளை விடுகிறார்கள்.

“ஆனா, வெளியே சொல்லக் கூடாது,” கருவு சொன்னான்.

யாரும் அதிகமாகச் சொல்லத் தயாராயில்லை. அது கசாக்கின் ரகசியம். பேய்பிடித்த மனிதர்களுக்காகக் கசாக்குக்காரர்கள் அந்த ரகசியத்தைக் காத்துவருகிறார்கள்.

ரவி இதையெல்லாம் கேட்டுக்கொண்டிருக்கும்போது குங்ஙாமினா தனியாக அமர்ந்திருந்தாள். அவள் விம்முவதைக் கேட்டுத்தான் ரவி திரும்பிப் பார்த்தான். குங்ஙாமினா அழுதுகொண்டிருந்தாள்.

“ஐயய்யே! நான் ஏதும் சொல்லிட்டனா?”

சமாதானப்படுத்த முயன்றபோது அழுகை அதிகமானது. கண் மை கலைந்து கீழே ஒழுகியது. வண்ணச் சட்டை நனைந்தது. ரவி அவளைத் தூக்கித் தன் நாற்காலிக் கையில் அமர்த்தினான். வெள்ளித் தண்டையிட்ட கால்களை ஆட்டியாட்டி அவள் நாற்காலிக் கையில் அமர்ந்திருந்தாள் . . . அப்புக்கிளியோ, தரையில் முழித்துக்கொண்டிருந்த பச்சோந்தியைத் தொட்டுத் தடவிக்கொண்டிருந்தான். பச்சோந்திக்கு மீண்டும் பிரக்ஞை தெளிந்தது. அது தட்டுத்தடுமாறி வெளியே நடந்தபோது அப்புக்கிளியும் மெதுவாகப் பின்னால் நடந்தான். குங்ஙாமினா சமாதானமடைந்தாள்.

ரவி அன்றுதான் பச்சோந்திகளின் வரலாற்றை அவர்களுக்குச் சொல்லிக்கொடுத்தான். மனிதன் பூமியைக் கைப்பற்றுவதற்கும் முன்பு ஒரு காலம் இருந்தது. அன்று இங்கே வாழ்ந்திருந்தவைதான் பச்சோந்திகள். கதை மதியம்வரை நீண்டது. முடியவில்லை. எல்லோரும் வீட்டுக்கு ஓடிச் சோற்றை வாரித் தின்று உடனே திரும்பி வந்தார்கள். கதை தொடர்ந்தது. அவர்கள் ரவியைச் சுற்றிச் சூழ்ந்தார்கள். அவர்கள் முன்னால் அந்தக் கதையின் தாள்கள் பிரிந்தும் புரண்டும் சென்றன. முட்டைகள் ஒளித்து வைத்த சிகர விலாப்புறங்களிலிருந்து ட்டெரொடாக்டைல்கள் ஆர்த்துக் கத்திப் பறந்தெழுந்தன. மிகப் பெரிய சோம்பேறி தினோசார்கள் மலைமுகடுகளில் இரைதேடி நடந்தன. தாள்கள் மீண்டும் புரண்டன.

முன்னொரு காலத்தில், பச்சோந்திகளுக்கும் முன்பு, தினோசார்களுக்கும் முன்பு, ஒரு மாலைப் பொழுதில் இரண்டு உயிர்த்துளிகள் நடப்பதற்குப் புறப்பட்டன. அஸ்தமனத்தில் குளித்து நின்ற ஒரு அடிவாரத்தை அடைந்தன.

"இதோட மறுபக்கத்தப் பாக்க வேண்டாமா?" சிறிய துளி பெரிதிடம் கேட்டது.

பசுமையான அடிவாரம், அக்கா சொன்னது. "நான் இங்கயே இருக்கேன்."

"நான் போறேன்," தங்கை சொன்னது.

தன் முன்னால் கிடந்த எல்லையற்ற வழிகளைத் தங்கை பார்த்தாள்.

"நீ அக்காவ மறப்பியா?" அக்கா கேட்டாள்.

"மறக்க மாட்டேன்," தங்கை சொன்னாள்.

"மறந்துடுவ," அக்கா சொன்னாள். இது கர்மத் தொடர்ச்சியின் அன்பற்ற கதை. இதில் பிரிவும் துயரமும் மட்டுமே உண்டு.

தங்கை நடந்து சென்றாள். அஸ்தமனத்தின் அடிவாரத்தில் அக்கா தனியாக நின்றாள். பாசி விதையிலிருந்து மீண்டும் அவள் வளர்ந்தாள். பெரிதானாள். வேர்கள் முன்னோர்களின் உறக்க ஸ்தலங்களில் இறங்கின. மரணத்தின் முலைப்பால் குடித்துக் கிளைகள் படர்ந்து திடம் கொண்டாள். கண்களில் மையும் கால்களில் தண்டையுமிட்ட ஒரு சிறுமி செதலியின் அடிவாரத்தில் பூப்பறிக்க வந்தாள். அங்கே தனித்துநின்ற செண்பகத்தின் கிளையொடித்துப் பூவைக் கிள்ளியெடுத்தபோது செண்பகம் சொன்னது ... "தங்கச்சீ, நீ என்ன மறந்துட்டியே . . ."

பிள்ளைகள் போய்விட்டிருந்தார்கள். ரவி கண்மூடி நாற்காலியில் சாய்ந்திருந்தான். சுற்றிலும் தூபக் கூட்டின்[62] மணம் எழுகிறது. சேங்கிலயும்[63] குடமணியும்[64] முழங்குகின்றன.

---

62. **தூபக் கூட்டு:** தூபம் போடுவதற்கான நறுமணப் பொருட்களின் கலவை.

63. **சேங்கில:** ஒரு வாத்தியக் கருவி. உலோகத்தால் வட்ட வடிவில் உருவாக்கப்பட்டது. அதில் குச்சியால் அடித்து ஒலியெழுப்புவார்கள்.

64. **குடமணி:** குடையின் வடிவத்திலுள்ள மணி.

வேதானுத்தரதே ஜகண்ணிவஹதே
பூகோளமுத்பிப்ரதே
தைத்யம் தாரயதே பலிம் சலயதே
க்ஷத்ரக்ஷயம் குர்வ்வதே
பௌலஸ்த்யம் ஜயதே ஹலம் கலயதே
காருண்யமாதந்வதே
ம்லேச்சாந்மூர்ச்சயதே தசாக்ருதிக்ருதே
க்ருஷ்ணாய துப்யம் நமஃ.[65]

கண் திறந்தபோது, தூரத்தில் செதலியின் அடிவாரத்தில் அஸ்தமனம். சன்னல்வழியே போக்குவெயில் உள்ளே வந்தது. அதன் இன் துயர் நாற்றுப்புரை முழுதும் பரவியது.

---

65. “ஹே, பகவானே,
நீர் மீன் உருவங்கொண்டு பிரளய காலத்தில்
வேத சாஸ்திரங்களை ரட்சித்தீர்,
கூர்மாவதாரத்தில் பூமியை
உமது முதுகில் தாங்கினீர்,
வராக அவதாரத்தில் பூமியை
உமது தந்தத்தால் தூக்கி ரட்சித்தீர்,
நரசிம்ம அவதாரத்தில்
அசுர அரசனான ஹிரண்ய கசிபுவைக் கொன்றீர்,
வாமன அவதாரத்தில்
பலியின் கர்வத்தை அடக்கினீர்,
பரசுராம அவதாரத்தில்
க்ஷத்ரியர்களை நாசம் செய்தீர்,
ராமாவதாரத்தில்
பௌலத்ஸ்ய குலத்தைச் சேர்ந்த
ராவணனை வென்றீர்,
காருண்ய ரூபமான பலதேவ அவதாரத்தில்
கலப்பை தாங்கினீர்,
யமுனா நதியின் பெருக்கை அடக்கினீர்,
புத்த அவதாரமெடுத்து
அகிம்சையை ஸ்தாபித்தீர்,
மிலேச்சர்களை அழிக்க
கல்கி அவதாரம் எடுக்கவிருக்கிறீர்,
இவ்விதம் பத்து அவதாரங்கள் தரித்த ஸ்ரீ கிருஷ்ணனே,
நாங்கள் உன் பாத சரணங்களை நமஸ்கரிக்கிறோம்.
–கீதகோவிந்தம்

10

உள்கிணறு

மைமுனாவைக் கட்டும்போது முங்நாங் கோழிக்கு ஐம்பது வயது. அறுபதுதான் தெரிகிற தென்று குப்புவச்சன்தான் சொன்னார்...

கிணற்றில் விழுந்த குடங்களையும் வாளிகளையும் மூழ்கித் தேடியெடுப்பதுதான் சுக்ருராவுத்தனின் தொழில். கொழணச்சேரியில், கொடுவாயூரில், விளயஞ்சாத்தனூரில், பல்லச்சேரியில், கல்யாணப்பேட்டையில், கிழக்கு எல்லையான முதலமடவரையிலும் மேற்கில் மங்கர மண்ணூருவரையிலும் சுக்ருராவுத்தன் கிணறுகளைத் தேடி அலைந்தார். கசாக்குக்காரர்கள் அவரை முங்நாங்கோழி என்று அழைத்தார்கள். வருடங்கள் செல்லவே, சுக்ரு என்ற பெயரை மறந்தார். முங்நாங்கோழி என்று அழைத்தால் அழைப்பைக் கேட்பார். நெல்மணிகள் எறிந்தால் வந்து கொத்திப் பொறுக்குவார் என்று குப்புவச்சன் சொன்னார். பெயரை மறந்ததுபோலவே, மேற்பரப்பின் வெளிச்சம் நிறைந்த வாழ்க்கையையும் அவர் மறந்தார். வெள்ளி முளைக்கும் முன்பே கசாக்கை விட்டுப் புறப்பட்டால் நள்ளிரவு தாண்டித்தான் திரும்பி வருவார். சில சமயம் நிறைய நாட்கள் கடந்து வருவார்.

தேனிலவைக் கொண்டாட முங்நாங்கோழி கசாக்கில் இல்லை. மீண்டும் கிணறுகளைத் தேடிச் சென்றார். கல்யாணம் நிச்சயமானபோது அது நடக்காது என்றும், நிக்காஹ் முடிந்தபோது

பெண் இருக்க மாட்டாள் என்றும் ஆட்கள் சொன்னார்கள். அப்படியெதுவும் நடக்கவில்லை. மைமுனா சாந்தமாகத்தான் திருமண வாழ்க்கையில் ஈடுபட்டாள். தலையில் முக்காடில்லாமல், நீல நரம்போடிய கரங்களில் கருப்பு வளையலணிந்து, அவள் பின்னரும் நடுத்திடல் வழியே நடந்தாள்.

முங்ஙாங்கோழியின் குடிலின் முன்புறத்தில் மைமுனாவின் மாற்றக் கடை. உட்கார்ந்து ஊர்க்கதை பேசுவதற்கான இடமானது. துணைக்கு சர்க்கரக்காரித் தங்கயும் இருப்பாள். இல்லையென்றால் வேறு யாராவது வருவார்கள். பெரும்பாலான நேரமும் மைமுனா அங்கே இருப்பாள் ... பாசி படிந்து நள்ளிரவுக்குக் கூடடையும் முங்ஙாங்கோழியை அவள் மடியில் கிடத்தவும் கொஞ்சிச் சீராட்டவும் செய்தாள். அவளது உறுதியான கரங்களில் படுத்துறங்கும்போது கந்தகவாயு கசியும் கிணற்றின் கீழ்த்தளத்தை அவர் கனவு கண்டார்.

ஆபிதாவுக்கு மைமுனாவைவிட ஆறேழு வயதுதான் குறைவு. ஒளியற்ற கண்களும் வெளிறிய கன்னங்களுமுள்ள அந்தப் பெண்ணுக்குத் தோழிகள் இல்லை. ஓடையோரத்தில், நெடுவரப்பில், எங்காவது அவளைத் தனியாகப் பார்க்கும்போது தித்திபியும்மா கேட்பாள், “ஒண்டியா எங்க போற புள்ளே? தொண கெடயாதா?”

ஆபிதா சொல்வாள், “கெடயாது உம்மா.”

தித்திபியும்மா வேண்டிக்கொள்வாள், “ஒனக்கு செய்க்தங்ஙளு தொண.”

மைமுனாவின் வரவுக்கு முன்னால் ஆபிதாவின் துணை அத்தாவின் அன்புதான். கிணறுகளில் மூழ்கித் தேடும் அத்தாவுக்காக செய்க் தங்ஙளைத் தியானித்து அவள் அந்தக் குடிலில் தனியாயிருந்தாள். நள்ளிரவுவரை தூங்காமல் காத்திருந்தாள். இப்போது அத்தா நள்ளிரவில் திரும்பி வரும்போது ஆபிதாவை அழைப்பதில்லை. கஞ்சியோ சோறோ போட்டுக்கொடுப்பதற்கு மைமுனாதான். அத்தா படுத்ததும் ஆபிதாவைப் பார்க்காமல்தான். ஆயினும் இன்றும் அவள் காத்திருந்தாள். அறைக்கு வெளியே சிறிய தாழ்வாரத்தில் பாய் விரித்துப் படுக்கும்போது அவள் செவிகூர்ந்தாள். அத்தா, சின்னும்மாவின் கிசுகிசுப்பான பேச்சுக் குரல் கேட்கும். அது முடிவதுவரை ஆபிதா தூங்காமல் படுத்திருந்தாள்.

முன்பெல்லாம் மைமுனா நடுத்திடலில் நடந்து செல்லும்போது அந்த அழகைப் பார்த்து ஆபிதா நின்றுவிடுவாள்.

அது இன்று அவர்களின் குடிலில் நிறைந்து நின்றபோது ஆபிதாவின் தைரியம் சிதைந்தது. சின்னும்மா என்று அழைத்துவிட்டால் மைமுனா முகம் கடுகடுப்பாள். சின்னம்மாவாக ஆகுமளவு அவளுக்கு வயதாகிவிட்டதா என்ன? அவள் ஏற்றுக்கொள்ள மாட்டாள். வேண்டாம், 'அக்கா' என்று அழைக்கலாம் என்று ஆபிதா நினைப்பாள். கூட்டு சேரலாம் என்று நினைப்பாள். பிறகு பின்வாங்குவாள். மைமுனாவின் காச்சியையும் சட்டையையுமெல்லாம் ஆபிதா துவைத்துக் கொடுப்பாள். வீட்டு வேலைகள் அனைத்தையும் ஆபிதாதான் செய்தாள். ஆயினும் மைமுனா கனியவில்லை.

சில சமயம் ஆபிதா இப்படிச் சொல்லிப்பார்ப்பாள், "சின்னும்மோ, ஓர் கத சொல்லித்தாங்கோ."

"என்னா கத? ஒன் உம்மாவ கள்ளப்புருசன் கொன்ன கத சொல்லட்டுமா?"

அப்போதுதான் ஆயா வீட்டிலிருந்து வெளியே செல்வாள். யாருக்கும் தெரியாமல், நிழலைப்போல அவள் வெளியே சென்றாள். பிறகு ஓடை ஓரத்தில் சென்றமர்ந்தாள். இல்லையென்றால், கம்பளம் விரித்ததுபோன்று அரசம் பூக்கள் உதிர்ந்திருக்கும் வளர்ப்புக் காட்டுக்குச் சென்றமர்ந்தாள்.

"செய்க் தங்ஙளே," அன்றொரு நாள் அவள் கேட்டாள், "எனக்கு தொண உண்டா?"

ஓடை நீர் சட்டென்று நீலமானதுபோன்றிருந்தது. திடீரென்று வளர்ப்புக்காட்டில் மழைபோன்று அரசம்பூக்கள் உதிர்ந்தன.

"யா ரஹமான்!" அவள் சொன்னாள். செய்க் எஜமான் அவளிடம் பேசுகிறார். அவளது அகச்செவி அந்தச் சலசலப்புகளுக்காகக் கூர்ந்தது. அதன் மெய்சிலிர்ப்பில் அவள் மீண்டுமொரு குழந்தையானாள். அவள் செதலியின் அடிவாரத்தில் காத்து நின்றாள். கிழக்குக் காற்றில் குளம்படியோசை ஒலித்தபடி செய்க் எஜமானின், தழும்பேறிய குதிரை அந்த வழியாக வந்தது.

"குதரயாரே, குதரயாரே," அவள் சொன்னாள், "என்னக் கொண்டு போறீங்களா?"

அவள் குதிரையின் மேலே ஏறினாள். குதிரை கிழக்குக் காற்றினூடே பறந்தது. காடும் கடலும் கடந்து அவள் பறந்தாள். அங்கே அவள் தன் உம்மாவைப் பார்த்தாள். உம்மா மைமுனாவைவிட அழகாயிருக்கிறார்கள். அவர்கள் தழுவிக்கொண்டார்கள். வழவழப்பான கழுத்தில், கையில்,

ஆபிதா தொட்டாள். அந்த இடம் சுருங்கத் தொடங்கியது. மூப்பு படர்ந்து சிதையத் தொடங்கியது. அந்தப் புகலிடம் உருமாறியது. அந்த இடம் காளிக்காவில் வைக்கோல் குடில். வெளியே அந்தியில் சப்பாத்திக் கள்ளிகளைப்போன்ற கைத்தலங்களை நிமிர்த்தி வைத்தபடி அவள் மாமா அமர்ந்திருக்கிறார்.

“குதரயாரே, குதரயாரே!” அவள் அழைத்தாள்.

குளம்பொலியில்லை. ஓடையோரத்தில், அரசங்காட்டில், கிழக்குக் காற்று மட்டும் வீசியது.

❍

“மைமுவோ,” அல்லாப்பிச்சாமொல்லாக்கா ஒருமுறை புத்திமதி சொன்னார், “நீ எத்க்கு அந்த பொண்ணை வேலக்கி வ்டறே! வயஸ் தெகஞ்ச பொண்ணாக்கும், புள்ளே.”

“நானா போஹச் சொன்னது?” மைமுனா சொன்னாள். “அவ்ளு அழகு காட்டி தளுக்கறதுக்குப் போறதாக்கும், சுந்தரி!”

மறுநாள் ஆபிதா நாற்றுப்புரை பெருக்குவதற்குச் செல்ல வில்லை.

வெயில் எழுந்தபோது சக்கரக்காரி தங்க வந்தாள். தங்கயும் சின்னம்மாவும் பேசிக்கொண்டு அமர்ந்திருந்தார்கள். என்னமோ முணுமுணுவென்று பேசிச் சிரிக்கிறார்கள்.

“கூடத்துல யாரு?” சற்று நேரத்திற்குப் பிறகு மைமுனா வீட்டினுள்ளே பார்த்து உரத்துக் கேட்டாள்.

“நான்தான் சின்னும்மா,” ஆபிதா அழைப்பைச் செவிமடுத்தாள்.

“நீ வாச கூட்டப்போகலியா?”

ஆபிதா எதுவும் பேசவில்லை.

“நீ போறதில்லயா?”

அதற்கும் பதில் சொல்லவில்லை.

“மரியாதிய்க்கிப் போ,” மைமுனா சொன்னாள். “சோறு திங்கறதெப்படி? முங்ஙாங்கோழி முங்கித் தொழாவிக் கொண்டு வருமா?”

ஆபிதா கிளம்பி நாற்றுப்புரையை நோக்கி நடந்தாள். ஞாயிற்றுக் கிழமை. ரவி ஓய்வெடுத்துக்கொண்டிருந்தான். அன்றுதான் எதற்கென்றறியாமல், எப்படியென்றறியாமல் ஆபிதா அவள் கதையைச் சொன்னாள்.

“ஆபிதா,” ரவி சொன்னான், “எனக்கும் அம்ம இல்ல.”

“ரப்புல் ஆலமீனான எஜமானே!” அவள் சொன்னாள்.

ஆபிதாவின் மூக்கு சிவந்திருந்தது.

“என்னா ஆபிதா,” ரவி கேட்டான், “ஒடம்பு சரியில்லயா?”

அவள் தன் நெற்றியில் கை பதித்தாள். “ஜொரம் வர்றதுபோலருக்கு,” அவள் சொன்னாள்.

“போயி படுத்துக்க.”

வீட்டுக்குத் திரும்பிச் செல்லும்போது கட்டற்றுக் கண்ணீர் பெருகியது. அவள் நின்றாள். அழுதுகொண்டு வீட்டுக்குச் செல்லக் கூடாது. ஆபிதா முகங்கழுவி ஆசுவாசமடைய ஓடைப் பக்கம் நடந்தாள்.

ஓடையோரத்தில் அப்புக்கிளி தும்பி பிடித்துக் கொண்டிருந்தான்.

“அக்கோவ்,” அவன் அழைத்தான், “நீ வந்துட்டியா!”

“எங் கிளியப் பாக்கத்தான நான் வந்துருக்கேன்.” ஆபிதா சொன்னாள். அதைச் சொல்லும்போது, அவளுக்கு என்னமோ உள்ளே குளிர்பட்டதுபோன்றிருந்தது.

“நீயென் தும்பியப் பாருடி,” அப்புக்கிளி காட்டினான். கண்ணாடிக் கண்களுள்ள பெரியதொரு பச்சைத் தும்பி. மங்கிய நினைவைப்போல கண்கள் ஒளிர்ந்தன. யாருடையவோ முன்ஜென்ம நினைவு அது. அவளது அம்மாவுடையதாக இருக்கலாம். அந்தக் கண்கள் அவளை நோக்கின. அவளது துக்கத்தை உட்கொண்டன.

“அட, க்ளியே,” ஆபிதா சொன்னாள், “நீ எத்க்கு அந்த தும்பியப் பிடிக்கறே? பாவம். அத விடு.”

அப்புக்கிளி அழத் தொடங்கினான்.

“ஸெரி, ஸெரி,” அவள் சொன்னாள், “நாவொன்னும் சொல்லல.”

கிளி தெளிந்தான்.

“நீயி தும்பினெ வடச் சொல்லுதயோ?” அவன் கேட்டான்.

“இல்ல.”

அவன் சிரித்தான்.

“இந்தா, அக்கோவ்,” அவன் ஒரு பொட்டலத்தைப் பிரித்து அவள் முன்னால் வைத்தான். செண்பகப் பூக்கள்.

“ஓ, எவ்ளோ புவ்வுடா க்ளியே!”

ஆபிதா இடைத்துணியை மடக்கிப் பூக்களை நிறைத்துக் கொண்டாள். காதுகளில் ஒவ்வொரு பூக்களைச் சூடிக்கொண்டாள். வீட்டுக்கு நடந்தாள்.

“சின்னும்மோ! புவ்வு.”

மைமுனாவும் தங்கயும் அப்போதும் அமர்ந்து ரகசியம் பேசிக்கொண்டிருந்தார்கள். மைமுனா பூக்களை வாங்கிக் காதில் சூடினாள். தங்கயின் முடியில் சூடினாள். பிறகு ஆபிதாவைப் பார்த்தாள்.

“காதுல என்னாடி?”

“சும்மா வச்சது, சின்னும்மா.”

“ரொம்ப ஆடாதடி, ஆடாத. யாரு பாக்குறதுக்குடி புவ்வு, எல்ம்புக்கூடே?”

ஆபிதா கூடத்திற்குச் சென்று நின்றாள். சாய்த்து வைத்திருந்த துடைப்பத்தை எடுத்துப் பெருக்க முயன்றாள். மீண்டும் துடைப்பத்தை மூலையிலேயே சாய்த்து வைத்தாள். பானையில் கஞ்சி இருந்தது. குளிர்ந்து ஆடை படிந்திருந்தது. கொஞ்சம் குடித்தாள். ருசியில்லை.

அவள் மீண்டும் வெளியே செல்லும்போது எங்கேயென்று மைமுனா கேட்கவில்லை. ஆபிதா அரச மரங்களின் நிழலை நோக்கி நடந்தாள். அங்கே யாருமில்லை. கோடைக் காலத்தில் மட்டும் சில சமயம் அங்கே பாம்புகள் பிணைந்தாட வரும். அரச மரங்களின் நிழலில் அவள் மெதுவாக நடந்தாள். அரச மரங்களின் நிழலில் அவளொரு தும்பியானாள். அவள் யாரின் நினைவு? அவளுடையதே ஆன முற்பிறவியின், துக்கம் நிறைந்த மறுபிறவியின் நினைவு. நடந்து நடந்து மீண்டும் அவள் ஓடைப் பக்கம் வந்தாள். காதில் சூடிய பூக்களெடுத்து இதழ் கிள்ளி ஓடையில் தூவினாள்.

“அக்கோவ், நிய்யேந்தப் பூவ தண்ணீலுட்ற?”

அப்புக்கிளி சென்றிருக்கவில்லை.

“ஒண்ணுல்ல, க்ளியே,” அவள் சொன்னாள்.

அவன் பக்கத்தில் வந்து நின்றான்.

"நீ அழக்காருக்கே தெர்யுமா," அவன் ஆறுதல் சொன்னான். "நாவொன்னக் கத்திக்கிறன், என்னா. நீயென்னக் கத்திக்கமாத்தியா, அக்கோவ்?"

"பின்ன, நான் வேற யாரையாவது கட்டுவனா?"

"நா ஒனக்குப் பூப் பதித்துத் ததேன், என்னா."

அப்புக்கிளி மீண்டும் தாழம்புதர்களுக்குச் சென்றான். ஆபிதா மீண்டும் அங்கே தனித்தானாள். அழகான கிருஷ்ணகாந்திப் பூக்கள் போர்த்திய கரையில் அவள் அமர்ந்தாள். ஓடை நீரில் அங்கங்கே என்னவெல்லாமோ துணுக்குகள் கடந்து சென்றுகொண்டிருந்தன.

○

மைமுனா மீண்டும் அழகாகி வருகிறாள் என்று கசாக்குக்காரர்கள் சொன்னார்கள். அவள் இன்றும் சட்டைக் கையை முழங்கைவரை ஏற்றிவிட்டுத்தான் நடந்தாள். முழங்கைவரை நீல நரம்புகள் உண்டு. கண்ணாடிக் கரு வளையல்கள் உண்டு. சக்கரக்காரி தங்கயிடம் இன்னும் ரகசியம் பேசித் தீரவில்லை.

ஒருநாள் அவர்களின் பக்கத்தில் ஆபிதா வந்து நின்றாள்.

"ஒனக்கென்னடி வ்வேணும்?" மைமுனா கேட்டாள்.

ஆபிதாவின் முகத்தில் அச்சமில்லை. அவள் சொன்னாள், "அத்தா வரட்டும். நான் சொல்லிக் கொடுக்கப்போறேன்."

"சொல்லிக் கொடுக்கறதா?" சற்று வெளிறியபடி மைமுனா கேட்டாள்."என்னா சொல்லிக் கொடுக்கறது?"

ஆபிதா சற்றுநேரம் எதுவும் பேசாமல் நின்றாள். அப்புறம் சொன்னாள், "காலியார் இங்க வந்தது."

தங்கதான் வெகுண்டாள், "ஆஹா! அட, காலியார் இங்க வரக் கூடாதா, ஊதுறதுக்கும் மந்திரம் சொல்றதுக்கும்?"

"நான் சொல்லிக்கொடுக்கப் போறேன்."

"அட, மைமுனா நீ கொஞ்சம் சொல்லு! . . . நீயென்னாடி மைமுனோ பேசாமருக்கே? நீ இத அடக்கி வய்யி!"

மைமுனாவின் வெளிறல் சீர்பட்டிருந்தது. மீண்டும் கன்னங்கள் சிவந்து மிளிர்ந்தன. அவள் சொன்னாள், "நீய் பேசாமருடி தங்கப்பெண்ணேய்..."

நள்ளிரவில் அலறல் கேட்டுக் கசாக்குக்காரர்கள் விழித்தார்கள். நெற்றியிலிருந்து தாரையாய் வழியும் ரத்தத்துடன் ஆபிதா மொல்லாக்காவின் வீட்டுக்கு ஓடுகிறாள். கையில் கொள்ளிக்கட்டையுடன் வெறிகொண்டதொரு வெட்டுக்கிளியைப் போல, முங்ஙாங்கோழி பின்தொடர்ந்தோடுகிறார்.

தித்திபியும்மா ஆபிதாவை உள்ளே வைத்துக் கதவைச் சாத்தி முங்ஙாங்கோழியைத் தடுத்தாள்.

"என்னாடா பாவீ, ஒனக்குப் பயித்தியமா?"

"கதவத் தொறங்கோ," முங்ஙாங்கோழி திணறினார். "கதவத் தொறங்கோ தித்திபியக்கோ."

மொல்லாக்கா திண்ணையிலிருந்து கீழே இறங்கி வந்தார். சுவரில் ஒரு ஆணியில் மாட்டியிருந்த பெல்ட்டிலிருந்து தன் கத்தியை உருவியெடுத்து நீட்டியவாறு சொன்னார், "ந்தா, முங்ஙாங்கோஷியே, இதெடுத்கோ, இந்த தல நரச்ச தலயாக்கும். மொதல்ல இத அப்டி அறுத்துக்க."

முங்ஙாங்கோழி கொள்ளிக் கட்டையைத் தரையில் போட்டுவிட்டு மெல்லத் திரும்பி நடந்தார். வீட்டுக்குள் கேட்கும்படி மொல்லாக்கா உரக்கச் சொன்னார், "ஆபிதா, எம்மவளே இங்கெ தூங்கு. திர்ம்பி புகாதே!"

❍

மறுநாள் காது வளையங்களில் ரோஜாப்பூக்களுமணிந்து கசாக்கின் சுந்தரி நடந்தாள் . . . ஆபிதா பகல் முழுதும் மயங்கிக் கிடந்து மாலையில் எழுந்தாள். நெற்றிக் காயத்தில் தித்திபியும்மா பச்சிலை வைத்துத் துணி கட்டியிருந்தார்கள். "உம்மா, நாங்கொஞ்சம் ஓடைக்கிப் போய்ட்டு வரேன்," ஆபிதா சொன்னாள்.

மெல்லிய சிவப்பு வெயிலுண்டு. நுரைத்துப் போகும் ஓடை நீரில் செண்பகத்தின் இதழ்கள் மிதந்து சென்றது அவளுக்கு நினைவு வந்தது.

ஒற்றையடிப் பாலம் கடந்து அவள் மறுகரையடைந்தாள். வயல்களுக்குக் குறுக்காகச் செல்லும் நெடுவரப்பினூடே நடந்தாள். இருளும் சிவப்பில் பனைமரங்கள் மறையத் தொடங்கின. தூரத்தில் நெற்றியில் மாணிக்கத்துடன் கிழக்குத் திசை வண்டி பாய்ந்து சென்றுகொண்டிருந்தது. இன்னும் நடக்க வேண்டும், காளிக்காவைச் சென்றடைய . . .

❍

அந்தி மயங்க, மைல்களுக்கு அப்பால், இருட்டு மூடிய ஒரு நாலுகெட்டுக்குள்ளிருக்கும்[66] கிணற்றின் சுற்றுச் சுவரில் முங்நாங்கோழி அமர்ந்தார். மைபோட்டுப் பார்ப்பவனின் வெற்றிலையிலுள்ள மைபோல ஊகிக்க முடியாத ஆழத்தில் நீர் முகம் தெரிந்தது. உம்மா இல்லாமல் கிடந்து கத்திய சின்ன மகளைத் தூங்கவைப்பதற்காக தான் முற்காலத்தில் பாடியதொரு பாட்டு இருந்தது. கிணற்றுச் சுவரிலிருந்தபடி, துருப்பிடித்த அபஸ்வரத்தில் முங்நாங்கோழி பாடினார்:

தலபெருத்த மீனே
என் சேர[67] மீனே
என் குட்டி மகளுக்கொரு
மணி கொண்டு வருவாய் –

கிணற்றுக்குள் பாய்ந்தார். கிணற்றைக் கடந்து உள் கிணற்றுக்கு. தண்ணீரின் வெல்வெட் திரைகளினூடே அவர் சென்றார். கண்ணாடிக் கதவுகள் கடந்து, கனவினூடே, அந்திப் பிரக்ஞையினூடே, தன்னைக் கை நீட்டி அழைத்த பொருளை நோக்கி அவர் யாத்திரையானார். அவருக்குப் பின்னால் கண்ணாடிக் கதவுகள் ஒவ்வொன்றாய் மூடிக்கொண்டன.

---

66. **நாலுகெட்டு:** சதுர வடிவில் நான்கு அறைகளும் நடுமுற்றமும் சேர்ந்த, கேரள மரபுக் கட்டடக் கலையின்படி கட்டப்பட்ட வீடு.

67. **சேரமீன்:** ஒருவகை மீன்.

11

நரி

பள்ளிவாசல் காட்டில் முங்ஙாங்கோழியின் ஓய்விடத்துக்கு மேலே காலூன்றிக்கொண்டு காலியார் நின்றார். நேற்றுத் தோண்டிய மண் அப்போதும் கருத்துக் கிடந்தது.

உச்சிப் பொழுது. மனித நடமாட்டமில்லை. ஆழ்ந்து சுவாசிக்கும் நள்ளிரவுபோல எல்லாம் தூங்கிக்கொண்டிருப்பதாகத் தோன்றியது. தாமரைக் குளம் கடந்து வயலின் குறுக்காகச் செல்லும் நெடுவரப்பினூடே அவர் நடந்தார். வயலின் அக்கரையில் தனிக் குடிலொன்று உண்டு. காலியார் அதன் மூங்கில் நிலைக்கருகில் சென்று நின்றார்.

"யாரூல்ல?" அவர் உரக்கக் கேட்டார்.

மலை வேலைக்குச் செல்பவர்கள் எவரையும் மதியப் பொழுதில் வீட்டில் பார்க்க முடியாதென்று தெரியாததில்லை. வீட்டைக் காத்துக்கொண்டு அங்கே நீலி மட்டும்தான் இருப்பாள்.

"ஆராது?" வீட்டுக்குள்ளிருந்து நீலி உரக்கக் கேட்டாள். வெளியே எட்டிப் பார்த்தாள்.

"ஓ!" அவள் எதிர்பார்க்கவில்லை.

"சுகம்தானா?" காலியார் கனகம்பீரமாகக் கேட்டார்.

நீலி ஏதோ சொன்னாள். உதடுகளுக்கிடையே உஸ்ஸென்று ஓசையெழுப்பினாள்.

திண்ணையில் அவள் எடுத்துப்போட்ட தடுக்கின்மீது காலியார் அமர்ந்தார்.

"பையனெங்கே?" அவர் கேட்டார்.

"ஸ்கோலுக்குப் போயிருக்கான், காலியாரே!"

"பேஷ்!"

நீலி முந்தானையால் கண்களைத் துடைத்துக்கொண்டாள்.

"என்ன ஆவப்போறானோ, காலியாரே, எம் பய்யன்–"

"பயப்பட வேண்டாம்," அவர் சொன்னார். "செய்க் தங்ஙளோட கிர்பயிர்க்கும்போது எத்க்கு பயம்?"

அவள், இரண்டு கிளிவாலன் வெற்றிலையும்[68] முற்றியதொரு பாக்கும் அவர் முன்னால் கொண்டு வந்து வைத்தாள். காலியார் பத்மாசனத்திலிருந்தபடியே மென்று சிவப்பூட்டத் தொடங்கினார்.

"பய்யனுக்குக் கொஞ்சம் ஊதிவிடணும்," காலியார் சொன்னார். "அவனோட சரீரத்திலப்படி பூதமாக்கும்."

"அப்டியா, காலியாரே?"

"அபாரமான பூதங்கள்!"

"எஜமாஆஆக்களே!"

"பயப்பட வேண்டாம்," அவர் மீண்டும் சொன்னார். "உனக்கிம் ஒர் பூச செஞ்சிடலாம்–"

நீலி கதவுக்குப் பின் மறைந்து நின்றாள். சற்று நேரம் இருவரும் எதுவும் பேசவில்லை.

"பயம் வேண்டாம்," காலியார் மறுபடியும் சொல்வதை நீலி மீண்டும் கேட்டாள்.

❍

அந்த தனிக் குடிலில் இருபது வருடங்களுக்கு முன்பு ஐந்து அம்மாக்களின் மகனாக அப்புக்கிளி பிறந்தான். நாச்சியும் கோச்சியும் பாச்சியும் காளியும் நீலியும் அக்கா தங்கைகள். முதல் நான்குபேருக்கும் கணவர்கள் இருந்தார்கள். ஆயினும் அவர்களுக்குக் குழந்தைகள் இல்லை. பதினாறு வயதான நீலி கணவன் இல்லையென்றாலும் நல்லதொரு ஆண் குழந்தையைப்

---

68. **கிளிவாலன் வெற்றிலை:** கிளியின் பச்சை நிறம் கொண்டதும் முனை நீண்டதுமான ஒருவகை வெற்றிலை.

பெற்றெடுத்தாள். முதல் மூன்று அத்தான்களும் நீலியை வெளியேற்ற வேண்டும் என்று சொன்னார்கள். நீலி எங்கும் போக மாட்டாள் என்று காளியின் கணவன் சொன்னான். அவ்வாறு நீலி அங்கே வசித்தாள்.

காளியும் நீலியும் சேர்ந்து குழந்தைக்கு அப்பு என்று பெயரிட்டார்கள். காளியின் கணவனின் பெயர் குட்டாப்பு.

கணவர்கள் உள்ள நான்கு அம்மாக்களும் அதன் பிறகும் பிள்ளை பெறவில்லை. பெற்றவளுக்குக் கணவன் இல்லை. தமக்கைகள் பாலற்ற முலைக்காம்புகளை அப்புவின் சின்னஞ்சிறு இதழ்களில் பதித்து திருப்தியடைந்தார்கள். அப்படி அவர்கள் அவனை மகனாக்கினார்கள். ஐந்து அம்மாக்களும் சேர்ந்து அவனைச் சீராட்டினார்கள்.

“யாரு, யாருடாது!” நாச்சி சொல்வாள்.

“என் ராசா மகனா? டே ராசா!” கோச்சி சொல்வாள்.

“என் மகராசி! எஜமா மகனாடா?” பாச்சி சொல்வாள்.

கொஞ்சு மொழியில் காளி சொல்வாள், “இதாரு, யாருடாது, வாடி எந் தங்கமே!”

அவன் நடக்கத் தொடங்கியபோது, கொஞ்சத் தொடங்கிய போது, அம்மாக்களுக்குத் தாங்க முடியவில்லை.

“எங்களோட கிளி,” அவர்கள் சொன்னார்கள்.

அப்பு கிளியானது அப்படித்தான்.

“மம்மு வேணுமாடா, அப்புக்ளியே?” முதலாவது அம்மா கேட்பாள்.

“மாண்டாம்.”

“கீச்சி?”

இரண்டாவது அம்மா, வறுத்த இறைச்சியை நார்நாராகக் கீறியெடுத்து அவன் உதட்டில்வைத்தவாறு அவளைத் தன் மடியிலிருத்துவாள். மூன்றாமவள் அவனைத் தட்டிப் பறிப்பாள். “போடீ, எங் க்ளி மவனுக்கு கீச்சி மாண்டாம். சீனச் சக்கர தரட்டுமாடா அப்புக்ளியே?”

அவள் அவன் உதட்டில் சர்க்கரைப் பாகு தடவுவாள். குதிரைக்குட்டிபோல இருக்கும் அந்த இருப்பில் இனிப்புப் பிரியனான அப்புக்கிளி கர்ஜிப்பான், “ஞ்னும் தாதீ!”

நான்காவது அம்மாவின் மடியிலமர்ந்து 'அம்மானையாடு'ம் போது தான் நீலி மகனைத் தன் மடிக்கு அழைப்பாள். பெற்ற தாயல்லவா, ஒரு கடூரமான சிரிப்புடன் அப்புக்கிளி நீலியின் மடிக்குச் சாய்வான்.

இப்படித்தான் அந்த சுகச் சீராட்டல் நடந்தது.

நான்கு கணவர்களில் கெட்டிக்காரன் பல்லச்சேனையைச் சேர்ந்த குட்டாப்புதான். அவன் முன்னோர்கள் பல்லச்சேனை மலைச் சரிவுகளில் விவசாயம் செய்பவர்களாயிருந்தார்கள். விவசாயம் இல்லாத காலங்களில் அவர்கள் கூடு வைத்துப் புலிகளைப் பிடித்தார்கள். அந்தக் காரணத்தால்தான் கசாக்குக்காரர்கள், பெண்வழியில் வந்து நிலையாக வசிக்கத் தொடங்கிய குட்டாப்புவை குட்டாப்புநரியென்று அழைத்தார்கள்.

குட்டாப்புநரியின் பெரிய சிவப்புக் கண்களும் துருத்தித் தொங்கும் உதடுகளும் அப்புக்கிளிக்கும் கிடைத்திருந்தன.

"பய்யன் அவருகூடத்தான் வெளயாடுவான், சிரிப்பான், படுத்துக்குவான்," நீலி சொன்னாள். "அதாலத்தான் அவரோட சாயல்லருக்கான்."

அப்புக்கிளி வளர்ந்தான். கையும் காலும் திடமாயின. ஆனால் அவன் குழந்தைகளின் மழலையில் பேசினான். சிறுகச் சிறுக அம்மாக்களின் மொழியும் அதுவாக ஆயிற்று. பத்தாவது வயதில் அவன் வளர்ச்சி நின்றது. உடலும் தலையும் மட்டும் வளரத் தொடங்கின. கையும் காலும் குறுகின. குழந்தையின் வளர்ச்சி சரியில்லையென்று சொல்லத் துணிந்தவர்களிடம் குட்டாப்புநரி சண்டைக்குச் சென்றான். கோச்சியும் நாச்சியும் பாச்சியும் காளியும் சொன்னார்கள், "எங்களோட ராசகுமாரியாம்! பஞ்சவர்ணக்கிளியாம்!" நீலி மட்டும் துயருற்றாள். அவள் துயரத்தில் பங்குகொள்ள யாருமில்லை.

○

நீலியின் வீட்டுக்குச் சென்றதற்கு இரண்டாம் நாள் அலியாரின் தேநீர்க்கடையின் தேநீர் குடித்துக்கொண்டிருந்த காலியார் ஒரு ஜின்னின் கதை சொன்னார்.

"அது வந்து, அந்த ஓட்டுக்கம்பெனி[69]யிருக்கில்ல, அந்த கோமன் டாக்கீசு ஓட்டுக்கம்பெனி, ஒலவக்கோட்டு பாலத்துக்கிட்ட. அதுக்கு மின்னாடி ஓர் ராவத்தர் சர்வத்து

---

69. **ஓட்டுக் கம்பெனி:** மண்ணால் கூரையோடு, தரையோடு ஆகியவற்றைத் தயாரிக்கும் நிறுவனம்.

கட வெச்சிருக்கறதப் பாத்துருக்கீங்கள்ல. அதுக்கு மேக்காலப் பக்கம். என்னா நாஞ்சொல்றது, குப்புவச்சா, பாத்தீங்கன்னா ஒங்களுக்குப் பகீர்னுருக்கும். ப்ஷாயின்னு[70] சொன்னா செரியான ப்ஷாயி. ஆனா நம்ம கய்யிலருக்கு இவங் குடுமியும் இவந் தாத்தா குடுமியும். நானொரு மந்தரம் ஜெபிச்சி அப்டி ஒரு ஊது ஊதுனேன் பாருங்க, ப்பூ!"

தேநீர்க் கடையின் மூலையிலிருந்து ஒரு குரலுயர்ந்தது, "டேய் காலீ!"

"காலீ!" குட்டாப்புநரி தொடர்ந்தான், "நீ யாரெ வேணும்னாலும் ஊதிக்க, எங்க புள்ளக்கி மட்டும் ஊத வர வேண்டாம்! ஊதுனே, ஒனக்கது நல்லதுக்கில்லே!"

இந்தக் கொந்தளிப்பின் சாரம் யாருக்கும் புரியவில்லை. குட்டாப்புநரி அன்று முழுதும் அதே நிலையிலிருந்தான். மறுநாள் பொழுதுவிடிந்தபோது பயம் பிடித்துக்கொண்டது. காலியாரின் கைவசம் செய்க்கின் ஆவி இருக்கிறது. செதலியில் விறகொடிக்கச் செல்லும்போது ஆவி வந்து பிடித்துவிட்டால்?

அவன் நீலியிடம் ஆலோசனை கேட்டான். நீலி பேசவில்லை. பிணக்கமோ? குட்டாப்புநரி தற்காப்புக்காக குட்டாடன்பூசாரியிடம் சென்றான்.

நாகங்களுக்கும் ஆராதனை தெய்வங்களுக்கும் நடுவிலமர்ந்து கொண்டு குட்டாடன் குறி பார்த்தான். அவ்வளவு காலமும் தன் தெய்வங்களும் ராவுத்தர்களின் தெய்வங்களும் சண்டை போட்டுக்கொள்ளாமல் வாழ்ந்து வந்தன. இந்து தெய்வங்களுக்காக சிவராமன்நாயர் மியான்ஷெய்க்குக்கு எதிராக நடத்திய போராட்டங்கள் எதிலுமே தான் கலந்துகொள்ளவில்லை. அதுமட்டுமல்ல, கசாக்கில் யாருமே கலந்துகொள்ளவில்லை.

"அது வேண்டா, நரியே," பூசாரி சொன்னான். "தெய்வங்க ஒண்ணுக்கொண்ணு கடிச்சிக்கக் கூடாது."

அங்கிருந்து புறப்படும்போது குட்டாப்புநரிக்குத் தெரியவில்லை. அன்று உச்சிப் பொழுதில் ஆட்டுக்குத் தழையொடிக்கச் செல்லும்போதுதான் காரியத்தின் பயங்கரத்தைப் புரிந்துகொண்டான். புதர்க்காட்டில் தனியாக நின்று தழையொடிக்கிறான். சுற்றிலும் வெறுமை. கானல்நீர். தூரத்தில் சிதறியெழுந்த வண்ணத்துப்பூச்சிகள்கூட குட்டாப்புநரியை அச்சுறுத்தின. செய்யத்மியான் செய்க்கின் ஆவியும் ஜின்னுகளும்

---

70. **ப்ஷாயி:** பிசாசு.

அந்த நொச்சிச் செழிப்புகளில், நீலப் பூக்களுக்குப் பின்னில், பதுங்கிக்கொண்டிருக்கலாம். இல்லை, அவர்கள் தன்னைப் பின்தொடர்கிறார்கள். குட்டாப்புநரி உயிரைக் கையில் பிடித்துக்கொண்டு வரப்பினூடே பாய்ந்தோடினான். கசாக்குக்கு அல்ல, அறியாததொரு தூண்டுதல் அவனைக் கூமன்காவை நோக்கிப் பாயச் செய்தது.

மிகவும் களைப்புற்ற நிலையில்தான் அவன் கூமன்காவைச் சென்றடைந்தான். ஓடையோரத் தாழம்புதர்களின் மறைவில் சற்று நேரம் அமர்ந்து கனம் இறங்கிய பிறகு அவன் எஸென்ஸு கடைக்குள் சென்றான். கொஞ்சம் உள்ளே சென்றபோது களைப்பு விலகியது. ஆயினும் அங்கே இருக்கக் கூடாது. கூமன்காவும் செதலியின் நிழலில் கிடக்கும் இடம். குட்டாப்புநரி பாலக்காட்டுக்குப் பயணமானான். சர்க்கார் பாதை. இங்கே வந்து ஆவி பிடிக்கிறதென்றால் அதையும்தான் பார்த்துவிடலாம். காளை வண்டிகளின் குழுவொன்று பாலக்காட்டுக்குச் சென்றுகொண்டிருந்தது. குட்டாப்புநரி அவற்றையொட்டி நடந்தான். நான்கு கண்களைக் கட்டுவதற்கு மந்திரவாதிகளாலோ, பிசாசுகளாலோ முடியாது. வாடா, மியான்செய்க்கே, தைரியமிருந்தா! தன்னையறியாமல் வெளிப்பட்ட சவால் குரலில் குட்டாப்புநரி வேட்டியை வரிந்துயர்த்தினான்.

“அதென்னா குண்டியக் காட்டுற?” வண்டி ஓட்டிய ராவுத்தர் குட்டாப்புநரியிடம் கேட்டார்.

குட்டாப்புநரி காளையுடன் சேர்ந்து நடந்தான். காளையின் முதுகைத் தடவினான். அவன் ராவுத்தரிடம் கேட்டான், “பீடியுண்டா மரய்க்காரே?”

பீடி புகைத்து முடியும்வரை காளையின் முதுகைத் தடவிக்கொண்டே இருந்தான். பிறகு ராவுத்தரிடம் கேட்டான், “நம்ம ஏறி ஒக்காரட்டுமா?”

வண்டி எருவடித்துவிட்டுத் திரும்பிக்கொண்டிருந்தது. ராவுத்தர் ஏறியமர்ந்துகொள்ளும்படிச் சொன்னார்.

“அப்டி குண்டியக் காட்டுனதோட ஸத்தியம் என்னா?” ராவுத்தர் மீண்டும் கேட்டார்.

குட்டாப்புநரி சொன்னான், “ஒரு பூதம் நம்மளப் புடிக்க வருது. அதையும் என்னான்னுதான் பாக்கணும்ல.”

“நீ பயப்படாத,” ராவுத்தர் சொன்னார். “நான் இருக்கும்போது ஒருத்தன பூதம் புடிச்சா அடுத்த நாளே நா இந்த வேபாரத்த நிறுத்திடுவேன்.”

"எந்த வேபாரம்?"

"வண்டியோட்டுற வேபாரம்."

வண்டிகள் மெதுவே முன்னே சென்றன. பாலக்காட்டைச் சென்றடையும்போது அந்தி மயங்கியிருந்தது. நரி, ராவுத்தரிடம் விடைபெற்றுப் பிரிந்தான். கோட்டை மைதானம் வழியாக நகரத்துக்குச் சென்றான். மைதானத்தில் விவசாயிகள் சங்கக் கூட்டம் நடந்துகொண்டிருந்தது. நரி உணர்ச்சியற்றுக் கொஞ்சம் நேரம் சொற்பொழிவைக் கேட்டு நின்றான். கூலியைப் பற்றியும் கதிரறுத்து அடிப்பவர்களுக்குக் கூலியாகக் கிடைக்கும் நெல்லைப் பற்றியும் பேச்சு. தான் சம்பந்தப்பட்ட காரியம்தான். ஆனால், கேட்டுக்கொண்டிருப்பதற்குப் பொறுமையில்லை. சுல்தான்பேட்டையைச் சென்றடைந்தபோது மீண்டும் தாகம் ஏற்பட்டது. இரண்டு மூன்று த்ராம்[71] உள்ளே சென்றவுடன் நிலைமை முற்றிலும் மாறியது. இனி மியான்செய்க்குக்குப் பயப்படுவதா? ச்சே! உடனே கசாக்குக்குச் சென்றுவிட்டுத்தான் மறுகாரியம். நேராகச் செதலி மலைஏறி மியான்செய்க்கைப் பிடிக்க வேண்டும்.

"பூதமே வாடா, தரனனனா," என்று ஆலாபனை செய்து கொண்டு குட்டாப்புநரி கசாக்குக்குத் திரும்பி நடந்தான்.

ஒரு கரி லாரி நரியைக் கூமன்காவினருகில் இறக்கிவிட்டது ... சந்திரன் மங்கிப் பிரகாசித்தது. தூரத்தில் தெரிந்தது செதலியின் உச்சி. குல்லாத் தொப்பியணிந்த ஒரு மிகப் பெரிய ராவுத்தர்தான் அதுவென்று குட்டாப்புநரிக்குத் தோன்றியது. திடீரென்று மீண்டும் வியர்வை துளிர்க்கத் தொடங்கியது. செய்க்கும் ஜின்னுகளும் தன் பின்னால் வருகின்றனர். குட்டாப்புநரி உரக்க அலற முற்பட்டான். குரல் எழவில்லை. குதிரைக் குளம்படிகள் பின்னால் வருகின்றன ...

---

71. **த்ராம்:** ஒரு அளவு.

12

அந்தி

மறுநாள் காளியும் நீலியும் காலியாரைச் சரணடைந்தார்கள். குட்டாப்புநரி கடும் காய்ச்சல் வந்து கிடக்கிறான். மந்தாரக் கண்கள் நீலியைத் தலையிலிருந்து கால்வரை தழுவின. காலியார் சொன்னார், “ஸெரி, போங்க.”

நீலி ஏதோ சொல்ல முற்பட்டாள். ஆனால் அங்கே மறுகேள்விக்கு வாய்ப்பில்லை. ராஜாவின் பள்ளிவாசலுக்குள் உள்ள அசைவற்ற தன்மைகூட அவளைத் தடுத்தது. காலியாரின் கண்கள் இப்போது பாதி மூடியிருந்தன.

கையைத் தூக்கிக்கொண்டு அவர் சொன்னார், “போங்க! நான் யோசிக்கிறேன். போங்க!”

காளியும் நீலியும் வீட்டுக்கு வந்தார்கள். அப்போதும் நீலி அழுதுகொண்டிருந்தாள். காலியாரின் வார்த்தைகளிலிருந்து, பிழை பொறுக்கப் பட்டதா இல்லையா என்று புரிந்துகொள்ள முடியவில்லை. காலியாரோ, பள்ளிவாசல் காட்டில் சுற்றிச் சுற்றி நடந்தார். மய்யத்துகளின் சதுப்பில் ஊதுபத்திகள் கொளுத்தி வைத்தார். அவ்வளவு புகையையும் சுவாசித்து முடித்து அவர் வயலில் இறங்கினார். ஒருமுறை கசாக்கைச் சுற்றி வந்தார். வரப்பில் எதிரே வந்த ஒரு கசாக்குக்காரன் அறிவித்தான். “குட்டாப்புவோட வேல முடிஞ்சிடுச்சி, காலியாரே ...”

கனவில்போல காலியார் நீலியின் வீட்டை நோக்கி நடந்தார். சவம் எடுப்பதற்கு ஊர்க்காரர்கள் கூடியிருந்தார்கள். அவர் மூங்கில் நிலையில் நின்றார்.

தவிலடிபோல உடல் முழுதும் அதிரவே, அவர் செய்க் தங்ஙளின் மந்திரத்தை மூன்றுமுறை ஜெபித்தார். பிறகு, அதன் விளைவைத் தெரிந்துகொள்ளக் காத்திருக்காமல் அங்கிருந்து அவசரமாக நடந்தார்.

அடுத்த மாதம் சைத்ரமாதம்[72]. காலியார் அப்புக்கிளிக்குக் கண்ணில் ஊதினார்; மந்திரித்த தகடு வைத்துத் தாயத்து கட்டினார். அப்புக்கிளியைப் பெற்று இருபது வருடமாகியிருந்தது. நீலிக்கு மீண்டும் முடியவில்லை.

ஊதுவதற்கு வந்த காலியாரிடம் அவள் சொன்னாள்:

"காலியாரே –"

"என்னா, என்னா சங்கதி?"

நீலி முகம் குனிந்தாள். உலர்ந்திருந்த உதட்டின் ஈரத்தில் வெயில்படுவதைக் காலியார் பார்த்தார்.

அவள் சொன்னாள், "எனக்கு முடியல."

காலியார் யோசித்தார்.

"உம், ஸெரி," அவர் சொன்னார், "மர்ன்னு செஞ்சித் தாரேன்."

காலியார் சிகிச்சை செய்தார். சைத்ர மாதம் முடிந்தது. சிகிச்சை மூன்று மாதம் தொடர்ந்தது. நீலியின் நோய், சோம்பலும் இனிமையுமான ஒரு பிரச்சினையிலிருந்து, அடுத்த கட்டத்திற்கு மாறியது. அவள் நிராதரவாகக் கத்தினாள், "காலியாரே! –"

அப்படி ஒரு இரவு காலியார் செதலியிலிருந்து நிறைய வேர்களைக் கொண்டு வந்து நீலிக்குக் கலக்கிக் கொடுத்தார்... நள்ளிரவுக்குச் சமீபத்தில் வலி தொடங்கியது. குடல்கள் துண்டுபட்டுத் துண்டுபட்டுப் போகின்றனவோ? கடைசியில் கட்டுப்படுத்த முடியாமல் உரக்கக் கத்தினாள். ராந்தல் விளக்குகள் நீலியின் வீட்டை நோக்கிச் சென்றன. நீலி தரையில் கிடந்து உருள்கிறாள். அந்த இடமெல்லாம் ரத்தக் குளம்... குட்டாப்புநரியைப் புதைத்த இடத்தில் நீலியும் நித்திரை கொண்டாள்.

அப்புக்கிளி நான்கைந்து நாட்கள் பணிக்கன்பொட்டலில்[73] அழுதுகொண்டு படுத்திருந்தான். இரவுக் காலங்களில்

---

72. **சைத்ர மாதம்:** மலையாள மாதங்களில் ஒன்று.
73. **பணிக்கன் பொட்டல்:** இந்துக்களின் மயானம்.

மாமரங்களிலும் பால மரங்களிலும் கோட்டான்கள் பறந்து வந்தமர்ந்தன. அவை அவனிடம் பேசின. இரவு, மழை பெய்தபோது இலையடர்வுகளிலிருந்து, குறுகச் செய்யும் குளிர்த் துளிகள் அவன்மீது விழுந்தன.

ரவியும் மாதவன்நாயரும் புலர் பொழுதில்தான் அப்புக்கிளியைக் கண்டுபிடித்தார்கள்.

"அடடே, அப்பே, ஒனக்கு ஜொரமடிக்குதேடா!"

ரவியும் தொட்டுப்பார்த்தான். காய்ச்சலடிக்கிறது.

"ஏன் இங்க படுத்தே அப்புக்கிளி?" ரவி கேட்டான்.

அப்புக்கிளி பதில் சொல்லவில்லை.

"சரி, கிளியே நீ எழுந்திரு," மாதவன்நாயர் சொன்னார்.

அப்புக்கிளி எழுந்தான். மாவண்ணனின், ரவியின் கரங்களைப் பிடித்துத் தொங்கிக்கொண்டு அவன் மீண்டும் கசாக்கை நோக்கிச் சென்றான்.

நாற்றுப்புரைக்கு வந்தவுடனே ரவி கிளியைத் தாழ்வாரத்தில் படுக்கவைத்துப் போர்த்தினான். குடிப்பதற்குச் சூடான காப்பி கொடுத்தான்.

"ரெண்டனாசின் கொடுக்கலாம், என்னா மாதவன்னாயரே?" ரவி கேட்டான்.

"ஒங்க இஷ்டம்," மாதவன்நாயர் சொன்னார். "எங்கிட்டக் கேட்டா மருந்தெதுவும் வேண்டான்னுதான் நாஞ் சொல்வேன்."

ரவி தெர்மாமீட்டரை வெளிச்சத்தில் பிடித்துப் பார்த்தான். நூற்று நான்கு டிகிரி காய்ச்சல். கிளியின் நெற்றியை வருடினான்.

"கிளியே!" ரவி அழைத்தான்.

கிளி கண்களைத் திறக்கவில்லை. சோர்வாகச் சற்று சிரிக்க மட்டுமே செய்தான்.

"அப்பறம் என்னா செய்யறது, மாதவன்னாயரே?" ரவி கேட்டான்.

"ஊத வைக்கலாம். குட்டாடன் பூசாரிகிட்டே சொல்லி."

"என்னமோ, எனக்குத் தெரியல. நூத்தி நாலு டிகிரி ஜொரம்!"

அப்புக்கிளியின் உள்ளங்கைகளைச் சேர்த்துப் பிடித்துக் கொண்டு மாதவன்நாயர் கட்டிலின் ஓரத்தில் அமர்ந்தார்.

“மாதவன்னாயரே,” ரவி சொன்னான், “கொழன்னச்சேரில ஒரு டாக்டர் இருக்காரில்ல? கொஞ்சம் போயி ஏதாவது மருந்து வாங்கிட்டு வந்தா என்னா?”

“ஒன்னும் வேண்டாம், மாஷ்ஷே.”

“பொறுப்பு இருக்கு மாதவன்னாயரே, கிளியோட ஆட்கள்கிட்ட போய்ச் சொல்லுங்க.”

“யாருகிட்ட போய்ச் சொல்றது, மாஷ்ஷே? கிளிக்கு இனி யாரு இருக்கா?”

அன்றைய நாள் வகுப்பு முடிந்தவுடனே ரவி, அலியாரின் சைக்கிளைக் கடன்வாங்கி, கொழன்னச்சேரிக்கு மிதித்தான். பாதி வழி தள்ளிக்கொண்டு செல்ல வேண்டும். பிறகு வரப்புகளினூடே, வண்டித் தடங்களினூடே. ஒருவிதமாக மிதித்துச் செல்லலாம்.

மருந்துடன் திரும்பி வரும்போது இரவாகிவிட்டது. நாற்றுப்புரையின் வாசலில் குத்துவிளக்குகளெரிவதை ரவி பார்த்தான். தெச்சி மாலையணிந்து, சந்தனக்கல்லின் மீது அப்புக்கிளி சம்மணமிட்டமர்ந்திருந்தான். மாதவன்நாயர் உடுக்கையடித்துக்கொண்டு பக்கத்திலிருந்தார்.

குட்டாடன் பூசாரி துள்ளி வெட்டினான்.

“வர்த்தப்பட வேண்டாம் நீலியக்கா!” பூசாரி மீண்டும் சொன்னான். “இனி நீ இங்க இர்க்க வேண்டாம் நீலியக்கா!”

ரவி சைக்கிளைத் திண்ணையில் சாய்த்து மாதவன்நாயரின் பக்கத்தில் சென்று நின்றான். வாத்திய கோஷம் எழுந்தது. குத்துவிளக்கு தகதகத்து எரிந்தது.

“அழாதே நீலியக்கா,” குட்டாடன் மீண்டும் சொன்னான். “இந்த தத்திப்பய்யன் எங்க புள்ள. இவம் பசியா இல்லாம நாங்க பாத்துக்குவோம். இங்க இருக்காத நீலியக்கா. போயிடு! ஒங் கூட்டுக்குப் போயிடு!”

குட்டாடன் பூசாரியின் கண்கள் பெரிதாயின. ஒருபிடி திருநீற்றை வாரி அப்புக்கிளியை நோக்கி ஓங்கி வீசினான்.

“போ!” கத்தினான் பூசாரி.

அப்புக்கிளி மல்லாந்து வீழ்ந்திருந்தான். குட்டாடன் பூசாரி வாளைத் தரையில் போட்டுவிட்டு எட்டு வைத்தான். வாத்திய முழக்கத்தின் நிலைமாறி மகிழ்ச்சி நிறைந்ததாயிற்று. மஞ்சள்

பொடியும் கரியும் கொண்டெழுதிய களத்தில்[74] குட்டாடன் பூசாரி சற்று நேரம் நடனமாடினான். பிறகு, சட்டென்று குனிந்து வாளை எடுத்துக்கொண்டு தெய்வப்புரையை நோக்கித் திரும்பி நடந்தான்.

ஆட்கள் கலைந்து சென்றார்கள். ரவியும் மாதவன்நாயரும் சேர்ந்து அப்புக்கிளியைத் தூக்கித் தாங்கித் தாழ்வாரத்தில் படுக்கவைத்தார்கள். ரவி தொட்டுப்பார்த்தான். காய்ச்சல் விட்டிருந்தது. மருந்துக்குப்பி சன்னல் படியிலிருந்தது.

"கிளியோட வீட்டுக்காரங்கக்கிட்ட சொன்னீங்களா, மாதவன்னாயரே?"

"சொன்னேன்."

"யாரும் வரலியா?"

"இல்ல."

பிறகும் ஏதோ நினைத்துக்கொண்டு மாதவன்நாயர் சொன்னார், "பாவம், அந்த நீலி. இந்த தத்திய நெனச்சி ரொம்பத் துக்கப்பட்டா, மாஷ்ஷே. அந்தப் பாசம் இத்தோடப் போயிறாது. அவ இன்னும் வருவா."

வெளியே, இரவின் வெட்டவெளியிலெங்கோ, துயரம் தீராத நீலி திரும்பி நின்றாள். அப்புக்கிளியின் கையும் காலும் இறுக்கிக்கொண்டன. தூக்கத்தில் அவன் ஏதோ சொன்னான்.

குட்டாப்பும் நீலியும் மறைந்த பிறகு அந்த வீட்டில் எதற்கும் பொருளற்றுப்போய்விட்டது. காளியும் பாச்சியின் கணவனும் ஒருநாள் காணாமல்போனார்கள். இரண்டு மாதங்களுக்குப் பிறகு பொள்ளாச்சி சந்தையிலிருந்து திரும்பும் ராமச்சார், மீனாட்சிபுரத்துக்குப் பக்கத்தில் அவர்களைப் பார்த்ததாகச் சொன்னார். பிறகு பாச்சி கசாக்கில் இருக்கவில்லை. கொட்டேக்காடன் மலைகளில் பாறை உடைக்கிறாள், புன்னப்பாறை அணைக்கட்டுக்காக. குவாரிகளில் யாருக்கு வேண்டுமானாலும் வேலையுண்டு. பாச்சியும் அங்கே சென்றாள். மறுவாரம் நாச்சியும் புன்னப்பாறைக்குச் செல்ல முடிவெடுத்தாள். அவள் கணவன் கூடாதென்றான். அவள் நிற்கவில்லை. பாறை உடைக்கும்போது அக்காவும் தங்கையும் இறந்துவிட்டார்கள்

74. **களம்:** மந்திரத் தந்திரங்களுக்காக நிறப் பொடிகளால் தரையில் வரையும் உருவம்.

என்று ஆட்கள் சொன்னார்கள். இல்லை, மலம்புழயில் தேநீர்க் கடை வைத்திருந்த ஒரு மலையாளியுடன் சேர்ந்து இருவரும் தெற்கே சென்றார்கள் என்றும் செய்தி. அந்த வீடு பின்னரும் பாழாகத் தொடங்கியது. கோச்சிக்கு ரத்தப்போக்கு ஏற்பட்டது. நிற்கவில்லை. பெண் கட்டியவர்கள் அவளைப் பாலக்காட்டு ஆஸ்பத்திரிக்குக் கொண்டு சென்று சேர்த்தார்கள். அப்புறம் கோச்சியும் திரும்பி வரவில்லை. இரண்டு ஆண்கள் மட்டும் மிச்சமிருந்த அந்த வீட்டில் வார்த்தை தடிப்பது, அடி விழுவது எதுவுமே அப்புக்கிளிக்குத் தெரியாது. அவன் சில சமயம் மட்டும் அங்கே வந்தான். இல்லையென்றால் வீட்டு வளாகத்தில் உள்ள பழைய காவச்சாலையில்[75] படுத்துத் தூங்கினான் ... கடைசியில், பஞ்சபூதங்கள் அழிவதுபோல, பெண் வழியில் வந்து வசித்த கணவர்களில் மீந்தவர்களும் அவரவர் ஊர்களுக்குத் திரும்பிச் சென்றார்கள்.

அப்புக்கிளிக்குப் பலர் சோறு கொடுத்தார்கள். அலியாரின் தேநீர்க் கடைக்குச் சென்றுவிட்டால் அல்லாப்பிச்சாமொல்லாக்கா கேட்பார், "என்னா வேணம், க்ளியோ?"

"கதல முத்க்கு."

கடலை முறுக்கு முடிந்தால் அப்புறம் தேநீர். இல்லையென்றால் அலறல்.

"டீ மட்டுமா?" அலியார் சொல்வார். "ஒனக்கு உசிர வேணும்னாலும் கொடுக்கும் நம்மலு!"

தேநீர் குடித்துவிட்டு மைமுனாவின் மாற்றக் கடைக்கு நடப்பான்.

"பீதி தாதீ, அக்கோவ்."

"போயி துண்டு பீடி பொறுக்குடா பன்னி!" அவள் சொல்வாள்.

அதைக் கேட்டால் பிறகும் அழுகை. அப்புறம் மாதவன்நாயர் தான் சமாதானப்படுத்துவார்.

ஐந்து அம்மாக்களின், நான்கு அப்பாக்களின் அந்தக் குடில் புது மழையில் இடிந்து விழுந்தது. அதன் பிறகு அப்புக்கிளி தன் வசிப்பிடத்தை மாதவன்நாயரின் தையற்கடைக்கு மாற்றினான். அனேக வருடங்களுக்கு முன்பு தன் அம்மா இறந்த பிறகு

75. **காவச்சாலை:** காவல் சாலை. விவசாய இடங்களில் காவல்காரர்கள் இருப்பதற்காக ஏற்படுத்தும் குடில்.

தையற்கடையும் வீடுமான அந்தச் சிறிய அறையில் மாதவன்நாயர் தனித்திருக்கிறார். அப்புக்கிளி அங்கே வந்தது விருந்தாளியாகவோ அநாதையாகவோ அல்ல. மாதவன்நாயரின் கடையில் ஒரு ஜமக்காளத்தைப் பார்த்த கிளி, தங்க வந்த முதல் இரவிலேயே சொன்னான், "தொத்தி கெத்தித்தாதா, மாதவண்ணோ." கடைவாசலில் புளியங்கிளையில் தொட்டில் கட்டினார். நந்தியைக் கிடத்தித் தூங்கவைக்கப் போதுமான தொட்டிலாயிருந்தது அது. அதில், உள்ளங்கால்களை வெளியிலிட்டு, அப்புக்கிளி தூங்கினான்.

அந்த தொட்டிலைப் பார்க்கும்போது மாதவன்நாயருக்குச் சில சமயம் நினைவுகள் விழித்தன. தாழ்ந்து படர்ந்த கொய்யாமரக் கிளையில் வாழைச் சருகில் தொட்டில் கட்டியது, தொட்டிலில் கல்லைக் கிடத்தித் தூங்கவைத்து சிவராமன்நாயர் மகள் கல்யாணிக்குட்டியும் தானும் அம்மா அப்பாவாக விளையாடியது. அதெல்லாம் என்று நடந்தது?

❍

ஒரு இரவு தொட்டில் கிழிந்தது. "அடடா பட்சியே," மாதவன்நாயர் துயருற்றார், "இது எப்படிக் கிழிஞ்சதடா, அப்பே? இப்படி ஆகுறதுக்கு ஞாயம் பத்தாதுல்ல."

"வட ஜாஸ்தி தின்னுருப்பான்," அலியார் சொன்னார்.

"அட, முஸல்மானே, நீயப்டி சொல்லாத. நேத்து ராத்திரி பூமி குலுங்கியிருக்கணும். இல்லேன்னா இது கிழியறதுக்கு ஞாயம் பத்தாது."

கடைசிக் கையிருப்பாயிருந்தது அந்த ஜமக்காளம். இனி என்ன செய்வதென்று யோசித்தபடி மாதவன்நாயர் நின்றார். கடைசியில் ஒரு வழி தோன்றியது.

"பச்சப் பனங்கிளியே," மாதவன்நாயர் கேட்டார். "ஒனக்கு கூடடைய சம்மதம்தானா?"

கிளி சம்மதம் முனகினான்.

"அப்டின்னா நீ எங்கூட வா."

கிளியையும் அழைத்துக்கொண்டு பள்ளிக்கூடத்திற்குச் சென்றார். ஞாயிற்றுக் கிழமை. வாசல் புளியமரத்து நிழலில் சாய்வு நாற்காலியில் ரவி படுத்திருந்தான்.

"மாஷ்ஷே," மாதவன்நாயர் வளாக வாயிலிலிருந்தே உரக்கக் கேட்டார்,"கூடடையறதுக்கு யடம் தர்வீங்களா?

“என்னா ஆச்சி?”

மாதவன்நாயர் தொட்டில் பற்றிய விஷயத்தைச் சொன்னார். நேற்று இரவு நிலநடுக்கம் ஏற்பட்டது. அதில் ஜமக்காளம் கிழிந்துவிட்டது. இனி தொட்டில் கட்ட எதுவுமில்லை. கடை அறைக்குள் இடமும் போதாது. மாஸ்டரண்ணனிடம் என்றால் தொட்டில் தேவையில்லை என்று கிளியைச் சம்மதிக்க வைத்தாகி விட்டது. நாற்றுப்புரையில் கூடடைய இடம் தருவீர்களா?

“மாதவன்நாயரே,” ரவி சொன்னான், “ராத்திரி இங்க தனியாருக்கும்போது என்னக் கொத்துனா என்னா பண்றது?”

“அம்மே, பகவதி! நீங்க ஒண்ணும் பயப்படாதீங்க, மாஷ்ஷே.”

“என்னமோ, நீங்க சொல்றீங்க.”

நாற்றுப்புரையில் ஒரு பெரிய அறையும் ஒரு சிறிய அறையும் இரண்டும் சேருமிடத்தில் ஒரு இடுங்கிய தாழ்வாரமுமுண்டு.

“எங்க வேணும்னாலும் கூடடையலாம்,” ரவி சொன்னான்.

“மேஷ்டரண்ணன் ஒனக்கு சக்கரயும் பாலும் பாயசமும் வெல்லமுந் தருவாரு கேட்டியா, தத்தயே,” மாதவன்நாயர் கிளியைத் தைரியப்படுத்தினார்.

ரவி மைமுனாவின் கடைக்குச் சென்று ஒரு பலம்[76] பிஸ்கட் வாங்கி வந்தான். கிளி மகிழ்ந்தான். பிஸ்கட் தீர்ந்தவுடன் கிளி சொன்னான், “தாயெ!” ரவி ஸ்டவ் பற்ற வைத்துத் தண்ணீர் கொதிக்கவைத்தான். தண்ணீரில் தவிட்டுநிறப் பொடியைக் கலக்குவதைக் கிளி சற்றுச் சந்தேகத்துடன் பார்த்தான். ஒரு குவளை கொக்கோ குடிக்கக் கொடுத்துவிட்டு ரவி கேட்டான், “இந்த டீ ஒனக்குப் புடிச்சிருக்கா கிளியே?”

மாலை நேரத்தில் நலம் விசாரிக்க மாதவன்நாயர் மீண்டும் அங்கே வந்தார்.

“படிப்பு கத்துக்கிறான், மாதவன்நாயரே,” ரவி சொன்னான்.

கரும்பலகையிலும் தரையிலும் சுவரிலுமெல்லாம் வண்ணச் சாக்பீஸால் பெரிய ‘O’[77]க்கள் எழுதிவைத்திருந்தான்.

---

76. **பலம்:** ஒரு நிறுத்தலளவு

77. **‘O’ :** மலையாளத்தில் ‘ட’ வரிசையில் நான்கு எழுத்துகள் உண்டு. ‘O’ என்பது இரண்டாவது ‘ட’ வைக் குறிப்பது. பெரிய ஓசையைக் குறிப்பிடுவதற்கு ‘டம்!’ என்று சொல்வதிலுள்ள ‘ட’ எழுத்து. அப்புக்கிளி வட்டம் போடுவது இங்கு நகைச்சுவையாக ‘ட’ எழுத்தாகக் குறிப்பிடப்படுகிறது.

“பட்சியே,” மாதவன்நாயர் சொன்னார், “நீ நம்ம ஊரு மானத்தக் காப்பாத்திட்டடா . . . கிளிக்கு அறிவு இருக்கா இல்லயா? நீங்களே சொல்லுங்க, மாஷ்ஷே. பத்து வருசத்துக்கு முன்னாலேயே நான் சொல்லிக் கொடுத்ததுதான் இந்த எழுத்து. இப்பயும் மறக்காம எழுதீட்டானே புத்திசாலி!”

“உண்மதான்!” ரவி சொன்னான்.

மாதவன்நாயர் சாய்வு நாற்காலியில் படுத்தார். சுவரோடு நிற்கவைத்த தலையணையில் சாய்ந்து பெஞ்சில் கால் நீட்டி ரவியும் அமர்ந்தான். ‘*O*’ எழுத்துகள் பச்சையும் நீலமும் சிவப்புமாக அந்த இடம் முழுதும் சிதறிக் கிடந்தன.

“ஒரு எழுத்து கத்துக்கிட்டா போதும்,” மாதவன்நாயர் சொன்னார்.

“உண்மதான்,” ரவி சொன்னான். அவன் தமாஷுக்காக அப்படிச் சொல்லவில்லை.

“நானும் தமாஷுக்காகச் சொல்லல,” மாதவன்நாயர் சொன்னார், “நம்ம குருநாதருங்க சொல்லித் தந்தது, மாஷ்ஷே . . .”

கொஞ்சம் காலத்துக்கு முன்பு, மண்ணூருக்குப் பக்கத்தில் பிச்சுவாக் கத்தி செய்யுமொரு கொல்லருக்குக் கண் தெரியாமல்போய்விட்டது. எழுத்தறியாத கொல்லர் வேதங்களைப் பற்றியும் சாஸ்திரங்களைப் பற்றியும் பேசத் தொடங்கினார். சாணைக்கல்லின் ஓசையைச் செவிகூர்ந்தபடி அவர் திண்ணையில் அமர்ந்திருப்பார். ஆட்கள் அவர் முன்னால் வணங்கி நின்றார்கள். எங்களுக்கு வழிகாட்டுங்கள், என்று அவர்கள் சொன்னார்கள். அவர் அவர்களிடம், அவர்களின் கண்களைக் களைந்துவிட்டுத் திரும்பிவரும்படிச் சொன்னார் . . .

பனைகளின் அடிவாரத்தில் அந்தி கருக்கத் தொடங்கியது. பச்சைக்கிளிகள் கூட்டமாகப் பறந்து செல்வதைப் பார்த்துக்கொண்டு அப்புக்கிளி படியில் நின்றான்.

“இந்தக் கிளிக்கு என்னைக்கும் அந்திதான், மாஷ்ஷே,” மாதவன்நாயர் சொன்னார், “இருந்தாலும் கூடுபோய்ச் சேர்றதில்லே.”

“யாருமே கூடுபோய்ச் சேர்றதில்லே, மாதவன்நாயரே.”

“உண்மதான், மாஷ்ஷே.”

அப்போதும் அஸ்தமனத்தினூடே பனங்கிளிகளின் வில்கள் பறந்தகன்றுகொண்டிருந்தன.

13

அப்பா

அந்த வருடம் அப்படிக் கடந்து சென்றது ...

கோடைக்கு பள்ளி பூட்டித் திறக்கப்பட்டது.

புதுமழை பெய்து ஓய்ந்தது. நாற்று வேளை[78] முடிந்தது. இருபத்தைந்து பிள்ளைகள்தான் இருந்தார்கள்.

"யாரும் தடுத்ததால இப்படியாகல," மாதவன்நாயர் சொன்னார்.

"புரிஞ்சது," ரவி சொன்னான். "ஆனா, இந்த வர்ஷம் புது இன்ஸ்பெக்டர், மாதவன்னாயரே. என்னா சொல்வார்ன்னு தெரீல."

"பூட்டிடுவாரோ?"

"என்னமோ!"

"வராம நின்னுட்ட புள்ளைங்களோட பேரெல்லாம் எழுதி வைய்ங்க, மாஷ்ஷே. அப்ப?"

"அதுக்காகத்தானே இன்ஸ்பெக்ஷன்? கள்ள ஹாஜரா இல்லையான்னு பரிசோதிப்பாங்க."

மாதவன்நாயர் எதுவும் பேசவில்லை. சற்று நேரம் கழித்து ரவி சொன்னான், "அத நெனச்சிக் கவலப்பட்டுப் புண்ணியமில்ல."

ஓணம் பண்டிகைக்கான பள்ளி விடுமுறை முடிந்த இரண்டாவது வாரம் இன்ஸ்பெக்டர் வந்தார்.

---

78. **நாற்று வேளை:** நாற்று நடுவதற்கு ஏற்ற சமயம்.

வழக்கம்போல கசாக்குக்காரர்கள் பார்ப்பதற்குக் காத்திருந்தார்கள். இன்ஸ்பெக்டரின் வரவுக்காக இந்த முறையும் தோரணம் கட்ட வேண்டுமா என்று சிவராமன்நாயர் கேட்டார். ஆனால் அவர்களுக்கெல்லாம் ஏமாற்றமாகிவிட்டது. எருமைத்தோலால் ஆன காதுவைத்த செருப்பணிந்து, தோள்தைத்து அமைத்த சீட்டிக் கோட்டு அணிந்து, சவரம் செய்யாத முகத்தில் வெள்ளிக் குற்றி ரோமங்களுடன் இன்ஸ்பெக்டர் கசாக்குக்கு வந்தார்.

“அந்த வில்லை வைச்ச சிபாயி[79]யைப் பாரு,” அலியார் முத்துப்பண்டாரத்திடம் சொன்னார். “அவனுக்கிருக்கிற பவரிருக்கா இன்ஸ்பேட்டருக்கு?”

“மேஷ்டரு மூத்து இஸ்பேட்டரானதாக்கும், எளவு,” முத்துப்பண்டாரம் சொன்னார்.

“உடும்போட ஸத்தியம்போலவா?”[80]

“அப்படிதாம்.”

“இந்தக் காலத்துல நடக்கற பெரட்டு,” மூலையிலிருந்த அல்லாப்பிச்சாமொல்லாக்கா தனக்குத்தானே சொல்லிக் கொண்டார்.

அங்கே சட்டென்று ஒரு மௌனம் வீழ்ந்தது.

கடைசியில் யாரோ கேட்க முற்பட்டார்கள், “இஸ்பேட்டரப் பாக்கப் போகலியா மொல்லாக்கா?”

“இல்ல.”

யாரும் எதுவும் பேசவில்லை. அந்த அமைதியின் நடுவில் கசாக்கின் அசரத்து அமர்ந்தார் ... பள்ளியில் மஸால்ஜி வேலை ஏற்றதற்குப் பிறகு சம்பளம் வாங்குவதற்காக அல்லாமல் மொல்லாக்கா அங்கே சென்றதில்லை. ஆபிதா இருந்தபோது ரவி அதைப் பற்றி நினைக்காதிருக்கப் பழகிக்கொண்டான். ஆனால், இப்போது சுற்றுப்புறத்தைத் துப்புரவு செய்ய யாராவது வர வேண்டும் என்று நிர்ப்பந்தித்தான். நாற்றுப்புரையைக் கூட்டியள்ள, தினமும் ஒரு குழந்தை என்ற முறையில் மதரசாவிலிருந்து வந்தார்கள். அவர்களில் பலரும் பள்ளிக்கூடத்திலும் படிப்பவர்கள். இந்த ஏற்பாடு சற்றும் சரியாக வரவில்லை. ஒவ்வொரு மாதமும்

---

79. **சிபாயி:** சேவகன்

80. **உடும்போட ஸத்தியம் போலவா ? :** பல்லி முதிர்ந்து உடும்பாவதுபோலவா ?

ரவி நினைப்பான், அடுத்த மாதம் மொல்லாக்காவைக் கட்டாயப்படுத்த வேண்டும் என்று. அப்படித்தான் எல்லாம் வழக்கமாகிப்போனது. ஆனால், அன்றாவது மொல்லாக்கா வருவார் என்று ரவி நினைத்திருந்தான். இன்ஸ்பெக்டர் எப்போதேனும் கேட்டால் மஸால்ஜி முகம் காட்ட வேண்டும்.

❍

பாதங்களை ஒன்றோடொன்று உரசித் தூசுதட்டி, கால்களை நாற்காலிமீது தூக்கிவைத்து இன்ஸ்பெக்டர் அமர்ந்தார். சவரம் செய்யப்படாத அந்த முகத்தையும் கனிவின் மணத்தையும் ரவி பிற்பாடு பலமுறை நினைவுகூர்ந்தான்.

"மாஷே, ஒக்காருங்க," இன்ஸ்பெக்டர் சொன்னார். பிறகு, நெற்றியிலிருந்து வியர்வையைத் துடைத்துவிட்டார், "நல்ல தலைவலி."

"ஒரு ஆஸ்ப்ரோ சாப்பிடறீங்களா?" ரவி கேட்டான்.

"வேண்டாம்."

"அப்டின்னா கொஞ்சம் ஓய்வெடுங்க. இதுக்குப் பின்னால தாழ்வாரத்துல கட்டில் கெடக்கு."

"இந்த வெயில்ல நடந்ததாலதான். பரவால்ல. நான் இங்கயே இருக்கேன்."

ரவி பதிவேட்டையும் ஆவணங்களையும் மேசைமீது பரப்பி வைத்திருந்தான்.

"அதயெல்லாம் அங்க அடுக்கிவைய்ங்க," இன்ஸ்பெக்டர் சொன்னார். "அப்பறம் கையெழுத்துப் போடுறேன், போறப்ப."

ரவி இனியென்ன என்று நினைத்து நின்றிருக்கும்போது இன்ஸ்பெக்டர் சொன்னார், "கிளாஸ் விட்டுடுங்க, மாஷே."

சிபாயி பின் பெஞ்சிலும் ரவி ஒரு முக்காலியிலும் அமர்ந்தார்கள். கலைந்துசெல்ல மனமின்றிப் பிள்ளைகள் சுற்றுப்புறங்களில் பதுங்கி நின்றார்கள். நாற்றுப்புரையின் உரிமையாளர் என்ற நிலையில் தேவாரத்து சிவராமன்நாயர் பள்ளியின் முன்னாலுள்ள ஒற்றையடிப் பாதையில் இரண்டு முறை நடந்தார். கசாக்குக்கு வெளியிலுள்ள சேரியிலோ, தடுப்பூசி போடுபவர்கள்தான் வந்துவிட்டார்கள் என்று நினைத்தார்கள். பறையர்களின் குழந்தைகள் வைக்கோல்போர்களின் பின்னால் ஓடியொளிந்தார்கள்.

"நல்ல தாகம்." இன்ஸ்பெக்டர் சொன்னார். ரவி மூலையிலுள்ள மண்பானையைச் சிபாயிக்குக் காட்டினான். குவளையில் நீர்நிறைத்து மேசைமீது வைக்கும்போது சிபாயி மாஸ்டரை முறைத்தொரு பார்வை பார்த்தான். இன்ஸ்பெக்டர் தண்ணீர் குடிக்கவில்லை. சோம்பலாகப் பள்ளியின் பொதுவான விவரங்களை விசாரித்துக்கொண்டு அமர்ந்திருந்தார்.

பிள்ளைகள் கலைந்துசெல்லத் தொடங்கினார்கள்.

"ஒங்களுக்கு எந்த ஊரு மாஷே?" இன்ஸ்பெக்டர் கேட்டார்.

"என்ன?"

வெள்ளிநிற ரோமக் குற்றிகளில் வெயில் படிந்தது.

"நீயென்னத் தாங்கி ஒக்கார வை மகனே!" ரவி நினைவு கூர்ந்துபோனான்.

அப்பா தன் நெஞ்சில் சாய்ந்து அமர்ந்திருக்கிறார். சன்னலில் படர்ந்த முல்லையினூடே காற்று உள்ளே வீசுகிறது.

"வலிக்குதா?" அர்த்தமற்றுக் கேட்டுவிடுகிறான்.

"முடியல."

"நீங்க சவரம் பண்ணலயே அப்பா, ம்?"

சுருக்கம் விழுந்த முகத்தில் வெள்ளிநிறக் குற்றி ரோமங்களை அவர் வெறுமனே தடவுகிறார் –

"ஊரெங்கேன்னு கேட்டேன்?" இன்ஸ்பெக்டர் கேட்டார்.

"ஓ – பட்டாம்பி."

ரவி எழுந்து சென்று டிரெங்குப் பெட்டியைத் திறந்து நான்கு ஆரஞ்சுப் பழங்களை வெளியே எடுத்தான்.

"சாப்புடுங்க ஸேர், தாகத்துக்கு நல்லது."

இன்ஸ்பெக்டர் முழுக் கவனத்தையும் ஆரஞ்சில் செலுத்தினார். தின்று முடித்தவுடன், சுளைகளிலிருந்து கிள்ளியெடுத்த நாரையும் கொட்டைகளையும் பொறுக்கி ஆரஞ்சுத் தோலில் மடக்கி வைத்தார்.

"ட்ரெய்னிங் முடிச்சுட்டீங்களா?" இன்ஸ்பெக்டர் கேட்டார்.

"இல்ல."

"ஏன் அப்டி? முடிச்சா நல்லது. பிரைமரிக்காரங்களுக்கு ஒருவிதம் நல்ல ஸ்கேல் இப்போ."

"இல்ல, அதனால இல்ல."

"இல்லன்னா அப்பறம் காலேஜுக்குப் போகணும். ரொம்ப காலம் பிடிக்கும். செலவும்."

"காலேஜெல்லாம் முடிச்சாச்சு."

"ஆஹா? இண்டரா?"

"ஹானர்ஸ் பரீட்சைக்குப் போகல."

இருவரும் நீண்ட நேரம் எதுவும் பேசவில்லை.

"ஏதாவது சாப்புடுறீங்களா?" ரவி கேட்டான்.

"ம்."

ரவி மூன்று குவளைகளில் கொக்கோ கலக்கி மேசைமீது வைத்தான். மென்மையான கேக் துண்டுகளைப் பீங்கான் தட்டில் பரப்பினான். இன்ஸ்பெக்டர் புருவங்கள் உயர்த்தி, ஒருமுகப்பட்ட கவனத்துடன் சாப்பிடத் தொடங்கினார். சிபாயியும் கேக் துண்டுகளை எடுத்துச் சென்று சுவரோரம் திரும்பி நின்று தின்றான். உணவின் சிறு துணுக்குகள் இன்ஸ்பெக்டரின் சீட்டிக் கோட்டில் அங்கங்கே சிதறி விழுந்தன.

"எந்தக் காலேஜில படிச்சீங்க, மாஷ்?"

"தாம்பரத்துல."

"கிறிஸ்டியன் காலேஜிலயா?"

"ஆமா –"

அங்கே முட்காடுகள் இருந்தன. கல்லூரியின் மேற்கூரை சிவப்பாயிருந்தது. முட்காடுகளில் முயலும் சிறு மான்களும் இருந்தன. மென் புற்கள் மொட்டுகள் மலர்த்திய வெளிகளாயிருந்தன. அங்கே பத்மாவும் தானுமிருந்து அந்தியின் நட்சத்திரங்களை எண்ணுவதுண்டு –

"ஹானர்ஸ்தானே?"

"ஆமா."

"என்ன ஹானர்ஸ்?"

"பிஸிக்ஸ் ..."

ஆய்வுக்கூடத்தின் மணம் நினைவு வருகிறது. குழல்வாய்களி லிருந்து கசியும் வாயுவின் கிறக்க மணம். பல்கலைக்கழக நூலகம்.

நீண்ட நீண்ட வாசிப்புகளின் நாட்கள். அஸ்ட்ரோ பிஸிக்ஸ். உபநிஷத்துக்கள். வெளியே அந்தி. கடலோரம்.

"ஒங்களுக்கு அப்பா அம்மா இருக்காங்களா மாஷே?"

"அம்மா யெறந்துட்டாங்க. அப்பா இருக்காங்க."

"அப்பா வேல பாக்குறாங்களா?"

"எஸ்டேட்டுல டாக்டராயிருந்தாங்க. இப்ப ரிட்டயரா யிட்டாங்க, ரொம்ப நாளா ஒடம்புக்கு முடியல."

"அண்ணந்தம்பிங்க உண்டா?"

"நான் தனின்னுதான் சொல்லணும். சின்னம்மாவுக்குப் பொறந்த ரெண்டு தங்கச்சிங்க இருக்காங்க. ரெண்டு பேரும் படிக்கிறாங்க. அமெரிக்காவுல –"

ஸுமாவும் ரமாவும் பழைய ஓவியங்களை நினைவு படுத்தினார்கள். தாள்களுக்கிடையில் எட்டுக்கால் பூச்சிகள் நசுங்கிச் செத்து காய்ந்து ஒட்டிக்கொண்டிருந்த பழைய ஆல்பங்களிலிருந்து அவர்களின் படங்கள் எட்டிப் பார்த்தன. படங்களின் விளிம்புகளை ராமபாணப்பூச்சிகள் அரித்திருந்தன –

"எனக்கொரு மக இருந்தா," இன்ஸ்பெக்டர் சொன்னார். உணர்ச்சி தீண்டாத ஒரு செய்தித் துணுக்குபோலச் சொல்லிவிட்டார். தங்கைகளின் படிப்பை நிறுத்திவிட்டுத்தான் தாத்ரியை பி.ஏ.வரை படிக்க வைத்தது. தேர்வுக்குப் பத்து நாட்கள் இருக்கும்போது கண்விழித்துப் படிக்கிறாள். தங்கைகள் கருப்புக் காப்பி போட்டுவைத்துக் காத்திருந்தார்கள். கண் விழித்துப் படிக்கும் மகளுக்குப் பக்கத்தில் அப்பாவுமிருந்தார். கண்ணிமைகள் மூடும்போது கைக்குட்டையைத் தண்ணீரில் நனைத்துக் கண்களிலும் கன்னத்திலும் நெற்றியிலும் மெதுவாகத் தடவிக் கொடுத்தார். நள்ளிரவு தாண்டியிருந்தது.

"தூக்கம் கலையல, அப்பா," தாத்ரி சொன்னாள். "நாம்போயி கொஞ்சம் தல குளிச்சிட்டு வரேன்."

தாத்ரி வெளித் திண்ணைக்குச் சென்று குனிந்து நின்று தலையில் தண்ணீர் மொண்டு ஊற்றிக்கொண்டாள்.

"நல்லாத்தொவட்டணும் மகளே, நான் தொவட்டிவிடட்டுமா?"

"வேண்டாம்ப்பா, நாந்தோட்டிக்க மாட்டனா?"

அந்த நீர்கோத்து மறுநாள் லேசாக உடல் காய்ந்தது. காய்ச்சல் அதிகரித்து நுரையீரலில் சீழ் பரவியது. தாத்ரி இறந்தாள் –

“அப்பாவுக்கு ஒடம்புக்கு என்னா?” இன்ஸ்பெக்டர் கேட்டார்.

“வாதம்.”

“வேதன, மத்தவங்களச் சார்ந்திருக்கணும் இல்லயா?”

“ஆமா.”

“அப்பால்லாம் பட்டாம்பிலயா இருக்காங்க?”

“இல்ல, ஊட்டில. ஊட்டில எங்களுக்கொரு வீடு இருக்கு –”

அந்த வீட்டைச் சுற்றிலும் விஸ்தாரமான நிலம் இருக்கிறது. ஒரு குன்றின் சரிவு முழுக்கவும். அதில் பைன் மரங்களும் பழச் செடிகளும் உண்டு. குன்றுகளில் வசந்தம் வரும்போது பூத்திட்டுகள் தோன்றும். வளாக வாயிலைக் கடந்து நீண்டதொரு டிரைவின் மூலம்தான் வீட்டுக்கு வர வேண்டும். வீட்டுக்குள் மரச் சிற்பங்கள் இருக்கின்றன. வருடக்கணக்காக விரல்கள் பதிந்திராத ஒரு பியானோவும் உண்டு. தூரத்திலிருக்கும் மஞ்சள் புல்லடுக்குகளை நோக்கிய படுக்கையறை இருக்கிறது. தான் சின்னம்மாவைத் தெரிந்துகொண்டது அங்குதான். இன்டர்மீடியட் முடித்த கோடை விடுமுறை. அது முடிந்து இப்போது பத்துவருடங்கள் ஆகிவிட்டன –

“அந்தப் பரீட்சய எப்டியாச்சிம் எழுதிடுங்க மாஷே,” இன்ஸ்பெக்டர் சொன்னார். “டிகிரிய விட்டுடாதீங்க –”

ஹானர்ஸ் பரீட்சைக்கு இரண்டு மாதம் இருக்கும்போது பார்வையாளராகத் தாம்பரம் கல்லூரிக்கு வந்த அமெரிக்கப் பேராசிரியர் ஆளனுப்பி ரவியைத் தன் அறைக்கு வரவழைத்தார்.

“ஒங்களோட அந்தக் கட்டுரை விசித்திரமாயிருக்கு,” பேராசிரியர் சொன்னார். “உபநிஷத்துகளும் அஸ்ட்ரோபிஸிக்ஸூம் சுவையாக் கலந்துருக்கு.”

இருவரும் அமர்ந்து பேசினார்கள். அறிவதற்கியலாத இடம். காலத்தின் கங்கைக் கரை. அறிவதற்கியலாத துயரம். ரவியின் கதை குழந்தைப் பருவத்திற்குத் திரும்பியது. உச்சி வெயிலில், ஆகாயத்தின் தெளிவில், மரணமற்ற தேவர்கள் தாகம் தீர்த்தனர். கற்பகவிருட்சத்தின் இளநீர்க் குடுக்கைகள் கீழே உதிர்ந்து வந்தன. விளையாட்டுப் பொருட்களின் முன்னால் தனித்திருந்த குழந்தை இளநீர்க் குடுக்கைகளை எண்ண முற்பட்டது …

மறுநாள் மாலை நேரம் முட்காட்டின் வெளியில், பத்மா ரவியிடம் சொன்னாள், “நேத்து சாயந்திரம் அந்த

அமெரிக்காக்காரர் வீட்டுக்கு வந்திருந்தார். அப்பாவும் அவரும் ஒன்னப் பத்திதான் பேசிக்கிட்டாங்க."

பத்மாவின் அப்பா ரவியின் பேராசிரியர்.

"நான் என்ன தப்பு செஞ்சேன்?" ரவி கேட்டான்.

"சிரிக்காத, ரவி, அந்தப் பேப்பரப் பத்திதான் பேசிக்கிட்டாங்க. அவர் ஒனக்கு ஒரு ஃபெல்லோஷிப் கொடுக்கறதுக்கு ஆசப்படறார். ஒங்கிட்ட சொல்லல?"

"நான் இந்தப் பரீட்சையில கவுந்துட்டன்னா?"

"சும்மா வெளயாடாதே ரவி."

தேர்வு நெருங்குகிறது. ஹாஸ்டல் கூடங்களில் படிப்பின் முறைஜெபம்[81]. ரவி மட்டும் ஓய்வெடுத்தான். ஆனால் மனம் ஓய்வாக இல்லை. ஒரு சீட்டுக் கட்டைச் செய்வதுபோல, அது நினைவின் சித்திரங்களை மாற்றிக் கலைத்து வைத்தது. நேசமான அப்பாவின், கர்ப்பவதியான அம்மாவின், சுருள்முடிகள் நெற்றியில் விழுந்து, கண்மை கன்னத்தில் வியர்த்துப் பரவிய, சின்னம்மாவின்...

"ரவீ, இன்னக்கிச் சாயந்திரம் மெரீனாக்குப் போகலாம்," ஒருநாள் பத்மா சொன்னாள்.

"திரும்பி வரும்போது ரொம்ப லேட்டாயிடுமே?"

"ஓ, பரவால்ல. அப்பாவும் அம்மாவும் ஒரு விருந்துக்குப் போறாங்க."

கடற்கரையின் குளிர்ந்த மணல்.

"பத்மா இதப் படிச்சிப்பாரு."

அப்பாவின் கடிதம்.

"எனக்கு அப்படியொன்றும் உடம்புக்கு முடியாமல் இல்லை மகனே. சில நேரங்களில் தலை சுற்றுகிறது. மயக்கம் வருகிறது. ஆயினும் பயப்படுவதற்கு ஒன்றுமில்லை. ஆனால், மனத் துன்பங்கள்தான் – எதற்காகத் துயரப்படுகிறேன் என்று எனக்கே தெரியாது. நான் கிடக்கும் இந்தக் கிடப்பிலிருந்து எழுந்திருக்க மாட்டேன் என்ற பிரக்ஞைகூட எனக்குத் துயரமளிக்கவில்லை. எல்லா அந்திகளும் துயரம். அந்தத் துயரத்தின் அழகில் நான்

---

81. **முறைஜெபம்:** பத்மநாபஸ்வாமி கோயிலில் நடத்தி வந்த 56 நாட்கள் வேத ஜெபம்.

தானே அமிழ்ந்துபோகிறேன். அவ்வளவுதான் . . . மகனே, நீ அப்பாவை இப்போது பார்த்தால் அடையாளம் தெரியாது. நான் எதற்கு இதையெல்லாம் உனக்கு எழுதிக்கொண்டிருக்கிறேன். இதை நினைத்து உன் மன ஒருமையைத் தவறவிடாதே. எனக்கு அந்தளவுக்கு உடம்புக்கு முடியாமல் இல்லை. உன்னைப் பற்றி உன் புரொபஸருக்கு மதிப்பு உண்டு என்றறிந்தபோது நான் மனம் நிறைந்தேன். அஸ்ட்ரோபிஸிக்ஸில் ஆய்வுக்கு பிரிட்டனுக்குச் செல்ல முடிந்தால் நல்லதுதான். நீ நான்கைந்து வருடங்கள் அங்கே இருப்பாய், அல்லவா? என் இந்த அந்தியிலிருந்தவாறு நானும் அந்த நட்சத்திரங்களைப் பார்க்கிறேன். அஸ்தமனத்தைப் பார்ப்பதற்கு தினமும் என்னைத் திண்ணைக்குக் கொண்டு வருவார்கள். உன் அன்பான சின்னம்மாதான் வீல்சேரைத் தள்ளிக்கொண்டு வருவாள். அந்தத் திண்ணையிலிருந்து அப்பா உனக்குக் கதை சொன்னது நினைவிருக்கிறதா?

“பரீட்சையை நல்லபடியாக எழுதவேண்டும். பரீட்சை முடிந்ததும் நீ உடனே வீட்டுக்கு வரவேண்டும். ஒன்றிரண்டு மாதமாவது என்னுடன் இருப்பாய் அல்லவா. அது போதும்.

“உன் தோழி பத்மா நலம்தானே.

“உனக்கு நல்லது வரட்டும், மகனே.”

அந்தி கருக்கிறது, குளிர்கிறது.

குளிர்ந்த மணலில் படுத்திருக்கிறான்.

இராப் பறவைக் கூட்டம் மேலே பறந்து செல்கிறது. நகரத்தின் வெளிச்சம் பட்டு அவை மங்கிய எரிநட்சத்திரங்களைப்போல ஒளிர்ந்தன –

ரவி மாலையில்தான் இன்ஸ்பெக்டரை அழைத்துக்கொண்டு கூமன்காவுக்கு வந்தான். பாலக்காட்டுக்கான கடைசிப் பேருந்து அங்கே காத்துக்கொண்டிருந்தது. பழைய சர்பத் கடை பெஞ்சில் அமர்ந்து நன்னாரி சர்பத் குடிக்கும்போது இன்ஸ்பெக்டர் சொன்னார், “எல்லாம் ஒரு விதிதான், மாஷே! இல்லன்னா நீங்க எதுக்கு இங்க வந்து சேந்தீங்க?”

அதற்கான பதிலைப்போல ரவி நினைவுகூர்ந்தான்: தேர்வுக்கு முதல்நாள் ஹாஸ்டலிலிருந்து வெளியேறினான். அந்தத் தப்பியோடுதல் ஒரு ரயில் நிலையத்தில் ஆரம்பித்தது. அறிமுகமற்ற, பெயரற்ற முகங்கள். அவை எதுவுமே கதையறியக் கேட்கவில்லை. அவை தன்னைத் தனியே விட்டன. தூக்கம் வரும்போது, சுமை வைக்கும் தட்டுகளில் சுருண்டு படுத்துறங்கினான்.

உறக்கத்திற்கிடையில் ரயில்கள் மென்னோசையில் தாளமிட்டன. ரயில் நிலையங்களின் பெயர்கள் மாறின. தூசுப் படலத்தின் நிறங்கள் மாறின. மணங்கள் மாறின. பருவங்கள் மாறின. உதய அஸ்தமனத்தின் திசைகள் மாறின. பேருந்துகள் குன்றுகளின் ஓரம் சுற்றிப் போகும் சிவப்புச் சரளைப் பாதைகளினூடே அந்தப் பயணம் பின்னரும் நீண்டது. மோகம் கொண்ட, வெளுத்துக் கொழுத்த சிஷ்யைகளுள்ள ஆசிரமங்கள். மணல் கலந்த வெண்களிமண் கிராமங்கள். சண்டையும் நம்பிக்கையுமற்ற தொழுநோய் நிலையங்கள். அணையாக் கனல்போன்று ஸிபிலிஸ் எரிந்து பற்றிய ஈரத் தெருக்கள். அப்படி எவ்வளவு காலம் கழிந்தது?

சோர்ந்தவனாக இந்தப் புகலிடமடைந்தான்.

"மறுபடியும் பாக்கணும், ரவீ," இன்ஸ்பெக்டர் சொன்னார்.

ரவி இன்ஸ்பெக்டரின் கைவிரல்களைத் தன் உள்ளங்கைகளுக் கிடையில் அழுத்தினான்.

"பார்க்கலாம்," ரவி சொன்னான்.

"நான் இந்த ஆறாம் மாசம் ரிட்டயராகுறேன்."

"ஆனாலும்," ரவி ஏதோ நினைவுகூர்வதுபோலத் தோன்றியது, "பக்கத்துலதான, பாக்கலாமே."

"பக்கத்துல இருக்கறவங்கதான், மாஷே, தூரத்துல, இது ஒருவேள நம்ம கடைசி சந்திப்பாயிருக்கும். தமாஷாயிருக்கில்லே?"

இருவரும் சிரித்தார்கள்.

"சரி, அப்ப நான் வர்றேன்."

"தலவலி இல்லைல்ல?"

"அட, இல்ல, குளுந்த காத்து, நல்லாருக்கு, ஆனா பயணம்போகணுமே."

"நமஸ்காரம்!"

பேருந்து புறப்பட்டது. அஸ்தமனம் செம்மண்ணின் நிறத்தை மாற்றியிருந்தது. அது மீண்டும் அடங்குவதுவரை ரவி காத்திருந்தான். பிறகு ஈரப் பந்தத்தைப் பற்றவைத்துக்கொண்டு கசாக்கை நோக்கி நடந்தான்.

திரும்பிச் சென்றடைந்தபோது ஓடை நீர் குளிர்ந்து விட்டிருக்கவில்லை. குளித்தான். நாற்றுப்புரைக்கு வந்து படுக்கை விரித்துப் படுத்தான்.

அல்லாஹு அக்பர் ! –
அல்லாஹு அக்பர் ! –
அசஹ்த் அன் ல இலாஹ இல்லல்லாஹ்! –

பள்ளிவாசலிலிருந்து கடைசி பாங்கோசை. பாங்கொலி நினைவோட்டத்தைத் துணித்து மீண்டும் இரவிலொடுங்கியது.

"ஈஸ்வரா," ரவி சொன்னான். இப்போது அந்த வார்த்தை அவ்வளவு கடுமையானதாகவோ அர்த்தமற்றதாகவோ தோன்றவில்லை. எழுந்து ஒரு குவளை தண்ணீர் குடித்துவிட்டு மீண்டும் வந்து படுத்தான். வியர்த்தடங்கும் காய்ச்சல்போல நினைவுகள் ரவியைச் சற்றுச் சாந்தப்படுத்தியிருந்தன.

வெளியே விஸ்தாரத்தின் லஹரியில் முழுகிய இரவு. கசாக்கின் பனைகளில் காற்றடித்தது. தூரத்தில், தூரத்தில் ஈரப் பந்தங்கள் மின்னி மின்னிக் கடந்து சென்றன. கங்கு முனையின் அசைவினூடே ஏதோ துயரச் செய்தியைத் திரும்பத் திரும்பச் சொல்லிக்கொண்டு அவை விண்வெளிக் கப்பல்களைப்போல இரவில் அகன்றகன்று மறைந்தன.

14

தும்பிகள்

சிவராமன்நாயர் நாற்காலியில் அமரவில்லை. திண்ணையில் அந்தி வெயிலிருந்தது. அங்கே போதுமென்றார். அங்கே படியில் கால் நீட்டி அமர்ந்தார்.

ரவியும் பக்கத்தில் சென்று அமர்ந்தான்.

"என்னா சிவராமன்னாயரே," ரவி கேட்டான், "சொணக்கமா இருக்கீங்க?"

"நான் வேற எப்டி இருக்க முடியும் சொல்லுங்க."

சிவராமன்நாயர் கோபங்கொண்டிருந்தார்.

"ஐய்யயோ, என்னா ஆச்சி?"

சிவராமன்நாயர் பதில் சொல்லவில்லை.

இருமத் தொடங்கினார். விலாப்புறத்தில் இழுத்துப் பிடிக்கும் இருமல். மாதவன்நாயர் ரவியிடம் ரத்த அழுத்தம் என்று சொல்லியிருந்தார்.

நடுவயதுப் பெண்ணொருத்தி குடத்தில் தண்ணீருடன் வாசலைக் கடந்து பின்பக்கம் சென்றாள்.

"யார் அது?" சிவராமன்நாயர் கேட்டார்.

"ஆபிதா போனதுக்கப்புறம் மாதவன்னாயர் கொண்டு வந்து விட்டது."

"இஸ்லாமானவ, அப்டித்தான?"

"அதனால என்னா சிவராமன்னாயரே?–"

சிவராமன்நாயர் அவள் சென்று மறைவதுவரை அவள் பின்னால் பார்த்தார். பிறகு ரவியிடம் கேட்டார். "என்னா மேஷ்ஷே, ஒங்க கவுர்மெண்டு கவுந்து ஓட்டாண்டியாயிடுச்சா?"

வேலைக்காரி குடத்துடன் மீண்டும் வெளியே சென்றாள்.

சிவராமன்நாயர் தொடர்ந்தார், " இவளுக்கு யாரு சம்பளம் கொடுக்கறது?"

"எது? என்னா?"

"ஒங்க கையிலேர்ந்து கொடுக்கிறீங்க, அப்டிதான?"

"ஆமா."

"எவ்ளோ?"

"பத்து ருவா."

"அதான் நாங் கேட்டேன், ஸர்க்கார் பணம் கொடுத்து ஒரு மஸாலச்சிய வச்சிக்கக் கூடாதான்னு."

"அஞ்சு ருவா கொடுக்கறதுக்குத்தான் உத்தரவு, சிவராமன்நாயரே, அந்தக் காசுக்கு வேல முச்சூடும் செய்ய யாரு வருவா?"

"அந்த அஞ்சு ருவாய அந்த மொல்லாக்கா கெழவனுக்குக் கொடுத்துத் தொலச்சுடுங்க –"

"பாவம்ன்னுதான், சிவராமன்னாயரே."

"அந்தக் காச எங்கய்யில கொடுங்க. நா அதவச்சி நாகச் சிலைங்களுக்கு எண்ண விளக்கேத்துவேன்ல. ஒங்க பாவம் போகுமில்ல."

அவள் தண்ணீருடன் மீண்டும் வந்தாள். சிவராமன்நாயரின் முகம் சிவந்தது.

"உண்ம வரட்டும், மேஷ்ஷே," என்றார் அவர். "ஒங்களுக்கெதுக்கு இந்த முஸல்மான்களோட ஒட்டும் ஒறவும்?"

"எனக்கெதுக்கு? எதுக்குமில்ல. ஒரு ஆள் வேணும்னு நாந்தானே மொதல்லியே ஒங்ககிட்ட சொன்னேன். நீங்க யாரையும் அனுப்பலயே."

சிவராமன்நாயர் எழுந்து படிக்குச் சென்று ஒரு மண்வாரியை நிமிர்த்திச் சரியாக வைத்தார். மீண்டும் திண்ணையில் வந்து அமர்ந்தார்.

"என்னா பேசமாட்டேங்கிறீங்க?" ரவி நினைவுபடுத்தினான்.

சிவராமன்நாயருக்குக் கோபம் வந்தது.

"அதையெல்லாம் இனி பேசி என்னா புண்ணியம்? ஒங்க ஒறவுக்காரன் முஸல்மான், முகம்மதியன். அதுக்கிடையில நா எதுக்கு நொழயப்போறேன்."

சிவராமன்நாயர் புறப்பட்டார். உடம்பு பாரித்திருந்தது. மெல்ல ஊர்ந்துசெல்வதுபோல ரவிக்குத் தோன்றியது.

❍

ஆபிதா சென்று நிறைய நாட்களுக்குப் பிறகுதான் மாதவன்நாயர் சாந்தும்மாவை அழைத்து வந்தார். நாடோடியான தங்ஙளு பக்கிரியின் மகள் சாந்தும்மா. நான்குவருடத்திற்கு முன்பு கசாக்கை விட்டுச் சென்ற பக்கிரி வருடத்திற்கு ஒன்றிரண்டு முறை இப்போதும் கசாக்குக்கு வருகிறார். சில சமயம் கோடைக்காலத்தில், சில சமயம் மழைக்காலத்தில். அவர் கசாக்கினூடே கடந்து சென்றார் . . . ரத்தம் வற்றி மஞ்சள் நிறத்திலிருந்த சாந்தும்மாவின் உடம்பு ஒரு காலத்தில் சராசரி வளத்துடனிருந்திருக்க வேண்டும். வெளிறிய தட்டைக் கன்னங்களில் தேமல் தடங்கள் இருந்தன. கண்களின் அடியிலும் தடங்கள் இருந்தன.

"என்னா கொஞ்சம் சோறுவடிக்க ஒதவி செய்றியா?" ரவி கேட்டான்.

"ஓ," அவள் சொன்னாள்.

"இங்கயே சாப்டுக்க உம்மா," ரவி சொன்னான்.

அவள் அதை எதிர்பார்க்கவில்லை என்று தோன்றியது. அவளது காச்சித் துணியைப் பிடித்துத் தொங்கிக்கொண்டிருந்த மகனின் தலையை அவள் மெதுவாகத் தடவினாள்.

"இதான் மூத்ததா?" ரவி கேட்டான்.

"ஆமா. மொதல்ல முழிச்ச முகம்."

"பேரென்ன?"

"சொல்லுடா," சாந்தும்மா சொன்னாள்.

பையன் முந்தானையால் முகத்தை மூடிக்கொண்டான். அதன் மறைவிலிருந்து சொன்னான், "குஞ்ஞுநூரு."

"கெட்டிக்காரன்!" ரவி சொன்னான், "நீ ஏன் ஸ்கூல்ல சேரல குஞ்ஞுநூரு?"

குஞ்ஞுநூரு ஆர்வத்துடன் சிரித்தான்.

"ஒனக்கு எத்தன வயசு?"

"எட்டு," சாந்தும்மா சொன்னாள்.

"எப்டியானாலும் இவன் இங்க சேரட்டும்," ரவி சாந்தும்மாவிடம் சொன்னான்.

"யா அல்லாஹ்!" சாந்தும்மா தனக்குத்தானே பேசிக் கொள்வதுபோலச் சொன்னாள், "படிச்சிட்டு நாங்க என்னா செய்யப்போறோம்?"

"நீ இவம் பேரச் சேத்தாச்சி. இந்தா, இது இருக்கட்டும்," ரவி அவள் கையில் ஐந்து ரூபாயை வைத்தான். "இத மாதவன்னாயருக்கிட்டே கொடு. நூருக்கு ரெண்டு சட்டை தச்சிக் கொடுக்கச் சொல்லு."

மறுநாள் மாலையில் குஞ்ஞுநூரு புதுச் சட்டையணிந்து ரவியின் பக்கத்தில் வந்து நின்றான். நூருவின் கை விரலைப் பிடித்துக்கொண்டு நான்கு வயதான சாந்துமுத்துவும் நின்றாள். சாந்துமுத்து உடையணிந்திருக்கவில்லை.

அவளைத் தன் அருகே அணைத்துக்கொண்டு ரவி சொன்னான், "நான் மறந்துட்டேன். நாளைக்கி ஒனக்கு பாவாட தச்சி வாங்கித் தாரேன், கேட்டியா."

"மாண்டா," அவள் சொன்னாள்.

"வேண்டாமா? ஏன் வேண்டாம்?"

"பையனுக்குக் கொட்த்தா போதும்."

"ஏன் ஒனக்குச் சட்டை வேண்டாமா?"

"பய்யன் பெருசாகட்டும்."

குழந்தைகளின் பின்னால் நின்ற சாந்தும்மா பொங்கிச் சிரித்தாள். பிறகு முக்காட்டை எடுத்துக் கண்களைத் துடைத்துக்கொண்டாள்; அவள் சொன்னாள், "அவளோட சொபாவம் அப்டியாக்கும்."

மண்பாத்திரங்களில் கஞ்சி பரிமாறி மூவரும் இரவு உணவுக்கு அமர்ந்தால் சாந்துமுத்து தன் பாத்திரத்திலிருந்து சோற்றைப் பிடித்தெடுத்து குஞ்ஞுநூருவின் பாத்திரத்திலிடுவாள்.

"உம்மா, பய்யன் சீக்கிரம் பெருசாகட்டும்," அவள் சொல்வாள்.

“பெரிசாகட்டும் மகளே.” சாந்தும்மாவும் சொல்வாள். “எம் புள்ளைங்களோட கஷ்டம் தீரட்டும்.”

“எப்போ பெரிசாகும்மா?”

“ஒரு பெர்நாளு முடிஞ்சா பெரிசாகும், கண்ணே.”

“பெர்நாளு எப்ப முடியும்மா?”

“நாலு பௌர்ணமி முடிஞ்சி, கண்ணே.”

அவ்வாறு உம்மாவும் மகளும் காத்திருந்தனர்.

குஞ்ஞுநூருக்கு சிலேட்டும் புத்தகங்களும் வந்தன. ரவி வாங்கி வந்து கொடுத்திருந்தான். எண்ணெய் விளக்கின் முன்னாலமர்ந்து எழுதுவதையும் படிப்பதையும் சாந்தும்மா பார்த்து நின்றாள். பார்த்துக்கொண்டே வெகுநேரம் அப்படி நின்றுவிடுவாள். பிறகு, அந்தப் பார்வையின் அடர்த்தி ஊறியிறங்கியதைப்போல குஞ்ஞுநூரு திரும்பி உம்மாவைப் பார்ப்பான்.

“என்னா உம்மா?”

“ஒண்ணுல்ல, கண்ணே.”

அவன் கலக்கமடைகிறான். அப்படி பார்த்துக்கொண்டு நிற்கக் கூடாதென்று அவளுக்குத் தோன்றியது.

“படிச்சுக்கோ, கண்ணே.”

ரவி மாலை நேரங்களில் திண்ணையில் சாய்வுநாற்காலியை இழுத்துப்போட்டு அமர்ந்திருக்கும்போது சாந்துமுத்து படியில் அமர்ந்திருப்பாள். நீர் நிறைந்த மண்குடத்தை இடுப்பில் வைத்து சாந்தும்மா முன்னால் நடந்து செல்லும்போது ரவி அந்த உடலின் நீளத்தைக் கவனித்தான். நிறைகுடத்தினிடையில் சற்று ஒடிந்த இடை அந்த நீளத்தை மேலும் வெளிப்படுத்துவதாகத் தோன்றியது. இழை பிரிந்த காச்சியில் ஈரமான இடத்தில் நீண்ட கால்களின் உறுதியான கோடுகள் தெரிந்தன.

சாந்தும்மா ஒவ்வொரு முறை வரும்போதும் சாந்துமுத்து கேட்டாள், “உம்மா, கஷ்டமாருக்கா?”

“இல்ல, மகளே.”

“பய்யன் பெருசானா உம்மா தண்ணி மொள்ள வேண்டா, இல்லம்மா?”

“ஆமா, மகளே. பய்யன் பெருசாகட்டும்.”

“எப்போ பெருசாகும்மா?”

"பெருநாளு முடியறப்போ, கண்ணே."

"அப்ப நான், உம்மா?"

"என் மகளும் பெரிசாவாள்."

ஒருநாள் ரவி பாலக்காட்டிலிருந்து மிட்டாய் வாங்கி வந்திருந்தான். குஞ்ஞுநூரின் கையிலும் சாந்துமுத்துவின் கையிலும் தலா நான்கு மிட்டாய்கள் கொடுத்துவிட்டு ரவி கேட்டான். "சாந்துமுத்து, பய்யனுக்கு மிட்டாயி கொடுக்கலையா?"

சாந்துமுத்து யோசித்துக்கொண்டு நின்றாள். பிறகு சுருட்டி வைத்த காகிதத்தின் ஒரு முனையைப் பிடித்து ஒரு மிட்டாயை குஞ்ஞுநூரிடம் நீட்டினாள். குஞ்ஞுநூரு வாங்கவில்லை.

"சின்னப்புள்ளே," அவன் சொன்னான், "நீ சாப்டுக்கோ."

சாந்துமுத்து அக்கணமே மிட்டாயைப் பின்னிழுத்துக் கொண்டாள்; ரவி சிரித்துவிட்டான்.

இதைப் பார்த்தவாறுதான் சாந்தும்மா வந்தாள்.

"இதொண்ணும் கொடுக்க வேண்டாம்," அவள் மெதுவாகச் சொன்னாள்.

அவள் முகம் வாட்டத்துடனிருந்தது.

"நீங்க இங்கேர்ந்து போனா," அவள் சொன்னாள், "இதெல்லாம் நெனச்சி என் புள்ளைங்க உருகுவாங்க."

இரண்டு மாதம் முடிந்தது. சாந்தும்மாவின் கன்னங்களில், கண்களின் கீழே, தடங்கள் பெரும்பாலும் மறைந்துவிட்டிருந்தன.

மீண்டுமொரு மாலை நேரத்தில் சிவராமன்நாயர் நாற்றுப்புரைக்கு வந்தார்.

"என்ன ஆச்சு சிவராமன்னாயரே?" ரவி கேட்டான், "வழிய மறந்துட்டீங்கன்னுல்ல நான் நெனச்சேன்."

"ஒங்களுக்குத்தான் வழி மறந்துடுச்சி மேஷ்ஷே," சிவராமன்நாயர் சொன்னார்.

உண்மைதான். சிவராமன்நாயர் வீட்டுக்குப் போய் எவ்வளவு காலமாயிற்று? ஆறுமாதங்களுக்கு முன்பு சிவராமன்நாயரின் பிறந்தநாளுக்குச் சாப்பிடச் சென்றதுதான்.

"இப்ப ஒங்களுக்கு ஒரு தொண வந்துடுச்சி," சிவராமன்நாயர் சொன்னார், "நான்தான் ஒரு அதிகப்படி."

என்ன சொல்லிச் சமாளிப்பது என்று ரவி யோசித்துக் கொண்டிருக்க, சிவராமன்நாயர் தொடர்ந்தார், "நான் ஒரு காரியம் பேச வந்துருக்கேன். மேஷ்ஷே, நான் சொல்ல வேண்டியதில்லைன்னு வச்சிக்கங்க. இருந்தாலும் நம்மளோட தர்மநியாயங்கள் இருக்கில்ல – நீங்க அந்த இஸ்லாமானவள இங்க தங்க வச்சது சரியில்ல."

ரவி சஞ்சலப்பட்டுப்போனான்.

"ஐயோ, சிவராமன்நாயரே, அவள இங்க தங்க வைக்கிறேன்னு யாரு சொன்னாங்க?"

"தங்க வைக்கலியா?"

"ஏன் இப்டி நெனக்கிறீங்க?"

"இஸ்லாமானவள தங்க வைச்சேன்னு ஒத்துக்கங்க."

"ஒத்துக்கறதுக்குப் பயந்துக்கிட்டு இல்ல. ஆனா, இது என்ன தமாஷ¬? யாரு இப்டிச் சொன்னது?"

"அது யாரோ இருக்கட்டும்."

சிவராமன்நாயர் துண்டை எடுத்துத் தலையின் ரோமக் குற்றிகளிலுள்ள வியர்வையைத் துடைத்தார்.

"அபச்சாரம், அபச்சாரம்!" சிவராமன்நாயர் முணுமுணுத்தபடி படியிறங்கினார். "துர்க்கா பகவதீ என்னத்தையெல்லாம் பாக்க வேண்டியிருக்கு!"

சிவராமன்நாயரைத் திரும்ப அழைத்தால் என்னவென்று ரவி நினைத்தான். விஷயங்களைச் சாவகாசமாகச் சொல்லிப் புரியவைக்கலாம். பிறகு என்னமோ, அது வேண்டாமென்று விட்டுவிட்டான்.

மறுநாள் விடுமுறை நாள். சாந்தும்மா பத்துப் பதினோரு மணிக்குச் சோறு சமைக்க வந்தபோது ரவியும் தாழ்வாரத்துக்குச் சென்றான். அவன் சென்று கட்டிலிலமர்ந்தான். சாந்தும்மா ரவியைப் பார்க்காமல், தாழ்வாரத்தின் மூலைக்குச் சென்று ஸ்டவ் பற்றவைத்தாள்.

"சாந்தும்மா இங்க வா," ரவி அழைத்தான்.

அவள் ஏனோ அந்த அழைப்பை எதிர்பார்த்திருந்ததுபோலத் தோன்றியது. அவள் ரவியின் முன்னால் வந்து நின்றாள்.

"ஒக்காரு."

தரையிலிட்ட தடுக்குப் பாயில் அவள் அமர்ந்தாள்.

"என்னா இப்டிச் சொல்றாங்க?" ரவி கேட்டான், "நான் ஒன்ன இங்க தங்க வச்சேன்னு அந்த சிவராமன்னாயரிட்ட தப்பா சொன்னது யாரு?"

அவள் மெதுவாகச் சொன்னாள், "குப்புவச்சன் சொன்னதாக்கும்."

"குப்புவச்சன் எதுக்குப் பொய் சொல்றாரு?"

"அவரு அப்டிதான்."

பற்றவைத்த ஸ்டவ் அணைந்திருந்தது.

"அடுப்பு அணஞ்சிபோச்சி, நாம் போயி கொளுத்தறேன்," அவள் சொன்னாள்.

"ஒக்காரு."

கண்ணாடி ஓட்டின் வழியே கீழே பதிந்த வெளிச்சம் சாந்தும்மாவின் முகத்தில் விழுந்தது. வெளிறிய தோலினூடே அது கீழே இறங்கியபோது அந்த முகம் சிவந்தொளிர்ந்தது.

"ஒன்னோட ராவுத்தர் இறந்து எவ்ளோ காலமாச்சி?" ரவி கேட்டான்.

"நாலு வர்சம்," அவள் தலை குனிந்தாள். "இந்த சாந்துமுத்துவப் பெத்தப்ப –"

அழிவற்றதொரு ஆலமரத்தைப்போல படர்ந்துயர்ந்து போதியின் புளியமரம் நின்றது. அதன் கீழே சதுப்பு பிடித்துக் கிடந்தது பணிக்கன்பொட்டல். முற்காலத்தில் அங்கே ஒரு கணியாரப்பணிக்கரும் அவர் மகளும் வசித்துவந்தார்களாம். ஒட்டகங்களுக்குத் தண்ணீர் தேடி அங்கே வந்த கும்பினிப் படை[82] பெண்ணைப் பலாத்காரம் செய்தது. அவளது சவம் புளியமரத்தடியில் கிடந்தது. கிழக்கு மலைகளுக்குப் பயணம் தொடர்ந்த அந்தப் படையினரின் தோல் சட்டைகளுக்குள் கருந்தேள்கள் புகுந்தன. ஒட்டகங்களின் கணுக்கால்களில் பாம்புகள் கொத்தின. வெள்ளைப்படை பூண்டற்றுப்போனது... பணிக்கத்தியாரின் ஆவி புளியங்கிளையில் குடியேறியது. கசாக்கின் நெறியுள்ள பெண்டிர் புளிங்கொம்பத்துப் போதியைத் தங்கள் குலதெய்வமாக ஆக்கினார்கள்.

---

82. **கும்பினிப் படை:** கம்பெனிப் படை – கிழக்கிந்தியக் கம்பெனியின் வெள்ளைப்படை.

காலம்சென்றபிறகும் புளியமரம் பட்டுப்போகவில்லையாம். பிடித்து ஏற முடியாதபடி அதன் உடல் திடம்கொண்டது. புராதனப் பாசிகள் அதன் மேல் தடங்களை வரைந்தன. கிளைகள் வானத்தை முட்டுமளவு சேர்ந்து வளர்ந்தன. கிளைக் கவைகளில் உக்கிரமான விஷமுள்ள பாம்பெறும்புகள் கூடு வைத்தன. ஆயினும் அதன் மேலே ஏற அஞ்ச வேண்டியதில்லை. பெண்கள் பத்தினிகளாக இருந்தால் அவர்களின் கணவன்மார்களிடம் பாம்பெறும்புகள் விலகிச் செல்லும். அவர்களுக்குப் பாசியும் வழுக்காது. புளிங்கொம்பத்துப்போதி பத்தினிகளைக் காப்பவள். ஆயினும் கசாக்கில் யாரும் புளி பறிப்பதற்காக அந்த மரத்தில் ஏறவில்லை.

நான்கு வருடத்திற்கு முன்பு ஒரு உச்சிப் பொழுதில் சாந்தும்மாவின் ராவுத்தர் புளியமரத்தடியில் நின்றுகொண்டு மேலே பார்த்தார். விளைந்த வயல்போல புளி காய்த்திருந்தது. காலில் தளைநார் அணிந்து பிடித்து ஏறினார்.

மறுநாள் கசாக்குக்காரர்கள் புளியமரத்தடிக்கு வந்தபோது அவர் அங்கே சிதறிக் கிடந்தார். பாம்பெறும்புகளின் விஷத்தால் கையும் காலும் தலையும் வீங்கியிருந்தன. அப்போதும் பாம்பெறும்புகள் விரியத் திறந்த கண்களிலும் மர்மஸ்தானத்திலும் பெருகிப் பற்றிக்கொண்டிருந்தன. அன்றுதான் சாந்தும்மாவின் அத்தா கசாக்கை விட்டுச் சென்றார். அவர் நாடோடியானார். ஆளற்ற மலைச் சரிவுகளினூடே ஷெய்க்கின் வார்த்தைகளைப் பாடிக்கொண்டு தங்ஙளுபக்கிரி நடந்தார்.

அந்த விதவைநிலை சாந்தும்மாவைத் தனிமைப்படுத்தியது. போதியின் புளியமரத்திலிருந்து விழுந்து செத்தவனின் மனைவி! பள்ளிவாசலுக்கு அந்தப் பக்கத்து நிலத்தில் இருந்த அவர்களின் குடிசையை அதற்குப் பிறகு வேயவில்லை. புதுமழை வரும்போது இடி மின்னலின் நீல வெளிச்சம் அத்தனையும் உள்ளே அடித்தது. அங்குதான் அம்மாவும் மகளும் குஞ்ஞுநூரு வளர்ந்து பெரியவனாவதற்காகக் காத்திருந்தார்கள்.

ரவியும் சாந்தும்மாவும் தாழ்வாரத்தில் அமர்ந்திருந்தார்கள்—

ஸ்டவ்வின் மெல்லிய புகை முற்றிலும் அடங்கியிருந்தது. வெளியே குஞ்ஞுநூரும் சாந்துமுத்துவும் விளையாடிக் கொண்டிருந்தார்கள். அவர்களின் பாட்டும் கூச்சலும் கேட்டது. உச்சி வெயிலில் தூரத்திலெங்கோ, கீல் இடப்படாத பாரவண்டிச் சக்கரங்களின் முனகல் கேட்டது . . . புளியமரத்தின் கதை சொல்லி முடித்தபோது சாந்தும்மா தலைகுனிந்தாள்.

அந்தக் கதையை அவளைச் சொல்லவைத்ததில் ரவிக்கு ஒரு கருத்த திருப்தி தோன்றியது. அவன் கேட்டான், "உண்மதானா? பகவதியத் தீட்டாக்குனது?"

சாந்தும்மா பதில் சொல்லவில்லை. கடும் ஆட்சேபத்துடன் ரவியைப் பார்த்தாள். மீண்டும் தலைகுனிந்தாள். சட்டென்று ரவி அவள் தாடைக்கடியில் உள்ளங்கை வைத்து அவள் முகத்தை நிமிர்த்தினான். சாந்தும்மா அழுதுகொண்டிருந்தாள். அவன் அவள் கண்களைத் துடைத்துவிட்டான். கண் தடத்திலிருந்து, கன்னத்திலிருந்து அவன் கையை எடுக்கவில்லை. பிறகு, அவன் அவளைப் பிடித்தெழுப்பிக் கட்டிலில் அமர்த்தினான்.

சாந்தும்மா பிடியிலிருந்து உதறி விலகினாள். அவள் திணறினாள். தாழ்வாரத்துச் சுவரில் சாய்ந்துகொண்டு நின்றாள். அவள் சொன்னாள், "ஓஹோ, இதா?"

ரவிக்குச் சங்கடமேற்படவில்லை. ஆர்வம் ஏற்பட்டது. புளிங்கொம்பத்துப்போதியின் மீதும் அவளது பாம்பெறும்புகள் மீதும் நன்றியுணர்வு தோன்றியது.

எவ்வளவு நேரம் கடந்ததென்று ரவிக்கு நிச்சயமில்லை. சாந்தும்மா திரும்பி வந்தாள். கட்டிலில் அமர்ந்தாள். ரவி அவள் தோளில் கை வைத்தான்.

"ஒங்களுக்குத் தெரியாது –" சாந்தும்மா சொன்னாள்.

"என்னா?" ரவி கேட்டான்.

"சின்னக் கொழந்தைங்களோட சோகம்."

ரவியின் கை அவளது தோளிலிருந்து கீழே தடைபட்டு நின்றது. அவள் சோர்ந்திருந்தாள். முகம் உணர்ச்சியற்றிருந்தது.

"உம்மா!"

குஞ்ஞுநூரு தாழ்வாரத்தில் வந்து நிற்கிறான்; சாந்தும்மாவும் ரவியும் எழுந்தார்கள்.

"நான் போறேன்," சாந்தும்மா சொன்னாள்.

அன்று சோறு சமைக்கவில்லை.

❍

ரவி அலியாரின் கடைக்குச் சென்றான். வெள்ளையப்பம் இருந்தது. கொஞ்சம் ஆறியிருந்தாலும் புளித்த கள்ளின் மணமும் புதுநெல்லின் இனிமையும்.

குப்புவச்சன் அப்போதும் சுமைதாங்கிக் கல்லின் மீதமர்ந்து வெயில் காய்ந்துகொண்டிருந்தார்.

“குப்புவச்சா,” ரவி அழைத்தான். “கொஞ்சம் டீ குடிக்கிறீங்களா?”

“இல்ல. வேண்டாந் தம்பி!”

“சரி.”

“நீ சொன்னா ஸெரிதான். அலியாரே, ஓர் வெள்ளேப்பம் எடுங்க.”

அலியார் வெள்ளையப்பத்தையும் தேநீரையும் சுமைதாங்கிக் கல்லுக்குக் கொண்டு சென்று படைத்தார். வெள்ளையப்பமும் தேநீரும் முடிந்தபோது குப்புவச்சனின் முகம் விகாரமானது.

“நல்ல எள வெயிலு தம்பி,” குப்புவச்சன் சொன்னார், “மீன் புடிக்கப் போவமா?”

“நா வரல, குப்புவச்சா.”

“அட, அப்டிச் சொல்லாத. கொளத்துல சேர மீனு வெயிலுகாய வர்ற நேரம்.”

“நீங்க போங்க, நான் வரல.”

ரவி நெடுவரப்பின் வழியே நடந்தான். அப்புக்கிளி தாழம்புதர்களின் இடையில் தும்பி பிடித்துக்கொண்டு நடந்தான்.

“அண்ணோ, தும்பி வேணதா?”

“நாங்கொஞ்சம் நடந்துட்டு வர்றேன் கேட்டியா,” அப்புக்கிளியின் பெரிய தலையைத் தொட்டுத் தடவியவாறு ரவி சொன்னான். “சாயந்தரம் வர்றப்ப ஒரு பெரிய தும்பியக் கொண்டு வருவீல்ல?”

வெப்பம் இழந்த வெயில். பனைகளின் சீழ்க்கை. மனதினூடே கடந்து சென்றது என்ன? கருணை, மோகம், எரிச்சல், குரூர ஆர்வம், திருப்தி – என்னவாயிருந்தது அது? இல்லையென்றால் அது எல்லாமாயிருந்தது. ஜென்மங்களின் இளவெயிலில் தும்பிகள் பறந்தலைந்தன. ரவி நடந்தான். நெடுவரப்பு முடிவற்று நீண்டு கிடந்தது.

15

மிச்சங்கள்

பனையேறி குப்புவை சாந்தும்மா நினைத்துப் பார்ப்பதற்கு வாய்ப்பில்லை. சிவராமன்நாயரும் நினைக்கவில்லை. குப்புவச்சனுக்குக்கூட அந்த நினைவு அந்நியமும் அகன்றதுமாகத் தோன்றியது. ஆனால் குப்புவச்சன் பகையுடன் ஒன்று மட்டும் நினைவுகூர்ந்தார். பதினைந்து வருடங்களுக்கு முன்பு ஒருநாள். வெயில் தணியவில்லை. குப்புவச்சனின் கள்ளுக் கடையில் அன்று கூட்டமில்லை. ஒரு பண்டாரமும் அந்நியனான ஒரு வழிப்போக்கனும் மட்டும் பழைய கள் குடித்துக்கொண்டிருந்தனர். வெளிறிய மண் பிளவுற்றுக் கிடந்த வயல்களில் கானல்நீரிருந்தது. வீட்டுக்குள் கல்யாணியின் கொலுசு கிலுங்கியிருந்தது.

தபால்காரர் கேளுமேனோன் வயலின் குறுக்கே வருவதை குப்புவச்சன் தூரத்திலிருந்தே பார்த்தார். கேளுமேனோன் மாதம் இரண்டு முறை வருவார். பழைய செய்தித்தாள்களுடனும் நிறைய தகவல்களுடனும்தான் வருவார். வந்தால் ஒன்றிரண்டு நாட்கள் தங்கவும் செய்வார்.

ஒரு குவளை வெள்ளைக் கள்ளும் இரண்டு சாண் ஆட்டுக்குடலுமாக மேனோன் அமர்ந்தார். பிறகு, முடிந்தவரை மென்மையாக, மதுவிலக்கின் செய்தியை குப்புவச்சனுக்குத் தெரிவித்தார்.

குப்புவச்சன் எதுவும் பேசவில்லை. எதிர் வினையில்லை.

மதுவிலக்கு வந்தது. கொழண்ணச்சேரி அதிகாரி சொல்லியனுப்பி ஒரு தண்டோராக்காரன் அங்கு வந்து அறிவித்தான். ஆயினும் குப்புவச்சன் ஏதும் பேசவில்லை. தழும்பேறிய மார்பில் தினமும் காலையில் மாருதாலி[83] கட்டி அவர் பனையேறினார். கூடாது என்று சொல்ல கசாக்கில் யாரும் துணியவில்லை.

மூன்று நான்கு நாட்களுக்குப் பிறகு ஒரு மாலை நேரத்தில் குப்புவச்சனும் மாதவன்நாயரும் பனங்காட்டிலூடே நடந்தார்கள்.

"குப்புவச்சா, இது கூடாது."

"ம் –"

"கடய மூடாம முடியாது குப்புவச்சா."

குப்புவச்சன் பேசவில்லை; அத்தனை நாட்களில் முதன்முறையாகப் பேசுகிறார்.

"நீ அப்டியா சொல்ற, குட்டிமூத்தாரே?"

"எனக்காக – நீங்க கடயப் பூட்டணும் குப்புவச்சா?"

"ம் –"

செவ்வானம் இருட்டத் தொடங்கியது. பனையுடல்களில் வெப்பமுண்டு. ஒரு பனையில் சாய்ந்து நின்றுகொண்டு குப்புவச்சன் சொன்னார், "மாயாண்டி எங்கிட்ட என்ன சொன்னாருன்னு ஒனக்குத் தெரியுமா மாதவா?"

"என்ன?"

"கள்ளச்சாராயம் காச்ச ஆரம்பிக்க. பா!"

"போகட்டும், குப்புவச்சா."

"போகட்டுமா? நான் அவன –"

குப்புவச்சன் சினம் கொண்டிருந்தார். அமைதியானவரும் பேருடல் படைத்தவருமான அந்த மனிதனின் உணர்ச்சி மாறுவதை மாதவன்நாயர் ஆர்வத்துடன் கவனித்துப் பார்த்தார். பிறகு, பனங்காற்று குப்புவச்சனைக் குளிர்வித்ததாகத் தோன்றியது. மாதவன்நாயர் சொன்னார், "மறந்துடுங்க, குப்புவச்சா."

---

83. மாருதாலி: மார்பு + தாலி – பனையேறி மரம் ஏறும்போது மார்பில் கட்டிக்கொள்ளும் தோல்பட்டை.

பனையேறியின் இதிகாசம் அவ்வாறு மறந்துவிட்டது ... முற்காலத்தில், பறந்து பறந்து சிறகு சுழற்றும் நாகங்கள் பனங்காயில் மாணிக்கத்தை இறக்கி வைத்து இளைப்பாறுவதுண்டு. பனையேறி, நாகங்களுக்காகக் கள்ளை நேர்ந்துவைத்தான். பனைமரத்தடியிலோ, அவன் குலதெய்வங்களுக்குத் தெச்சிப்பூ நேர்ந்துவைத்தான். தெய்வங்களையும் முன்னோர்களையும் ஷெய்க் எஜமானையும் மனதில் வைத்துத்தான் பனையேறுவது. ஏனென்றால், ஏறிச் செல்வது பிடிநிலையற்ற ஆகாயத்திற்கு. பனை மடல்களில் இடிமின்னலும் காற்றுமுண்டு. பனையின் கூர்மையான செதில்களிலோ தேள்களுண்டு. செதில்களில் உராய்ந்து பனையேறியின் கையும் மார்பும் காய்த்துப்போகும். பெண்கள் அந்தக் காய்ப்புகளை வைத்துதான் ஆண்களை அறிந்தார்கள். கணவன்மார் பனங்காட்டுக்குச் சென்றால் பெண்கள் உச்சிப் பொழுதில் சருகு அள்ளச் செல்வார்கள். சருகு எரித்துத்தான் கள்ளு காய்ச்சிச் சர்க்கரை காய்ச்சுவது. மாந்தோப்பிலும் தேக்குக் காடுகளிலும் சருகள்ளும்போதுதான் உலக விஷயங்களும் அவதூறுகளுமெல்லாம். அடுக்கடுக்காகத் தூங்கும் சருகுகளைத் துடைப்பத்தால் சீய்ப்பதற்குப் பெண்கள் அஞ்சுவதில்லை. சருகுகளுக்குள் இருக்கும் பாம்புகள் கற்புடைய பெண்களைக் கொத்துவதில்லை; அல்லது, என்றாவது ஒருநாள் தவறிவிட்டால் யாருக்கும் தெரியாமல் கசாக்கின் சர்ப்பச் சிலைகளில் ஒரு துளசி இலை வைத்துத்தான் அவர்கள் சருகள்ளச் சென்றார்கள். ஒற்றைப்பனைகளின் அடியிலும் அவர்கள் 'அபராதம்' வைத்தார்கள். ஏனென்றால் பனையால் பார்க்க முடியாதது எதுவுமில்லை. முன்னொரு காலமிருந்தது. புள்ளுவனின்[84] பாட்டுகள் இன்றும் அந்தக் காலத்தை நினைவுகூர்கின்றன. அன்று பனையில் ஏறவேண்டியிருக்கவில்லை. கள் இறக்குபவனுக்காகப் பனை குனிந்தது. அவன் மனைவி நெறி தவறியதற்குப் பிறகுதான் அது குனியாமல்போனது.

குப்புவச்சனின் மனைவி யாக்கரையைச் சேர்ந்தவள். சராசரியாக நல்ல நிலையிலிருக்கும் ஒரு குடியானவனின் ஏழாவது மகள். அவள் அப்பாவின் வீட்டில், யாக்கரை ஓடையின் ஓரம்வரை வரும் பெரிய வாசல். சுற்றிலும் மாவும் சீதாவும் காய்த்து நிற்கும் களத்துமேடு. நான்கு மாடும் கன்றும் கட்டிக்கிடக்கும் தொழுவம். அவள் சென்று புல்கூடைக்கருகில் நின்றால்போதும், எருமைகள் உறுமும். ஆனால் ஆறு சீதனங்கள் கொடுத்து முடிந்தபோது இதெல்லாம் கடனுக்குப் போனது. அப்படித்தான்

---

84. **புள்ளுவன்:** சர்ப்ப சாந்திக்காக ஒருவித வீணை வாசித்துப் பாடும் இனத்தைச் சேர்ந்தவன்.

கல்யாணி ஒரு பனையேறியின் காலட்சேபத்துக்கு வந்தாள். வரும்போது அவளுக்குப் பதினான்கு வயது. இருபத்து நான்கு வயதுக்கான தைரியமும். படியைக் கடந்து வலது காலை உள்ளே வைக்கும்போது நசநசவென்று மழை பெய்துகொண்டிருந்தது. கோழி கிளறுவதற்குக்கூட இடமில்லாத வாசலைப் பார்த்தபோது அவளுக்கு அழுகை வந்தது. புல்லுருவி நிறைந்த புளியமரத்தின் நிழல் விழுந்து அந்த இடம் சதுப்பாகிவிட்டிருந்தது. கண்ணீரைத் துடைத்துக்கொண்டாள் கல்யாணி. பனை ஏறி நன்றாக ஆனவர்கள் பலர் இருக்கிறார்கள். வயலும் விவசாயமுமாக ஆனவர்கள் உண்டு. கள்ளுக் கடையால் முதலாளிகளாக ஆனவர்கள் உண்டு. கல்யாணம் முடிந்த இரண்டாம் வருடம் அவள் சொன்னாள், "அப்பறம், நீங்க கொஞ்சம் வெவசாயம் செய்ங்க."

குப்புவச்சன் இருபது பற நிலம் குத்தகைக்கு எடுத்தார். முதலாவது அறுவடை முடிந்து குத்தகை நெல் அளக்கச் சென்றபோது பண்ணையார் மரியாதை இல்லாமல் பேசினார். குப்புவச்சன் ஒரு அடி கொடுத்தார். அவ்வளவுதான், பண்ணையார் வெகுகாலம் சிகிச்சை மேற்கொண்டார். அப்படி விவசாயம் முடிந்தது. குப்புவச்சன் கள்ளுக் கடை ஏலம் எடுத்தார். கல்யாணி மீண்டும் விரும்பினாள். கலயங்களில் கள்ளும் சர்க்கரைப்பாகும் நிறையும்போது ஏதாவது மிச்சம் வரும். ஆனால் மிச்சம் வரவில்லை. ஆயினும் காலம் செல்லுந்தோறும் அவள் கள் கலயங்களை நேசித்தாள். அங்கே குடிக்க வருபவர்கள் அவளின் பச்சிளம் குழந்தைகளென்று அவளுக்குத் தோன்றியது...

கடை பூட்டப்பட்டு நாட்களாயின. ஒரு காலையில் குப்புவச்சன் கயிற்றுத் தளைநாரைக் கையிலெடுத்துப் பனங்காட்டுக்கு நடந்தார். மாருதாலி கட்டியிருந்தார். இடுப்பில் செத்துக் கத்தியுண்டு.

தாழம்புதரின் மறைவில் குந்தியிருந்த மொல்லாக்கா உரக்கக் கேட்டார், "எங்கெ போறது, குப்வோ?"

குப்புவச்சன் ஒரு நொடி தயங்கியதாகத் தோன்றியது. பிறகு சொன்னார், "மட்ட வெட்ட."

பனயேறியின் அணிபூண்டு பனங்காட்டுக்குச் செல்கிறார். அதை மொல்லாக்கா துயரத்துடன் பார்த்துக்கொண்டிருந்தார். காலில் தளைநாரிட்ட குப்புவச்சன் பனையேறத் தொடங்கினார். ஏறி ஏறி உயர்ந்தார். காட்டுத்துளசியின் மணமுள்ள கிழக்குக் காற்று. கள் வடிந்திருந்தது. அதுவும் கடந்து அவர் மேலே

உயர்ந்தார். குப்புவச்சன் மட்டைத் தண்டில் இருபுறமும் கால்களிட்டு அமர்ந்தார்.

கல்யாணி கலயங்களைத் தூசு தட்டி வைத்தாள். கள் வாசனை போகவில்லை. தாகம் தீரும்வரை அந்த மணத்தை உட்கொண்டாள். கொல்லைப் பக்கம் சென்று நின்று தூரத்தே பார்த்தாள். இருபுறமும் பனைகள் வளர்ந்து நின்ற நெடுவரப்பினூடே யாக்கரையின் ஓடைப் பாலமும் களத்துமேடும் சீதாமரங்களும் கண் முன்னால் எழுந்தன. கல்யாணி மீண்டும் வீட்டுக்குள் வந்தாள். யாருமில்லை. அவள் மகன் கிழக்கே எங்கோ தேயிலைத் தோட்டத்தில். அவள் பெட்டியைத் திறந்தாள். பொன் மூடிய காப்பும் காலேயரைக்கால் பவுன் அட்டிகையும் அடகிலிருக்கின்றன. பரவாயில்லை. மிச்சமுள்ள மெட்டியையும் வெள்ளிக் கொலுசையும் குட்டானில் திணித்தாள். வாசலில் இறங்கி சற்று நேரம் நின்றாள். வாசலில் நிழல் வீழ்ந்து பாசிபிடித்த இடத்தில் அவள் பார்வை பதிந்தது. என்னென்னவோ நினைவுகள் ஏற்பட்டன. கல்யாணி மேற்கொண்டு எதுவும் யோசிக்காமல் கசாக்கை விட்டுச் சென்றாள்.

❍

இந்தக் காலத்தில்தான் பாலக்காட்டில் எஸென்ஸுகள் பரவத் தொடங்கின. பச்சையும் சிவப்புமான இந்தத் திரவங்கள் அவுன்ஸ் கணக்கில் அளந்து விற்கப்பட்டன. அந்தக் காரணத்தால் கசாக்குக்காரர்கள் அவற்றை அவினீஸென்று அழைத்தார்கள். கசாக்கைச் சேர்ந்த மாயாண்டி விரைவிலேயே எஸென்ஸ் விற்பனை தொடங்கினார். சிலரைத் தவிர கசாக்குக்காரர்களுக்குப் பொதுவாக அவினீஸ் பிடிக்கவில்லை. மணமும் நிறமும் சரியல்ல. பழக்கமான மற்றொரு முறை, சர்க்கரைத் தண்ணீரை நுரைக்க வைத்துக் கள்ளாக்குவது. இந்த நுரப்பனுக்கு ஏறத்தாழ வெள்ளைக் கள்ளின் சுவை உண்டு. போதை குறையும், அவ்வளவுதான். மரவட்டையையும் மின்மினியையும் நசுக்கிக் கலக்கியபோது நுரப்பனுக்கு வீரியம் கூடியது. கள்ளுக்காரர்களின் குழந்தைகள் ஊர் முழுதும் மரவட்டை வேட்டைக்குப் புறப்பட்டார்கள். பாலக்காட்டுத் தொடக்கப் பள்ளிகளில் ஆஜர் குறைந்தது. பதினைந்து வருடம் முடிந்தும் வேட்டை நிற்கவில்லை. நான்கு நாட்களாக சாமுண்ணியோ, நாகேலனோ[85] ஏன் வரவில்லை என்று ரவி கேட்டால் மற்ற பிள்ளைகள் சொல்வார்கள், "மரவட்ட பிடிக்கப் போனதாக்கும், ஸார்!" வெள்ளைக் கள்ளின் இடத்தை

85. **சாமுண்ணி:** சாமுண்டி. நாகேலன்: முருகன் (நாக – வேலன்)

ஏறக்குறைய நுரப்பன் கைப்பற்றியது. நுரப்பன் காய்ச்சினாலோ, முன்புபோல சுத்தமான சாராயமும் கிடைத்தது.

பலர் புதிய கலவைகளைப் பரிசோதித்துக்கொண்டிருந்தார்கள். மண்டையோட்டை உடைத்துக் கலந்தால் நல்லதென்று ஒரு பல்லச்சேனக்காரன் சொன்னான். அமோனியம் சல்பேட் சேர்த்தால் கடுமையாக இருக்கும் என்று கசாக்குக்காரன் சாத்தேலன் கண்டுபிடித்தான். விவசாயத் துறையினர் விநியோகம் செய்யும் சல்பேட் எவ்வளவு வேண்டுமானாலும் கிடைக்கும். ஆனால், 'ஒதவாக்கரை' க்கு ஒரு பிரச்சினைதான். நுரப்பனில் அதன் அளவு சற்று அதிகரித்துவிட்டால் உடனே 'நெருக்கடி' ஏற்பட்டது. சில நொடிகளுக்குள் மறைவிடம் தேடிக் குந்தினாலே ஆயிற்று. கூமன்காவுக்காரன் ஒருவன் பின்னரும் ஆராய்ந்தான். போதை ஒருவித மின்சாரம் என்று அவன் சிந்தித்தான். அப்படிக் கடைசியில் பாலக்காட்டுக்குச் சென்று பழையதொரு மோட்டார் பேட்டரியிலிருந்து கந்தக அமிலத்தை ஊற்றியெடுத்து நுரப்பனில் கலக்கினான். கூமன்காவுக்காரர்கள் எட்டுப்பேர் குடலெரிந்து செத்தார்கள். ஒன்பதாவது கசாக்குக்காரன் சாத்தன் ஒரு மாத சிகிச்சைக்குப் பிறகு உயிர்த்து கசாக்குக்கு வந்தான். இவன் பிற்காலத்தில் 'பரலோகம் கண்ட சாத்தன்' என்றறியப்பட்டான்.

குடிலின் மண் சுவரில் அடித்திருந்த ஆணியில் குப்புவச்சன் மாருதாலியையும் செத்துக் கத்தியையும் மாட்டித் தொங்கவிட்டார். உடனே பெரிய கருஞ்சிலந்திகள் அவற்றின் அடியில் பற்றி அடைந்தன. அங்கே இரண்டு மூன்று நாட்கள் அடுப்பு புகையவில்லை. பிறகு குப்புவச்சன் குடிலின் தனிமையிலிருந்து வெட்டவெளிகளின் தனிமைக்கு நடந்தார். சில சமயம் செதலிவரை நடந்தார். இல்லையென்றால் மலைக்காற்று வாங்கித் தரிசுகளிலிருந்தார். அப்படித் தனித்திருந்தால் நினைவுகூர்ந்துபோவது கல்யாணியின் வீட்டைப் பற்றித்தான். அவள் அப்பாவும் அம்மாவும் இறந்துவிட்டிருந்தார்கள். அந்த வீட்டின் அறையில் ஒரு மூலையில் கூனியிருந்த ஒரு பாட்டி மட்டும் உண்டு. கல்யாணி ஒரு துண்டை மட்டும் கட்டிக்கொண்டு யாக்கரை ஓடையில் குளித்து நிற்பதை குப்புவச்சன் நினைத்துப் பார்த்தார். துண்டு மட்டும் கட்டிக்கொண்டு, நாராயணியம்மாவைப்போல. ஓட்டுக் கம்பெனியில் வேலை செய்ய வருபவர்கள் அந்தத் துறையில் குளிக்க இறங்குவதையும், அந்தி மயங்க, ஆளில்லாத அந்த வீட்டுக்கு முன்னால் சுற்றிக்கொண்டிருப்பதையும் அவர் நினைத்துப்பார்த்தார் ... வீட்டுக்குத் திரும்பிச் சென்று படுத்துத் தூங்க முயன்றாலும் மனதில் அதுதான். அப்புறம் அப்புறம் குப்புவச்சனின் மனதிலிருந்து மற்ற எல்லாமே அகன்றன. ஒற்றைத்

துண்டு கட்டி கல்யாணி மட்டும் அங்கே நீராடினாள். வெளியே பனியும் காற்றும் நிறையும்போது குப்புவச்சன் பாயில் குப்புறப் படுத்தார். அப்படி வருடம் பதினைந்து ஆனது.

❍

குப்புவச்சன் கசாக்கின் சுமைதாங்கியின் மீது காட்சியளிக்கிறார். நெற்றியில் விழும் நரை படர்ந்த செம்பட்டை முடியுடனும் கடைவாய்ப் பற்கள் உதிர்ந்து ஒட்டிய கன்னம் முதல் கன்னம்வரை படரும் சிரிப்புடனும் குப்புவச்சன் அங்கே குந்தியிருந்தார். என்றிலிருந்து குப்புவச்சனைச் சுமைதாங்கியின் மீது பார்க்கத் தொடங்கினோம் என்று கசாக்குக்காரர்களால் சொல்ல முடியாது. என்றும் அங்கேதான் இருந்திருக்க வேண்டும். கடந்த காலங்களைப் பிணைக்கும் கண்ணிகள் அத்தனையும் அற்றுப்போயிருந்தன.

தலையை முழங்கால்களுக்கிடையில் தாழ்த்தி வைத்து, மெலிந்தொட்டிய கரங்களை ஸ்வஸ்திக்போல் வைத்தவாறு, வலது உள்ளங்கையை இறுக மூடி குப்புவச்சன் சுமைதாங்கியின் மீது அமர்ந்திருந்தார். வருபவர் யாராக இருந்தாலும் குப்புவச்சன் குசலம் விசாரித்துக்கொள்வார். சில சமயம் அந்த அழைப்பு நிராகரிக்கப்படுமென்று நன்றாகத் தெரிந்தால், சுமைதாங்கியிலிருந்து தேநீர்க் கடைக்கு உரத்துச் சொல்வார், "நம்ம கணக்கில ஒரு கோட்டர் டீ கொடு." இல்லையென்றால், கையைக் கட்டிக்கொண்டு தலைகுனிந்தவாறு ஒவ்வொரு அடியையும் அளந்து வைத்து மெதுவாக நடுத்திடலின் வழியாகச் செல்லும்போது எதிரே யாரையாவது பார்த்தால் சொல்லத் தொடங்குவார், "ஒனக்குத் தெரியுமா, தம்பி? நாம சொல்லக் கூடாது. இர்ந்தாலும் அந்த மேஷ்டர் பய்யன் எங்கேர்ந்து பாலு வாங்குறான்னு தெரியுமா? அந்த தூக்கு மாட்டிச் செத்த நாகுமணியோட மக லட்சுமிகிட்டதான். அப்பறம், நம்ம பங்நேலனோட பொண்டாட்டிக்கு மாசம் பத்து. பங்நேலன் மலைய்க்கிப் போனது எப்ப? இன்னக்கி மாசம் பதினொன்னாயிடுச்சில்ல? நாம சொல்றதுக்கு என்னா இருக்கு?"

இதைச் சொல்லி முடிப்பதற்கிடையில் குப்புவச்சன் தரையில் அமர்ந்துவிடுவார். அமர்ந்தால் தலை, கை, கால் இவையெல்லாம் அதனதன் ஸ்தானத்துக்குச் சென்று அமைந்துவிடும்.

சிவராமன்நாயர், சாந்தும்மா தொடர்பாக ரவியை ஆட்சேபித்ததற்கு மறுநாள் மாதவன்நாயர் குப்புவச்சனிடம்

கேட்டார், "பெருசு, கையை மடக்கிக்கிட்டு பேசாம இருந்தாப் பத்தாதா?"

மாதவன்நாயர் அலியாரின் கடையில் தேநீர் குடித்துக் கொண்டிருந்தார்.

"அட, அட! என்னா மாதவா?" சுமைதாங்கியிலிருந்து குப்புவச்சன் மறுத்தார்.

"என்னா கை ஓங்குறீங்களா?"

"ச்சே! நல்ல காரியம்!" அலியார் சொன்னார். "கை ஓங்குனா குப்புவச்சன் பறந்துபோயிடுவாரே!"

"செரி," மாதவன்நாயர் சொன்னார், "கொஞ்சம் டீ குடிங்க."

"கொஞ்சம் முர்க்கும் தாடா நாயர் புள்ள."

"இதென்ன, அப்புக்கிளியா?"

"கொஞ்சம் முர்க்கு திங்கணும்னு தோனுதுடா."

அலியார் தேநீரையும் முறுக்கையும் சுமைதாங்கியின் மீது கொண்டு வந்து வைத்தார். முறுக்கை உடைப்பதற்கு ஒரு கல்லையும் கொடுத்தார்.

"அங்க பிண்டம் வச்சி கை தட்டுங்க, அலியாரே," மாதவன்நாயர் சொன்னார். "வந்து கொத்தட்டும்."

கூர்ந்து நீண்ட கழுகு அலகினடியில் அசிங்கமானதொரு சிரிப்பு படர்ந்தது. குப்புவச்சனின் மனம் நொடி நேரம் உக்கிரமாக விழித்தது . . . குப்புவச்சனிடம் என்னென்னமோ எடுத்துக் கேட்க வேண்டும் என்று மாதவன்நாயர் நினைத்திருந்தார். மாறாக, ஏதோ நினைவில் அவரும் தன்னை இழந்தார். அந்த நினைவில் பதினைந்து வருடத்திற்கு முன்பான அந்த மாலை நேரமும் அந்தப் பனங்காடும் கள்ளச்சாராயம் காச்சும்படி அறிவுறுத்தித் தன் தர்மத்தைக் களங்கப்படுத்திய மாயாண்டியைக் கொல்ல நின்ற பனையேறி குப்புவுமெல்லாம் உண்டோ என்னமோ. குப்புவச்சன் சுமைதாங்கியின் மீது அப்போதுமிருந்து முறுக்கைக் குத்தி உடைத்தார். கடைக்குள்ளே, அலியார் மாதவன்நாயரிடம் சொன்னார், "ஓர் பிசியம். அரபிக் கொளத்துல புது மீனுக வந்துருக்கு. போவமா இன்னிக்கு ராத்திரிக்கி?"

"ஓ, ரெடி, போவம்!" சுமைதாங்கியின் மீதிருந்து உற்சாகம் நிறைந்த பதில் வந்தது.

வெளியே பார்த்துக்கொண்டு அலியார் சொன்னார், "எதுக்குக் கெழவா, முடியாத காலத்துல? யாரு மண்டையில மொளகா அரைக்கலாம்னு யோசிச்சிக்கிட்டுக் கையை மடக்கிக் குந்தியிருந்தா போதாதா?"

"மீன் பிடிக்கும்போது எப்படியானும் மொளகா அரைக்க வேண்டாமா அலியாரே?" மாதவன்நாயர் சொன்னார்.

யாரைப் பற்றியும் எதுவும் சொல்வதற்கில்லாதபோது குப்புவச்சன் ஒற்றலையும்[86] எடுத்துக்கொண்டு மீன் பிடிக்கப் புறப்பட்டுவிடுவார். ஓடையிலும் சேற்றிலும் நாரையைப்போல எக்கி எக்கி நடக்கும் குப்புவச்சனைப் பரல் மீன்கள்கூட[87] சுலபமாக ஏமாற்றிச் செல்லும். உயிரும் ஒளியுமுள்ளதனைத்தும் தன்னை ஏமாற்றிப் போய்விடுகின்றன. ஆயினும் மீன்பிடிப்பது என்பது ஒரு ஆசுவாசம். தண்ணீரிலும் சேற்றிலும் நிழலிடக் கண்ட ஆகாயத்தின் மீது சஞ்சரிக்கும்போது, உறுதியும் செழிப்புமானதொரு வாழ்க்கையின் மங்கிய நினைவுகள் பரல் மீன்களைப்போல குப்புவச்சனைத் தொட்டும் உரசியும் கடந்து சென்றன.

அன்று மாலையில் குப்புவச்சன் பள்ளிக்கூடத்திற்குச் சென்றார்.

"மேஷ்டரே," அவர் சொன்னார், "இன்னிக்கு ராத்திரி சாப்பாடு நம்ம வீட்ல."

"நான் இங்க சோறு வச்சிட்டனே," ரவி சொன்னான்.

"அட, அது போகட்டும். நம்ம வீட்ல மீங்கறி."

குப்புவச்சன் கட்டாயப்படுத்தினார். கடைசியில் ரவி சம்மதித்தான்.

குப்புவச்சனின் வீட்டுக்குச் சென்றபோது விளக்குகள் எரிந்துகொண்டிருந்தன.

"வாடீ, வாடீ, சின்னப்பெண்ணேய்," குப்புவச்சன் வீட்டுக்குள் பார்த்து அழைத்தார். "யாரிது! விருந்தாளி வந்துருக்கு பாரு."

---

86. **ஒற்றல்:** மீன் பிடிப்பதற்கான ஒரு கருவி. இரண்டு முனைகளும் திறந்த, ஒரு உயரமான கூடையின் வடிவத்தில், நெடுகச் சீவிய மூங்கில் துண்டுகளால் (அல்லது மிளாறு, பிரம்புகளால்) உருவாக்கப்பட்டது. ஆழம் குறைந்த தண்ணீரில் இந்தக் கூடையைத் தாழ்த்தி வைத்து – அதற்குள் அகப்படும் மீன்களை மேலாகக் கையிட்டுப் பிடிக்கிறார்கள்.

87. **பரல் மீன்:** ஒருவகை சிறிய மீன்.

புடவை கட்டி மார்புக் கச்சு மட்டுமணிந்து ஒரு இளம்பெண் திண்ணையில் வந்து நின்றாள்.

"நம்ம மர்மக, மகனோட பொண்டாட்டி," குப்புவச்சன் கேசியை அறிமுகப்படுத்தினார்.

கேசி செம்புத் தோண்டியில் தண்ணீர் கொண்டு வந்து வைத்தாள். ரவியும் குப்புவச்சனும் கைகால்கழுவித் தடுக்குப் பாய்களில் அமர்ந்தார்கள்.

"தம்பி, கொஞ்சம் அவ்னீசு குடிக்கிறியா?"

"ம், சரி."

குப்புவச்சனின் விருந்தோம்பலுக்கு ரவி ஆயத்தமாகும்போது தான் குப்புவச்சன் சொன்னார், "ரெண்டு ருவா காசு இருக்குமா ஒங் கையில? நம்ம போயி அவ்னீசு வாங்கிட்டு வரதுக்கு."

குப்புவச்சன் சில்லறை வாங்கிக்கொண்டு வெளியே சென்றார்.

கேசி தடுக்குப் பாயை இழுத்துப் போட்டு ரவியின் பக்கத்தில் வந்து அமர்ந்தாள்.

"அப்பா எப்பவும் சொல்லிக்கிட்டிருப்பாரு," அவள் பேச்சை ஆரம்பித்தாள், "ஒர் நாளூ சாப்பிடக் கூப்புடணும்னு."

ரவி ஏதோ மழுப்பலாகச் சொன்னான்.

"ஒன்னோட புருசன் ஏர்க்காட்லயோ எங்கயோ இருக்கறதா குப்புவச்சன் சொல்லியிருந்தாரு," ரவி சொன்னான்.

"ஓ, ஆமா. போய்ட்டு ரொம்ப காலமாச்சி. நான் என் வீட்ல இருந்தேன். அப்பறம் அப்பாதான் இங்க வந்து இருக்கச் சொன்னாரு."

குப்புவச்சன் எஸென்ஸுடன் திரும்பி வந்தார். கேசி அவர்களின் முன்னால் இரண்டு பீங்கான் கோப்பைகளை வைத்தாள்.

"ஒனக்கு வேணுமாடி?" குப்புவச்சன் கேட்டார்.

கேசி கழுத்தைச் சொடுக்கினாள், "அட, இந்த அப்பனப் பாருங்க!"

"குடி, தம்பி," குப்புவச்சன் சொன்னார், "சீக்கிரம்."

பாட்டில் பாதியானது.

“இரு தம்பி, நாம்போயி மீனு கொண்டு வரேன்.”

“மீனு கொண்டு வரப்போறீங்களா?” ரவி கேட்டான்.

“மடை கட்டி வச்சிருக்கேன். ஒற்றல எடுத்துட்டுப் போகணும், அவ்வளவுதான்.”

குப்புவச்சன் ஒற்றலை எடுத்துக்கொண்டு புறப்பட்டார்.

“பத்தே பத்து நிமிஷம், தம்பி.”

குப்புவச்சன் தேநீர்க் கடைக்குச் சென்றபோது அலியார் அமர்ந்து கணக்கிட்டுக்கொண்டிருந்தார். தேநீர் பாய்லரில் நெருப்புகளையெல்லாம் அணைத்துவிட்டிருந்தார்.

“நாயர்புள்ள எங்கடா ராவுத்தர் பய்யா?”

“அவரு வரல்லியே,” அலியார் சொன்னார். “நாமலும் வரல்ல.”

“அட, இது என்னாது!” குப்புவச்சன் பிணங்கினார். “நம்மளத் தூண்டிவிட்டுட்டு –”

“நீங்கதான வர்றேன்னிங்க?” அலியார் சொன்னார். “நாங்க யாராவது கூப்புட்டமா?”

“அட, சின்னப்புள்ளைங்கபோல வெளயாடாதே. நீ வா.”

“தொல்லயாப்போச்சே கடவுளே!”

“அட, நீ வரணும்.”

அப்படிக் கடைசியில் அவர்கள் புறப்பட்டார்கள்.

“பெரிசே,” அலியார் சொன்னார், “எங்க போறம்னு தெரிய்மா?”

“ஏ, எங்க?”

“அரபிக் கொளத்துக்காக்கும். அங்க நெறய பூதமாக்கும், பூதமான பூதம்!”

“ஓ, போடா, நீ நம்மல பேதியாக்காதே.”

பள்ளிவாசல் காடு நெருங்கியது.

“மொட்டேய்!”

“எனக்குக் குளிருதுடா?”

"யாரு கூப்புட்டா?"

"கொஞ்சம் நில்லுடா. நா என்னோட போர்வையக் கொண்டு வந்துடுறேன்டா."

யாக்கரை ஓடைத் துறையில் நிற்கும் கல்யாணியை நினைத்ததுபோல, கேசியை நினைத்துவிடுகிறார். நினைத்து நினைத்து மனது கலங்குகிறது. உள்ளங்கைகளை மூடிக்கொண்டு, கரங்களைத் தோளோடு கட்டிக்கொண்டு, பரிதாபமான வேண்டுகோளை மீண்டும் மீண்டும் சொல்லியவாறு குப்புவச்சன் அலியாரைப் பின்தொடர்ந்தார்.

"டே, நீ தங்கமான பையன்ல, மொட்டேய்."

அப்போதுதான் பள்ளிவாசல் காட்டிலிருந்து அமானுஷ்யமான ஒரு குரல் அவர்களிடம் பேசியது.

"நில்லுங்க!"

அதைத் தொடர்ந்து மந்திர உச்சாடனமும்.

"யாரது?" அலியார் உரத்துக் கேட்டார்.

"நான்தான்."

"யாரு, காலியாரா?"

"ஆமா."

"என்னா?"

சமாதிகளுக்கிடையில் எரிந்த எண்ணெய் விளக்கின் வெளிச்சத்தில் நைசாமலியின் மெலிந்துயர்ந்த உருவும் மெதுவாகத் தோன்றியது. ஒரு கையைத் தூக்கியவாறு காலியார் சொன்னார்: "ச்! இங்க ஒர் ஜின்னுருக்கு!"

குப்புவச்சன் உறைந்துபோய் நின்றுவிட்டார்.

"நீங்க பயப்பட வேண்டாம். அது நம்ம சொல்படி கேக்கும். இன்சால்லா! அங்க இங்க திரும்பாம அப்டியே நில்லுங்க. எச்சி மட்டும் முழுங்கிடாதீங்க."

காலியார் அப்படிச் சொன்னதும் குப்புவச்சன் எச்சில் விழுங்கியதும் ஒரே நேரத்தில் நடந்தது. குப்புவச்சன் உயிர்ச் சவமானார்.

சில நொடிகளுக்குப் பிறகு காலியார் சொன்னார், "போங்க. மூத்தாரு போயிட்டாரு . . . இதாரு, குப்புவச்சன்ல? மீன் புடிக்கிறதுக்கா?"

குப்புவச்சன் சற்று முனகினார், அவ்வளவுதான். குரல் எழவில்லை.

"ஸெரி, அலியாரே," விடைபெற்றுக்கொண்டு காலியார் கசாக்குக்கும் அலியாரும் குப்புவச்சனும் அரபிக் குளத்திற்கும் நடந்தார்கள்.

மீன்பிடிப்பவர்கள் மடைக்குப் பக்கத்தில் காத்திருந்தார்கள். குப்புவச்சன் மீண்டும் முனகினார், "டே, ராவ்த்தப் புள்ளே –"

"ச்சே! என்னாது!"

"எனக்குக் குளிருதுடா மொட்டேய்."

"தோ பாரு, கழுகு மூக்குக் கெழவா. என்ன மொட்டே மொட்டேன்னு கூப்டா எனக்குக் கெட்ட கோவம் வரும் தெரிய்மா?"

"ஓ, எனக்குக் குளிருதுடா."

"அதுக்கு இப்ப என்னா செய்யணும்? அவ்னீசு குடிக்கணுமா?"

"வேண்டாண்டா. நான் என்னோட கம்பளியக் கொண்டு வந்துடுறேன்டா."

"அப்ப மீன்லாம் அதுபாட்டுக்குப் போய்டும்."

"இல்ல, இதோ, இப்ப –"

குப்புவச்சன் கலங்கிய மனத்துடன், கலங்கிய நம்பிக்கையுடன், வீட்டை நோக்கி நடந்தார் . . . அறைக் கதவு மூடியிருந்தது. கதவுக்கு வெளியே ரவியின் செருப்பும் டார்ச் விளக்குமிருந்தன. குப்புவச்சன் கதவு இடுக்கு வழியே அறைக்குள் பார்த்தார். பிறகு திரும்பி வந்து திண்ணைப் படியிலமர்ந்தார். மிச்சமிருந்த எஸென்ஸ் அப்போதும் அங்கேயே இருந்தது. குப்புவச்சன் எடுத்து அது முழுவதையும் குடித்தார். கண்கள் சுடத் தொடங்கின.

குளத்தின் ஓரத்துக்கு வந்தபோதுதான் நெஞ்சில் கனம் விழுந்தது. அலியாரைக் காணவில்லை. தன்னை ஏமாற்றுவதற்காக எங்காவது ஒளிந்துகொண்டிருக்க வேண்டும்.

"டே, ராவ்த்தக் கயவாளி புள்ளே!" யசோதா கிருஷ்ணனை அழைப்பதுபோன்று குப்புவச்சன் அழைத்தார். அந்த அழைப்பை யாரும் கேட்கவில்லை. காற்று வீசியபோது சமாதிகளின் மணம் மட்டும் எழுந்தது.

"அலியாரே!"

அலியாரின் நடவடிக்கையை இதயமற்ற சதியாகத்தான் குப்புவச்சன் உணர்ந்தார். அது கொலைக்குச் சமமானதாயிருந்தது.

"அடேய் பாவியே!" குப்புவச்சன் அழத் தொடங்கினார். தலையற்ற முண்டங்கள் அரபிக் குளத்திற்கு நீராட வரப்போகின்றன. அங்கிருந்து பாய்ந்தோடித் தப்பிக்க வேண்டும். ஆனால், வெள்ளி அம்புகளைப்போலத் தாவும் கண்ணன் மீன்களைப் பற்றி நினைத்தபோது குப்புவச்சன் அங்கேயே நிற்கத் தீர்மானித்தார். கம்பளி போர்த்திய முண்டத்தைப்போல அவர் குளக்கரையோரம் நடந்தார்.

"அதோ தாவுது கண்ணன்!"

காலெடுத்து வைத்ததும் ஆகாயம் உடைந்து வீழ்ந்து விட்டதென்று குப்புவச்சனுக்குத் தோன்றியது. தண்ணீரின் கண்மூடித்தனமான தழுவல். மூச்சுமுட்டுகிறது. கம்பளி ஈயக் கட்டிபோலக் கனக்கிறது. நீண்ட நேரம் கைகால்களைப்போட்டு அடித்துக்கொண்டு துடித்த பிறகு குப்புவச்சன் கரையேறினார். கண் முழுதும் பாசி படிந்திருந்தது. குளத்தின் படித்துறையில் பாறையிலமர்ந்துகொண்டு குப்புவச்சன் அலறினார், "ஐயோ, நாஞ் சாகுறனே! ஓடி வாங்களே!"

16

கிழக்கே செல்பவர்கள்

கசாக்குக்காரர்கள் பொதுவாக சஞ்சாரிகள் அல்ல. ஆனால் பண்டாரங்களின் நிலை நேர்மாறானது. அவர்களுக்குக் கசாக்கில் வேர்கள் இல்லை. பின்குடுமிகள் மட்டும்தான் உண்டு. கசாக்கின் புள்ளி வெயிலையும் கடந்து அவர்கள் வெளியே சென்றார்கள். பொள்ளாச்சி, உடுமலைப் பேட்டை வழியாக அவர்கள் கொங்குநாட்டினூடே சுற்றித்திரிந்தார்கள். அங்கே வேலாயிப் பண்டாரம் வடிவேல்சாமியாகவும் கருமாண்டிப் பண்டாரம் கருமபெருமாளாகவும் ஆனார்கள்.

இந்தக் காடாறு மாதம் கடந்து ஊருக்கு வந்தால் பிறகு 'காடையாறு' மாதம்தான். ஒவ்வொரு பண்டாரத்தின் கையிலும் தமிழ்நாட்டு சன்னியாசத்தின் மிச்சம் இருக்கும். ஒட்டுகோல்[88] வைத்துக் காடை பிடித்து அவ்வளவையும் குடித்துத் தீர்ப்பார்கள். மாயாண்டியின் எஸென்ஸ¬ கடையில் காடையிறைச்சி வேகுவதற்காகக் காத்திருக்கும் போதுதான் பண்டாரங்கள் கதை சொல்வார்கள். கதை கேட்பதற்கு குப்புவச்சன் இருப்பார், மொல்லாக்கா இருப்பார்.

சில சமயங்களில் கோபாலுபணிக்கரும் கடைக்குச் சென்றார். பணிக்கர்கள் செய்யக்கூடிய காரியமல்ல. ஆனால் அந்தக் கதைகளைக் கேட்டுக்கொண்டு கோபாலு அங்கேயிருந்தார்.

---

88. **ஒட்டுகோல்:** பசை தடவிய கோல். (பசையில் வந்து ஒட்டும் பறவைகளைப் பிடிக்கப் பயன்படுத்துவது)

பள்ளிக்கூடத்திலோ பெரிய வேலையில்லை. வழக்கமாக வரக்கூடிய ஐந்தே ஐந்துபேர்தான் அங்கே மணலில் எழுதி வந்தார்கள். ஓராசிரியர் பள்ளி வந்த பிறகும் மதரசா நிலைபெற்று வந்தது. காரணம், அங்கே மதப்பாடம் உண்டு. பள்ளிக்கூடத்தில் எழுத்துக்களைத் தவிர வேறொன்றுமில்லை. கேயா –க்கேயா – கீய –க்கீயா –என்றிப்படி. பல்லக்கு சுமப்பவர்களின் உறுமல்போல[89], எழுத்துக்களை ராகம்போட்டார்கள். விரல் முனைகள் தேயுமளவு மணலில் எழுதினார்கள்.

ஆறு ஏழு வருடங்கள் அப்படி மணலில் எழுத வேண்டும். அவ்வளவு தவத்திற்குப் பிறகு நெடுங்கணக்கு வசமாகி விட்டால், பிறகு அதை மறக்க வேண்டுமென்றால் தலையை வெட்டினால்தான் உண்டு. இன்றோ, ஓராசிரியர் பள்ளியில் அதெல்லாம் சில மாதங்களுக்கான வேலைதான்.

“இதுக்கெல்லாம் ஏதாவது அடிப்படையிர்க்கா?” எஸென்ஸு கடையில் அமர்ந்தபடி கோபாலுபணிக்கர் கேட்டார்.“நம்ம ஊரு பாழாப்போச்சு.”

“அதுல என்னா சந்தேகம்,” குப்புவச்சன் சொன்னார்.

கிழக்கே சென்று திரும்பி வந்த மயில்வாகனப் பண்டாரம் அதை அவ்வளவு பொருட்படுத்தவில்லை. இந்த ஊர் பாழாய்ப்போனாலும் அது தன்னைப் பாதிக்கும் காரியமல்ல.

கேட்க வேண்டும் என்று நினைத்தும் கேட்க முடியாமல் போனதை கோபாலு கேட்டார், “கெழக்குல என்னா நெலம, பண்டாரச் செட்டியாரே?”

பண்டாரம் கதை சொல்லத் தொடங்கினார். கிழக்கே செல்வது பொள்ளாச்சி வண்டியிலல்ல. கால்நடை. நடையின், யாசிப்பதன், மோசமான அனுபவம். நல்லெண்ணெய் மற்றும் சாந்துப்பொட்டின் மணமுள்ள பெண்கள். மற்றேதோ வெயிலின் வெப்பத்திற்கடியில் வெண் களிமண்ணின் மாறிவரும் சூன்யத்தினூடே நீளும் காலடிப் பாதை. வழிச் சத்திரம்.

“போகாம இர்க்க முடியாது, குர்வே,” மயில்வாகனப்பண்டாரம் சொன்னார்.

“அந்த விளி வர்றதோட ஸத்தியம் என்னா?” அல்லாப்பிச்சா மொல்லாக்கா கேட்டார்.

---

89. **பல்லக்கு சுமப்பவர்களின் உறுமல்:** பல்லக்கு சுமப்பவர்கள் எதிரே வருபவர்கள் ஒதுங்கிச் செல்ல வேண்டும் என்பதற்காக “ஹோய்ஞ்ஹோய்ஞ்” என்று கூவுவது.

கசாக்கில் படுத்துத் தூங்கும்போது அவர்கள் கிழக்குக் காற்றினூடே கணவாய் கடந்து வந்து மயில்வாகனப் பண்டாரத்தைத் தொட்டழைத்தார்கள். வெண் களிமண்ணின் தெய்வங்கள் அவர்கள் . . . உறங்கப் படுத்திருக்கும்போது கோபாலுபணிக்கரும் செவிகூர்ந்திருந்தார். கிழக்குக் காற்றில் அந்த அழைப்பு வரவில்லை. பனைமட்டைகளின் சீழ்க்கையொலி மட்டும் உயரவும் தாழவும் செய்தது.

ஒருநாள் மாலையில் பாலக்காட்டுக்குச் சென்று திரும்பி வந்த கோபாலுபணிக்கர் மனைவியிடம் கேட்டார், "லக்ஷ்மி, ராமங்குட்டி ஸ்கூலுக்குப் போனானா?"

லக்ஷ்மி பணிக்கத்தியார் பேசாமல் நின்றாள்.

"யாரு அவனச் சேத்தது?"

மௌனம்.

கோபாலுபணிக்கர் பாலக்காட்டுக்குச் சென்ற நேரத்தில் தான், லக்ஷ்மி எழுத்துப் பள்ளிக்கூடத்திலிருந்து மகனைப் பிடித்துக்கொண்டு ரவியிடம் சென்றாள்.

"மேஷ் இங்லீஷ் சொல்லிக் கொடுக்கணும்." அவள் ரவியிடம் சொல்வதற்கு இது மட்டும்தான் இருந்தது. ஆனால் சொல்லக் கூடாதவை பல இருந்தன. ராமன்குட்டி இங்லீஷ் படித்து வளர வேண்டும். பத்து பாஸாகி ரேஷனிங்காப்பீஸு குமாஸ்தாவாகி வாச்சு கட்டி பிரேம் இல்லாத கண்ணாடியணிந்து சிகரெட் புகைத்து கசாக்கில் சைக்கிள் மிதித்து வர வேண்டும். இதைச் சொல்லக் கூடாது. காரணம், அந்தக் குணச் சிறப்புகளெல்லாம் மற்றொருவருடையவை. அவளது மாமன் மகன் ரகுநந்தனுடையவை.

கோபாலுபணிக்கர் மறுபடியும் கேட்டார், "யாரு பையன சேத்தது?"

அப்போதும் லக்ஷ்மி பதில் சொல்லவில்லை.

"இப்படிச் செய்யணும்னு ஒங்கிட்ட யாரு சொன்னது."

கோபாலு பணிக்கர் சட்டென்று கேட்டார், "ரகுநன்னனோ?

லக்ஷ்மி அழத் தொடங்கினாள், "அப்டின்னா நாளயிலேர்ந்து புள்ளய அனுப்ப வேணாம்."

கோபாலுபணிக்கர்தான் பேசாதானார். அவர் ராமன் குட்டியை பள்ளியிலிருந்து நிறுத்தவில்லை. அந்த மௌனம் நான்கு

நாட்கள் நீண்டது. ஐந்தாவது நாள் கோபாலு, மனைவியிடம் விடைபெற்றார்.

"லக்ஷ்மி, நா போய்ட்டு வரேன்."

பணிக்கர் பந்தத்தை மின்னவைத்துப் பையுடன் கசாக்கின் வெளிநிலங்களிலிறங்கினார். அதிகாலையில் பந்தத்தின் மஞ்சள் நிறம் அகன்று செல்வதைப் பார்த்து லக்ஷ்மி படியில் நின்றாள். அவள் பிரார்த்தித்தாள், "புளிங்கொம்பத்துப்போதீ, நீ காக்கணும்!"

கோபாலு பணிக்கர் எங்கே சென்று மறைந்தார் என்று யாருக்கும் தெரியவில்லை. தீர்த்த யாத்திரைக்கென்றும் ஜோதிடம் சொல்லிக்கொடுக்கவென்றும் லக்ஷ்மி சொன்னது குறிப்பிடத் தக்க அளவு பரவவுமில்லை.

"நம்ம பூவாலு பறக்கும் பல்லக்கு ஏறிப் போய்ட்டானே!" சுமைதாங்கியின் மீதிருந்துகொண்டு குப்புவச்சன் சொன்னார்.

"கருநாக்க அடக்கி வய்யி ஏடாகூடமே," அலியார் சொன்னார். "பணிக்கரச்சன் படைக்குப் போயிருக்காரு, ஒடம்பு ஒபத்திரவம் ஒண்ணுமில்லாம வரட்டும்."

குப்புவச்சனின் கருநாக்கு பாதிக்குமென்ற நம்பிக்கையும் கசாக்கில் இல்லாமலில்லை. அதுதான் அலியாரும் சங்கடப்பட்டுப் போனார். ஒன்றே முக்கால் ரூபாய் பற்று பாக்கியிருக்கிறது. எங்காவது வெளியூருக்குச் சென்று இறந்துவிட்டால்?

அன்று மாலை லக்ஷ்மியின் பின்னால் அலியார் பம்மி வந்தார்.

"இல்ல, பணிய்க்கத்யாரம்மா, அந்தப் பணம் –"

"அலியாரே, எங் கையில இருந்தா நாந் தரமாட்டனா?"

அலியாருக்கு வெட்கமாகிவிட்டது. இரவு தேநீர்க் கடையில் வைத்து மொல்லாக்கா, அலியாருக்குப் புத்திமதி சொன்னார், "நீ அப்டிச் செஞ்சது கடுசுதான? அந்தப் பணிய்க்கத்யார் பொண்ணு எங்கேர்ந்து கொடுக்கறது?"

அலியார் ஏற்றுக்கொண்டார், "ஸெரிதா, ம்."

மூன்று மாதம் கழித்து கோபாலுபணிக்கர் திரும்பி வந்தார். பணிக்கரின் வேலியோரம் நடந்து சென்ற கசாக்குக்காரர்கள்

சக்கரைச் சோற்றின்[90], இறைச்சியின் மணத்தை உணர்ந்தார்கள். பதினைந்து நாட்களுக்குப் பிறகு அவர் மீண்டும் மறைந்துபோனார்.

எங்கே சென்றார் என்று லக்ஷ்மீப்பணிக்கத்யார் சொல்லாதிருந்ததால் குப்புவச்சன் சொல்லக் கடமைப்பட்டவ ரானார். வேலியின் புதிய தட்டிகளையும் இறவாணத்தில் நேர்த்தியான கீற்றுகளையும் பார்க்கும்போது பேசாதிருப்பது எப்படி? கோபாலுக்குத் தமிழ்நாட்டில் காளையறுப்பதும் கைவண்டி இழுப்பதும்தான் என்று தனக்கு ரகசியத் தகவல் கிடைத்ததாக குப்புவச்சன் சொன்னார். எப்படியானாலும் பணிக்கத்தியாரின் கழுத்தில் ஒரு சங்கிலியும் அட்டிகையும் மின்னின.

❍

கசாக்கைச் சேர்ந்த ராமச்சார் அடிக்கடி பொள்ளாச்சிக்குச் செல்வது வழக்கம். மாட்டுச் சந்தையில் தரகு பேசும் வேலை. ஒருமுறை தரகு பேசச் சென்றான். வியாபாரமொன்றும் நன்றாயில்லை. கையிலிருந்த காசும் தீர்ந்துவிட்டது. பசியோ, கண்களிருட்டுகின்றன. ஈஸ்வரா, தங்ஙளே, எப்படியாவது ஊருக்குச் சென்றுவிட்டால் போதுமே. அப்படித் துயரத்துடன் நடக்கும்போதுதான் எதிரே காவியணிந்த கம்பீர மனிதர் ஒருவர் வருகிறார். ராமச்சார் நிம்மதிப் பெருமூச்சுவிட்டான்.

“குர்வே!”[91]

“உண்ணி!”

கோபாலுபணிக்கர் ராமச்சாரைக் கட்டிப்பிடித்தார். சந்தையிலிருக்கும் தேநீர்க் கடைக்கு அழைத்துச் சென்று ஓமப்பொடியும் பொரிகடலையும் வறுத்த ஈசலும் வாங்கிக் கொடுத்தார். பசி அடங்கவில்லை. ஆயினும் ஒரு குவளை சூடான தேநீர் உள்ளே சென்றதும் ராமச்சாரின் கலக்கம் தீர்ந்தது.

இரண்டு மூன்று கல் தூரத்தில் இருந்த ஒரு ஊரில் கவுண்டர்சாதிப் பெரிய மனிதர் ஒருவரின் வீட்டில்தான் கோபாலுபணிக்கர் தங்கியிருந்தார். அங்கே சென்று கொண்டிருந்தார். வழியிலேயே கோபாலு பணிக்கர் ராமச்சாருக்கு

---

90. **சக்கரச்சோறு:** கெட்டியான பாயசம் (அரிசியும் சர்க்கரையும் தேங்காயும் மற்றவையும் சேர்த்துத் தயாரிப்பது)

91. **குரு:** பணிக்கர்களை ஈழவர் ‘குரு’ என்றும், பதிலுக்குப் பணிக்கர்கள் ‘உண்ணி’ *(Young,Infant)* என்றும் அழைப்பது வழக்கம்.

முன்னறிவிப்புக் கொடுத்தார். “இதோ பாரு உண்ணீ, நம்மளோட பழைய பழக்கத்தக் காட்டிடாத. சொன்னது புரிஞ்சுதா?”

துண்டைக் கக்கத்திலிருக்கிக்கொண்டு ராமச்சார் தாழ்மையுடன் கோபாலுபணிக்கரைப் பின்தொடர்ந்தான். பணிக்கர் ராமச்சாரைக் கவுண்டருக்கு அறிமுகப்படுத்தி வைத்தார். “நம்ம சிஷ்யன். ராமானந்தன்.”

“வணக்கம், வணக்கம்!” கவுண்டர் கும்பிட்டார்.

அன்று இரவு படுத்தபோது கோபாலுபணிக்கரும் ராமச்சாரும் பல விஷயங்களைப் பற்றிப் பேசினார்கள். அப்போதுதான் கோபாலுபணிக்கர், தன் சிறிய மகள் ருக்மிணிக்கு விஷக்காய்ச்சலாக இருந்தது என்று தெரிந்துகொண்டார்.

“ரொம்ப ஜொரமடிச்சிச்சா, ராமச்சாரே?”

“ரொம்ப ஜொரமடிச்சிச்சி, குர்வே.”

“எம் மக ரொம்ப மெலிஞ்சிட்டாளா, ராமச்சாரே?”

“ஆமா, ரொம்ப ஒடஞ்சிட்டா, குர்வே.”

சிகிச்சை செய்ய முதலில் யாருமில்லை என்று ராமச்சார் சொன்னான். மொல்லாக்காவும் குட்டாடன் பூசாரியும் மந்திரித்தார்கள். பிறகு காலியார் வந்தார். காய்ச்சல் இறங்க வில்லை. அப்போது ரவி பாலக்காட்டுக்குச் சென்று மருந்து வாங்கி வந்து கொடுத்தான்.

“ஆரு? அந்த மேஷ்டரோ?”

“ஆமா.”

கோபாலுபணிக்கர் சற்று நேரம் அமைதியானார். பிறகு மெதுவாகச் சொன்னார், “நம்ம வாழ்க்கயெல்லாம் என்னா வாழ்க்க, ராமச்சாரே! துக்கப்பட பொறந்தவங்க, ஈஸ்வரா!”

அறைக்குள் மண்விளக்கு வற்றி அணைந்தது. அந்த இரவுக்கப்பால், தூர தூரத்தில், கசாக்கு கிடந்தது. அவர்களின் பிள்ளைகளும் மனைவிகளும், கிழிந்த கம்பளிகளில் ஒய்வு கொண்ட அப்பா அம்மாக்களும்.

“குர்வே, நீங்க தூங்கிட்டீங்களா?”

“இல்ல; நான் அப்டி என்னமோ நெனச்சிக்கிட்டுக் கெடக்குறேன்.”

அந்த நொடிவரை தோன்றியிராத அனுதாபத்திற்கான தாகம். ராமச்சார் சொன்னான், "குர்வே, நா ரொம்பக் கஷ்டத்துல வந்துருக்கேன். ஒங்ககிட்ட சொல்ல வேண்டாம்னு நெனச்சிதான் இவ்ளே நேரம் இருந்தேன், குர்வே. தரகு சொல்ல வந்துட்டு உள்ள நாலு காசையும் தொலச்சிட்டேன். திரும்பிப் போறதுக்கும் வழியில்ல. நீங்க ஏதாவது வழி பண்ணனும், குர்வே."

அப்படித்தான் ராமச்சார் கோபாலுவின் சக மாந்திரீகன் ஆனான். ராமச்சார் பொழுது விடிந்ததும் நேரத்தை வீணாக்காமல் தன் புதிய செயல்களில் ஈடுபட்டான். இருவரும் குளித்து விபூதி பூசி, சந்தனாதிகள் பூசிக் காத்திருந்தார்கள். பூஜைக்குத் தேவையான பொருட்களை ஆயத்தம் செய்திருந்தார்கள். மண்விளக்கு, மண்டை ஓடு, அரிசி, வால் கோதுமை, கோரோசனை மாத்திரை, செம்பருத்திப்பூ, வெடி மருந்து, சங்கு, மீன்முள் அப்படிப் பலவும். வெயிலேறுவதற்குள் ஐந்தாறு கொங்குக்காரர்கள் வந்து சென்றார்கள். மூன்று ரூபாய் வசூலானது. கோபாலு மகிழ்ந்தார்.

மதியத்தில் நடுவயதுடைய ஒரு செட்டிச்சி வந்தாள். உயரமான கட்டுமஸ்து எண்ணெய்மய மாநிறக்காரி. அவளது பிரச்சினை இதுதான். கணவருக்கு அவளைச் சலித்துவிட்டது. செட்டியார் கூத்தியாளுடன் தங்கத் தொடங்கி மாதம் ஒன்றாகிவிட்டது. அவள்மீது கணவரைப் பிரியங்கொள்ளச் செய்யும்படி அவளுக்கு ஒரு வசிய மருந்து வேண்டும். தட்சிணையாக முன்னால் வைத்த முன்னூறு ரூபாயைப் பார்க்காமல் பணிக்கர் தன் சோழிக் குவியலிலிருந்து ஒருபிடி வாரியெடுத்தார்.

"ஓ, ஹரிசிரீ கணபதே நமஃ காளி கூளி ஆவி சாத்தன் . . ."

கோபாலுபணிக்கர் மூடிய கண்களுடன் கதவுக்குப் பின்னாலிருந்துகொண்டு மந்திர உச்சாடனத்தைத் தொடங்கினார். ராமச்சாரும் சும்மா இருக்கவில்லை. அவனும் மானசீகமாக ஷெய்க் தங்ஙளின் காலைப் பிடித்து மந்திரம் சொல்லத் தொடங்கினான். அந்த மந்திரத்தின் நூல்பாலத்தினூடே தான் அனாயாசமாகச் செல்வதை உணர்ந்தபோது ராமச்சாருக்கே அதிசயமாக இருந்தது. போகப்போகத் தன்னம்பிக்கை வளர்ந்தது. ராமச்சார் கற்பூரம் ஏற்றிச் சோழிகளைத் தொட்டு நெற்றியில்வைத்து அங்குமிங்கும் தாவி சக்கைப்போடு போடத்தொடங்கினான். இந்தத் தாண்டவம் நடக்கும்போதெல்லாம் கோபாலுபணிக்கரின் மனம் ஊசி முனையிலிருந்தது. நிராதரவாக, சோழிகளைத் தடவிக்கொண்டு அவர் பிரார்த்தித்தார், "கைவிட்டுடாதீங்க, குலசாமிகளே!" பிறகு எண்ணெய் மினுமினுப்பானவளிடம், "எல்லாம் பகவதி க்ருபயால் ஸரியாய்விடும். மூன்று நாலுக்கப்புறம் வச்ய மருந்து கொடுக்கிறேன்."

செட்டிச்சி சென்ற பிறகு கோபாலுபணிக்கர் ராமச்சாரின் முகத்தை முழித்துப் பார்த்தார்.

"என்னா வச்ய மருந்துடா ராமச்சாரே நாங் கொடுக்கறது? நே? வண்டிக்கிலெடுத்துக் கொடுக்கட்டுமா?"

"கொஞ்சம் செவப்பு சாந்து எடுத்துக்கணும் குர்வே," ராமச்சார் தைரியப்படுத்தினான்.

"உம், சாந்து. அப்பறம்?"

"ஊசிமொளகாப்பொடி, எரப்பெண்ண, நல்லெண்ண, வெளக்கெண்ண, பொகயில –"

"உண்ணீ!"

"ஆடாதொட, சன்னிநாயகம்[92], கேழ்வரகு, நன்னாரி, கோமூத்தரம் – போதுமா?"

"போதும்."

அழகான மாலை. கோபாலுபணிக்கர் குளித்து விபூதியிட்டு ஜெபிப்பதற்கு அமர்ந்தார். சாந்தும் சிறுதேனும்[93] கண்மையும் கலக்கிய ஒரு சிமிழ் முன்னாலிருந்தது. அவர் அதன் மீது உள்ளங்கையை வைத்தார். கோபாலுபணிக்கர் ருக்மிணியின் வெளிறிய முகத்தைப் பார்த்தார். உதடுகள் உதிரம் வற்றி வெளுத்திருந்தன. அவர் அவற்றில் சிறுதேன் தடவினார். கண்களில் மையெழுதினார். வியர்த்துக் குளிர்ந்த நெற்றியில் சாந்து தொட்டு வைத்தார்.

மூன்றுநாட்களுக்குப் பிறகு அந்தச் செட்டிச்சி இங்கு வருவாள், இந்தச் சிமிழை அவளிடம் கொடுக்க வேண்டும்.

---

92. **சன்னிநாயகம்:** கசப்புச் சுவையுள்ள நாட்டு மருந்து. கற்றாழைச் சாற்றிலிருந்து தயாரிக்கப்படுவது, ஜன்னிக்கு மருந்து.

93. **சிறுதேன்:** சிறிய தேனீக்களின் கூட்டிலிருந்து எடுக்கப்படும் தேன்.

17

அழிக்கப்பட்ட எழுத்துக்கள்

நல்லம்மனின் பூசாரியான குட்டாடன் ஒரு நாள் ஓடையோரத்தில் அமர்ந்து குளிர்காய்ந்து கொண்டிருந்தான். அப்போதுதான், ராமன்குட்டி எதையோ பின்தொடர்வதைப் பார்த்தான். நொடி நேரத்தில் பூசாரிக்குச் சங்கதி புரிந்துவிட்டது.

"பையா," அவன் கேட்டான், "அப்பா வீட்லருக்காரா?"

"ஆமா."

"பூஷ ஏதும் நடக்குதா?"

"ஊகும் – ஒண்ணுமில்ல."

"அப்பறம் எதுக்குடா ஓணான்?"

எட்டு வயதான ஒரு பையனுக்கு ஒரு ரகசியத்தை மூடி வைப்பது சிரமம். அவன் மாந்திரீகனின் மகனாக இருந்தாலும்கூட.

ராமன்குட்டி ஒத்துக்கொண்டான். "உடுமலப்பேட்டயிலேர்ந்து ஓர் கொங்ஙன்[94] வர்றாரு. அரிசிமில்லு வச்சிருக்கிற கொங்ஙனாம்."

குட்டாடன் பூசாரி ராமன்குட்டியின் பக்கத்தில் சென்று நின்றான். சினம் தலைக்கேறியது. அதை அடக்கிக்கொண்டு, சிறு சிரிப்புடன் சொன்னான், "ஸெரி, அதுக்கெதுக்குடா இந்தப் பல்லி மாதிரியிருக்கிற ஓணானப் பிடிக்கிற? பெருசாப் புடி."

---

94. **கொங்ஙன்:** கொங்கு நாட்டவன்.

கடலாமணக்குச் செடியிலிருந்து வெயில் காய்ந்து கொண்டிருந்த பெரியதொரு ஓணானை குட்டாடன் பூசாரி காட்டிக் கொடுத்தான்.

"ப்டியெடா!"

ராமன்குட்டி சற்று அச்சத்துடன் ஓணானைச் சமீபித்தான்.

"அம்மாடியோவ்!" அவன் சொன்னான். "ஒரு மொதல மாதிரிப் பெருசாருக்கு." ஓணான் குட்டாடன் பூசாரியையும் ராமன்குட்டியையும் மாறிமாறிப் பார்த்தது. தன் அசிங்கமான முகத்தைச் சிவக்க வைத்து அது செடியின் மறுபுறத்திற்கு மாறியது.

"ப்டியெடா!" குட்டாடன் பூசாரியும் ராமன்குட்டியும் உரத்துக் கத்தினார்கள். இருபுறத்திலிருந்தும் ஆக்கிரமிப்பு ஆரம்பித்தபோது ஓணான் தரையிலிருந்து இறங்கியது. அது வேலியை நோக்கி ஓடும் ஓட்டத்தில் குட்டாடன் பூசாரி அதைத் துணியைப் போட்டுப் பிடித்தான்.

"இந்தா, ப்டிச்சிக்க!"

ஓணானை ராமன்குட்டியின் கையில் கொடுத்தான்.

குட்டாடன் பூசாரி ஓடையில் குளித்துவிட்டுத் தெய்வப் புரைக்குத் திரும்பினான். தனியாக, என்றும் தனியாக, அப்படித்தான் இந்த நெடுங்காலம் தேவியை உபாசித்தான் நல்லம்மனின் முன்னால் அமர்ந்தான். ஒரேயொரு எண்ணம் மீண்டும் மீண்டும் வருகிறது. கோபாலுபணிக்கரைப் பார்ப்பதற்கு தமிழ்நாட்டிலிருந்து அந்த வழி முழுதும் ஆட்கள் வருகிறார்கள்!

"படிடா, பாட்டாடா!"[95] ஊரைவிட்டுச் சென்ற ராமப்பணிக்கரச்சனின் குரலை குட்டாடன் பூசாரி மீண்டும் கேட்டான். "இதென்ன?"

வருடங்களுக்கு முன்னால் எழுத்துப் பள்ளியில், அடைய முடியாத அரிச்சுவடியின் முன்னால் தான் அமர்ந்திருக்கிறான்.

"மா –"

"அப்பறம்?"

'ன்' என்ற மெய்யெழுத்து.

"சேத்துப் படி."

---

95. **பாட்டாடன்:** தென்னையின் பூங்குலைகளை அழிக்கும் ஒருவித பறக்கும் ஓணான்.

பணிக்கரச்சன் செவிட்டிலறைந்தார். திருத்தமாகச் சொல்லிக் கொடுத்தார். "மான்."

குட்டாடன் விம்மினான், "மான்."

"தனித் தனியாவும் சேத்தும் படி."

"மா – என் – மாயன்."

எவ்வளவுதான் முயன்றும் இன்றியமையாத அதை வெல்வதற்கு குட்டாடனால் முடியவில்லை. ஒவ்வொரு அடி விழும்போதும் பரிதாபமாக மீண்டும் சொல்வான்: "மாயன்!"

அடிவாங்கி வீங்கி வீட்டுக்குத் திரும்பும் குட்டாடனை ராமப்பணிக்கரச்சனின் மகள் லக்ஷ்மி அழைத்தாள்.

"நாஞ் சொல்லித் தரட்டுமா?"

குளித்து முடித்து உலரப்போட்ட முடியும் பாவுமுண்டுமாக[96] அவள் புளியமரத்தடியில் நின்றாள். ரவிக்கை அணிந்திருக்கவில்லை. அங்கே பொன்னும் சந்தனமும் கலப்பதை குட்டாடன் பார்த்தான்.

"வா குட்டாடா."

அவன் பக்கத்தில் சென்றான். தாழம்பூ விட்டுக் காய்ச்சிய எண்ணெய்யின் மணமுண்டு.

அவள் சொல்லிக் கொடுத்தாள், "மா – என் – "

"மாயன்."

"அட, அப்டியில்ல!"

"எனக்கு வரல்ல."

குட்டாடன் அப்படிச் சொன்னபோது லக்ஷ்மி அவன் கன்னத்திலும் தொடையிலும் கிள்ளினாள். குட்டாடனுக்கு அழ வேண்டும் என்று தோன்றியது. ஆயினும் அவள் இன்னும் கிள்ள வேண்டும் என்று நினைத்தான்.

"வலிச்சுச்சா?" அவள் கேட்டாள்.

"ம்."

"எங்க, பாக்குறேன் – "

---

96. **பாவுமுண்டு:** ஒருவித மெல்லிய வேட்டி.

அவன் கட்டியிருந்த முரட்டுத் துண்டை அவள் மெதுவாகத் தூக்கிப் பார்த்தாள். சிவப்புப் பிறையடையாளங்களைப்போல நகத் தடங்கள் வீழ்ந்திருந்தன.

"நாங் கிள்ளுனேன்னு யார் கிட்டயாவது சொல்வியா?"

"இல்ல."

"சத்தியமா?"

"சத்தியம்."

"ஷெய்க் தங்ஙளு மேல சத்தியமா?"

"ஷெய்க் தங்ஙளு மேல சத்தியம்."

கடைசியில் எழுத்துப் படிப்பு தோல்வியடைந்த பிறகும் குட்டாடன் பலமுறை அவளைப் பார்த்தான். லக்ஷ்மி தெரிந்ததாகக் காட்டிக்கொள்ளவில்லை. குட்டாடனுக்கு ஏதோ சொல்ல வேண்டுமென்றிருந்தது. ஆனால் அந்த மனவெழுச்சியின் எழுத்துகளைச் சேர்த்துப் படிக்கத் தெரியவில்லை.

வருடங்கள் கழிந்தன. லக்ஷ்மி கோபாலுபணிக்கரின் மனைவியானாள்.

கோபாலுவைப் பார்ப்பதற்குப் பேய்பிடித்த கொங்ஙன் உடுமலைப்பேட்டையிலிருந்து வருகிறான். அரிசி மில்லின், மோட்டார் வண்டியின் முதலாளி.

○

"வாங்கோ, வாங்கோ," கோபாலுபணிக்கர் வாசலுக்குச் சென்று கொங்ஙனை வரவேற்றார். கொங்ஙனும் பரிவாரமும் சிறு திண்ணையில் அமர்ந்தார்கள். கோபாலுபணிக்கர் தடுக்குப் பாயை நீட்டியபோது கொங்ஙன் சொன்னான், "பரவாயில்லை. பரவாயில்லை!" அப்படிப்பட்ட உபசாரங்களுக்கொன்றும் நேரமில்லை.

முன்னிருட்டு. கசாக்கின் வெளிகளில் சிள்வண்டுகளின் அபாயக் குரலெழுகிறது. சோறு பரிமாறும் லக்ஷ்மிப்பணிக்கத்தியாரின் கரங்களைப் பேய்பிடித்தவன் பார்த்துப்போனான். மலையாளத்து மந்திரத்தைப்போன்று மலையாளத்து அழகிகளைப் பற்றியும் நிறையக் கேள்விப்பட்டிருக்கிறான். வாழையிலையின் பச்சைக்கெதிரே பசும் மஞ்சள்போன்று வெண்ணிறக் கைகள் களமச்சோறும்[97] புளிக்குழம்பும் மாவடுவும் பரிமாறின.

---

97. **களமம்:** நெல் வகை.

நள்ளிரவானது. செதலியில் காட்டுத்தீ பிடிக்கிறது.

"நல்ல ஸகுனம்," ராமச்சார் சொன்னான்.

"சம்போ, மஹாத்மன்!" கோபாலுபணிக்கர் சொன்னார், "செய்யத்மியான் ஷெய்க்!"

கோபாலுபணிக்கரும் ராமச்சாரும் கொங்ஙனும் பணிக்கன்பொட்டலுக்கு வந்தார்கள்.

"அப்டின்னா, உண்ணீ!" கோபாலுபணிக்கர் ராமச்சாரைப் பார்த்தார்.

"சரி, குர்வே!"

கலங்கிய நிலவு. சிதைச் சாம்பலும் எலும்பு மாலையுமணிந்த பணிக்கன்பொட்டலில் காட்டுச் செடிகளின் நடுவில் கோபாலுபணிக்கர் நின்றார். கொங்ஙனைத் தரையில் அமரவைத்து மந்திரம் ஜெபிக்கத் தொடங்கினார். "காளி பத்ரகாளி பேய் சாத்தன் –"

மந்திர உச்சாடனம் செய்யும்போது காய்ச்சிய சாராயத்தை ஏழுமுறை கொடுத்தார். சாராயம், தெய்வங்கள், ஆவிகளின் பிரசாதம். கொங்ஙன் எதிர்பார்ப்புடன் அதை உறிஞ்சிக் குடித்தான். சாம்பிராணிப் புகையில் அவனுக்கு மூச்சுத் திணறியது.

ராமச்சார் எழுந்து ஒரு இருபது கஜம் நடந்தான். கோபாலுபணிக்கர் உச்சத்தில் ஒரு வசையெறிந்தார்: "போ!"

ராமச்சார் நின்ற இடத்திலிருந்து ஒரு தீ நாளம் தோன்றியது. அது ரணம் பற்றிப் பரவிய சுடலை நிலத்தினூடே சென்றது. சாராயத்தின் போதையிலும் கொங்ஙப்பாடுக்கு[98] தெளிவாகத் தெரிந்தது. பணிக்கரின் சித்தியின் தீயில் பற்றியெறிந்தபடி அதோ ஆவி பாய்ந்தோடுகிறது!

மாந்திரீகர்களும் கொங்ஙனும் திரும்பிச் சென்றார்கள். ஒரு மனிதன் மட்டும் மயானத்தில் பதுங்கிக் கிடந்தான். பிறகு, குட்டாடன் பூசாரி சத்தியத்தைப்போல எழுந்து நின்று தரையில் கிடந்து துடித்த ஓணானை எடுத்தான். பற்றியெறிந்த அடிவாலிலுள்ள எண்ணெய்த்துணியைச் சுற்றவிழ்த்தெடுத்தான். குட்டாடன் பூசாரி, ஓணானின் புராதனங்களான கண்களைப்

98. **கொங்ஙப்பாடு:** சில சாதிப் பெயர்களுடனும் பதவிப் பெயர்களுடனும் அந்தஸ்தைக் குறிப்பதற்கு 'பாடு' என்பது சேர்த்துப் பயன்படுத்தப்படுகிறது. உதாரணம்: 'நம்பூதிரிப்பாடு'.

பார்த்தான். திடீரென்று அவனுக்கு அச்சம் ஏற்பட்டுவிட்டது. ஓணான் அல்ல, கூடுபாய்ந்த ஆவி இது. இதை வாழ அனுமதிக்கக் கூடாது. அவன் அதைக் கழுத்தொடித்துக் கொன்றான்.

ஓணானின் உடலையும் வைத்துக்கொண்டு குட்டாடன் பூசாரி சந்திரமதியைப்போல வெகுநேரம் மயானத்தில் நின்றான். அந்தச் சினம் மீண்டும் தலைக்கேறியது. ஓணானை எடுத்துக் கொண்டு கொங்ஙனின் பின்னால் சென்றால் என்ன?

துயரார்ந்த மனதில் அந்த நொடி நிலவு உதித்தது. பசும் மஞ்சள்போன்ற கைகள், நகக் காயம் ஏற்படுத்தும் விரல் முனைகள், பாவு முண்டு, அதனடியில் பட்டுக் கோவணத்தின் பளாசம்பூ.

“அட, அப்டில்ல, மா – என் – மான்.”

“எனக்கு வரல்ல.”

கண்களில் பனி மூடுகிறது.

குட்டாடன் பூசாரி ஓணானைத் தலையைச் சுற்றித் தூக்கியெறிந்தான். சவ பூமியின் கதைகளுக்குள் எங்கோ அதுவும் சென்று நிலம் சேர்ந்தது.

18

உற்சவம்

மறுநாள், அப்புறம் அடுத்த நாளும், அதற்கடுத்த நாளும் குட்டாடன் பூசாரி தெய்வப்புரையில் கதவைச் சாத்திக்கொண்டு தவமிருந்தான். பிறகு வெளியில் வந்து ஆவேசமாய்ச் சாமியாடி வெட்டினான்.

எங்கும் பார்த்திராத ஆங்காரம். சாமியாடிகள் இப்படி வெட்டியதில்லை. வெட்டியபோது இறைச்சித் துணுக்குகள் தெறித்தன. திருநீற்றில் கட்டிதட்டிய ரத்தத்துடன் குட்டாடன் பூசாரி நெருப்பில் நடந்தான். வாள்முனைபோல, நெருப்பு போல, ஒரு நினைவு மட்டும் உண்டு. பட்டுக் கோவணத்தின் மேலே உடுத்திய பாவுமுண்டு. பொன்னும் சந்தனமும். தாழம்பூவிட்டுக் காய்ச்சிய எண்ணெய்யின் மணம். மரத்துப்போன மனதில் வேறொன்றுக்கும் இடமில்லை. வாள்முனையின், நெருப்பின் வேதனையறிய முடியவில்லை... அந்த நினைவில் அவள் வளர்ந்தாள். அவன் பாவுமுண்டுக்குக் கீழே, பூப்பெய்தியவளின், முழு வளர்ச்சியடைந்தவளின் அங்க வளர்ச்சியைக் கொடுத்தான். தன் பிரமச்சரியத்திற்குக் காரணக்காரியான நல்லம்மனுக்கு குட்டாடன் பூசாரி பாவுமுண்டு உடுத்தினான். பட்டுக் கோவணத்தின் சிவப்புக் கண்ணில் கனல்களை வீசவே, ராமப்பணிக்கரச்சனின் நெடுங்கணக்கு ராக உச்சரிப்புகள் காதில் முழங்கவே, குட்டாடன் பூசாரி தலையில் ஓங்கி வெட்டினான்.

கசாக்குக்காரர்கள் சொன்னார்கள், "ஈஸ்வரி!"

"என்னப்பா இப்டியொரு வேகம்!"

"தெய்வ சக்தி!"

மாதங்கள் கழிந்தன. அருள்வாக்குகள் பலருக்கும் பலித்ததாம். நல்லம்மன் மனம் கனிந்திருக்கிறாள். கசாக்குக்காரர்கள் சொன்னார்கள். கூமன்காவுக்காரர்களும் கொழண்ணசேரிக் காரர்களும் சொன்னார்கள்.

"அவனுக்கிப்போ ஷெய்க் தங்ஙளோட கைராக்கும்," அல்லாப்பிச்சாமொல்லாக்கா சொன்னார். "சொன்னா சொன்னபடியாகும். என்னா, அலியாரே?"

"அப்டிதா, ம்."

புதன்கிழமையும் ஞாயிற்றுக்கிழமையும்தான் அருள்வாக்கு இருக்கும். புதன்கிழமை பள்ளிக்கூடத்தின் சந்தடியில் அதுவொன்றும் கேட்காது. ஞாயிற்றுக்கிழமையிலோ, ரவி காலை உணவு முடித்துத் தாழ்வாரத்துக் கட்டிலில் சென்று படுத்துச் செவிகூர்ந்தான். ஓய்வின் தெளிவினூடே சிலம்பொலி வந்தது. அடி வைப்பின் நாதம், தாளம். பிறகு வாள்முனை உச்சந்தலையில் வீழ்வதன் கூக்குரல். ரவி கண்களை மூடிச் செவிகூர்ந்து படுத்திருந்தான். உள்ளின் சுழல்கள் அத்தனையும் மேலே உயர்ந்தன. அங்கே, உச்சந்தலையில், சகிக்க முடியாமல் அவை உறைந்து இறுகின.

"மாதவன்னாயரே," ஒருநாள் ரவி சொன்னான், "நாம ஒருநாள் பூசாரிகிட்ட போகலாம்."

"அருள்வாக்கு கேக்கறதுக்கா, மாஷ்ஷே?"

"ஆமா."

சற்று நேரம் யோசித்த பிறகு மாதவன்நாயர் கேட்டார், "எதுக்கு?"

அர்த்தமற்றதொரு துக்கத்துக்கு முடிவுகட்டவா? அர்த்தமற்ற துக்கத்தின் தாராளத்தில் கசாக்கின் புள்ளி வெயிலில் ஓய்வுகொண்டிருந்த தான் திடீரென்று தெய்வப்புரைக்குத் திரும்பக் காரணம் என்ன? அங்குள்ள தேவதையிடம் சகோதரத்துவம் தோன்றியதால். தன்னைப்போல அவளும் ஓர் அகதி என்றறிந்ததால். சிருஷ்டி நிலை லயங்களின் மர்மத்துக்குப் பயந்துதான் பூசாரியின் நைவேத்தியத்தைச் சாப்பிட்டுக்கொண்டு அவள் அந்தப் புரையில் குடியிருந்தாள். யதார்த்தத்தின், மாயையின் முடிவிலியிலிருந்து ஓடியகன்ற தானும் இந்தக் கிராமத்தின் தெய்வப்புரையில் அபயம் தேடினான். அதன் கருவறையில் அவளுடன் சுருண்டுறங்க

ஆசைப்பட்டான். அந்த மீட்பிலோ, அவளுடன் துயரத்தைப் பகிர்ந்தான். அப்போது அது அர்த்தமற்றதல்லவென்று அறிந்தான். மாறாக அர்த்தங்களுக்கதீதமாக, அடையாளங்களுக்கதீதமாக, அது படர்ந்தெழுந்தது. அதன் அடர்வில் எல்லாமெல்லாம் அடங்கிற்று. அது பாவியின் களங்கமாயிருந்தது. அநாதைக் குழந்தையின் உருகும் மனதாயிருந்தது. அறிவைத் தேடியவனின் வியர்த்தமாயிருந்தது. அதன் வேர்களூன்றிய உச்சந்தலை இதற்காகக் காத்திருந்தது. மின்னும் வாள்முனை, கொஞ்சம் வலி.

"சும்மாத்தான்," ரவி மாதவன்நாயரிடம் சொன்னான், "நாம கொஞ்சம் போகலாம்."

❍

திடீரென்றுதான் தெய்வப்புரை ஒரு தோப்பாக வளர்ந்தது. கூமன்காவில் கால்வாய் வெட்டும் ஒரு தமிழச்சி அங்கே வந்ததைத் தொடர்ந்து தமிழர்களின் ஒரு படை அங்கே குறி கேட்க வந்தது. குட்டாடன் பூசாரி தெய்வப்புரையின் முன்னால் மூலையில் ஒரு அறை கட்டினான். வேலியைச் செப்பனிட்டான். வாசலைச் சமப்படுத்தி மெழுகினான். மரம் அறுப்பவனாக உடுமலைப்பேட்டையில் நெடுங்காலம் வசித்திருந்த தெய்நாகன், குட்டாடன் பூசாரியின் சீடன் ஆனான்.

கோயில் தோப்பில் திருவிழா –

பூஜையும் சாமியாடுதலும் சாமி ஊர்வலமும் உண்டு. திருவிழாவை முன்னிட்டுத் தெய்வப்புரையின் முன்னால் வியாபாரங்கள்கூட ஆரம்பிக்கப்பட்டிருந்தன. அங்கே மூன்று நான்கு தட்டு வெங்காய மிட்டாயும் குச்சிமிட்டாயும் அணிவகுத்தன. பீப்பீக்களும் காற்றாடிகளும் செருகிய ஒரு தண்டைத் தோளில் சுமந்தவனும் லாலி மிட்டாய்க்காரனும் குரங்கு வித்தைக்காரன் செந்தியாவு தொட்டியனும் வந்து சேர்ந்தார்கள். மைமுனாவின் கடையிலும் ராஜாவின் பள்ளிவாசலிலும் மாதவன்நாயரின் சிங்கர் மெஷினிலும் தோரணங்கள் தொங்கின.

மதியப்பொழுதானபோது, தட்டின்மேல் கூத்தாடுபவர்களான செறுமக்கள் முகத்தில் ஒப்பனையிட்டுக்கொண்டு தயாரானார்கள். மூங்கிலும் பாக்குமரத் துண்டுகளும் பிரம்பும் வைத்துக் கட்டிய தட்டுகளை எட்டு பத்து ஆட்கள் சேர்ந்து சுமப்பார்கள். கதகளி வேடமணிந்த கூத்துக்காரர்கள் அந்தத் தட்டுகளின் மீது ஆர்த்துக் கூவி ஆடுவதுதான் தட்டின்மேல் கூத்து... மதியத்திற்குப் பிறகு, பூஜையை அனுக்கிரகிப்பதற்காகக் காலியார் அங்கே வந்து ஒரு கட்டுச் சந்தனப்பத்தி கொளுத்திவைத்துத் திரும்பிச் சென்றார்.

சாமியாட வேண்டிய நேரம் நெருங்கியது. பூசாரி சாமியாடித் துள்ளி வெட்டியபடிதான் திருவிழா ஊர்வலத்தை நடத்த வேண்டும்...

பூசாரி தெய்வப்புரைக்கு உள்ளே கச்சை கட்டி நின்றான். தெய்நாகன் உள்ளே வந்து தாழ்மையுடன் தெரிவித்தான், "மாதவம்மூத்தாரு கொஞ்சம் பாக்கணுமாம். வெளிய நிக்கிறாரு."

"என்னவாம்?"

"பகவதிகிட்ட என்னமோ சொல்லணுமாம்."

"வரச் சொல்லு."

மாதவன்நாயர் வந்து வணங்கினார்.

"என்னா வேணும் மாதவம்மூத்தாரே?" பகவதி கேட்டாள்.

"நம்ம மாஷ்க்கு செலது கேக்கவேண்டியிருக்கு," மாதவன் நாயர் சொன்னார். "ஐயாவுக்கு மனசுல ஒரு கஷ்டம். அதக் கொஞ்சம் பகவதிகிட்ட சொல்லணும்னு ஒரு ஆசாபாசம் கொஞ்ச நாளா."

"ஓ, பகவதிக்கி ஸந்தோழம். மேஷ்டர் வரட்டும்."

"சாமியாட்டம் முடிஞ்சி ஆளுக கூடுறப்ப கொண்டு வரேன்."

"ஓ, அப்டி. பகவதிகிட்ட யாரு வர்றதுன்னு ஜனங்கெல்லாம் பாக்கட்டும் –"

மாதவன்நாயர் சென்றவுடன் தெய்நாகன் மீண்டும் வந்து வணங்கி நின்றான்.

"பகவதீ, ஒரு பிசியம் சொல்லணும். மேஷ்டரெல்லாம் படிச்ச ஆளுக. இன்னய ஆவேசத்தப் பாத்துப்புட்டுதான் நம்மளோட அடிமயா வரணும்."

"வருவாரு! இங்கத்தான் வருவாரு!"

"நேத்து கோயிலப் பெருக்கிக்கிட்டிருந்தப்ப தல வலிக்கிதுன்னு சொன்னீங்களே பூஸாரி? சாமியாடுறப்ப சக்தி கெடைக்கிறதுக்குக் கொஞ்சம் மர்ன்னு கொண்டு வந்துருக்கேன். ஆவேசம் நல்லாருக்கட்டும் –"

குட்டாடன் பூசாரி வாளைத் தரையிலூன்றி நின்றான்.

"சாமியாட பகவதிக்கு மர்ன்னு வேண்டா."

"நொரப்பன்," தெய்நாகன் குரல் தாழ்த்திச் சொன்னான், "பெசலா புளிக்க வச்சது."

"சல்வட்டுண்டா?"

சல்பேட் சேர்த்தால்தான் நுரப்பனுக்குப் போதை ஏற்படும். ஆனால் சல்பேட்டின் அளவு அதிகரித்துவிட்டால் சட்டென்று வயிற்றுப்போக்கு ஏற்படும் என்பதுதானே நுரப்பனின் தனித்தன்மை.

"ராஸ்தியில்ல," தெய்நாகன் சொன்னான். "தகுந்தாப்ல. சாத்தேலன் பெசலா புளிக்கவச்சி வச்சது."

"அந்த மூலயில வெய்யி. கூத்துக்காரங்களுக்கும் கொஞ்சம் கொடு."

கதகளி கிரீடங்கள் அணிந்த கூத்துக்காரர்கள் ஒவ்வொரு வராக தெய்வப்புரைக்கு வந்து குடத்தைச் சரித்துக் கள் குடித்துத் திரும்பிச் சென்றார்கள். குட்டாடன் பூசாரி வாளை மடியில் கிடத்தி, காலின்மேல் கால்தூக்கிவைத்துக் கட்டளைப் பீடத்தில் அமர்ந்தான். இன்று தன் சன்னிதிக்கு ரவி வருகிறான். தன் அருள்வாக்குக்காக. குட்டாடன் பூசாரி பட்டென்று, பணிக்கன்பொட்டலில் கிடந்து துடித்த ஓணானை நினைத்துவிட்டான். ஒரு நொடி; நற்பயனின் இன்பப் பெருக்கில் அது மீண்டும் மூழ்கி மறைந்தது. நுரப்பன் திகட்டியபோது வாணவெடி மேலுயர்ந்து வெடிப்பதுபோலத் தோன்றியது. வாணவேடிக்கையுடன் திருவிழா தொடங்கியது.

தெய்வப்புரைக்கு உள்ளே மூன்றுமுறை வலம்வந்து குட்டாடன் பூசாரி பேரோசையாய்க் கூச்சலிட்டான், "அ – ஹ – ஹ – ஹ – ஹாஆஆஆர்ச்சு!"

தட்டின் மேல் நின்று செறுமக்கள் பதில் கொடுத்தார்கள். "ஹ ெய்யா!"

சாமியாட்டம் தொடங்கப்போகிறது.

தெய்நாகன் தெய்வப்புரையில் எட்டிப் பார்த்து, செண்டைமேளத்தின் ஆரவாரத்துக்கும் மேலே அறிவித்தான், "மேஷ்டரும் அவர் கூட்டாளியும் வர்றாங்க."

சலங்கை கட்டிய காலை ஓங்கி மிதித்து பூசாரி கத்தினான். ஜனக்கூட்டம் எதிர்பார்ப்புடன் தெய்வப்புரையைக் கவனிக்கிறது. அந்த அலறலால் வயிறு சற்றுப் பிசைந்தது. அதற்குள், ரத்தநாளங்களினூடே வழவழப்பான ஒரு பொருள் சென்றது. குட்டாடன் பூசாரியின் கவனம் நிராதரவாக அந்த அசைவில் மையங்கொண்டது.

இப்போது நுரப்பனின் போதையில்லை. தெய்நாகன் மீண்டும் தெய்வப்புரைக்கு வந்தபோது, குட்டாடன் பூசாரி கால்களைப் பிணைத்துக்கொண்டு, வயிற்றைத் தாங்கிப் பிடித்துக்கொண்டு, தலைச்சன் குழந்தையைப் பிரசவித்துக்கொண்டிருக்கும் பெண்ணைப்போல நிற்கிறான். ஏதோ சொல்லப் பாடுபடுகிறான். குரல் எழவில்லை. பூசாரி மெய்யெழுத்துக்களில் இளித்துக் காட்டி சிஷ்யனிடம் அறிவித்தான், "சாமியாட்டம் இல்ல – பகவதி கோவமாருக்கான்னு – சொல்லு –"

தெய்நாகன் வெளியே ஓடினான். ஆட்கள் கலங்கித் தத்தளிக்கிறார்கள்! தட்டுகளெல்லாம் இறக்கி வைக்கப் பட்டிருக்கின்றன. தெய்நாகன், பகவதியின் கோபத்தால் திருவிழா இல்லை என்று உரத்துச் சொன்னதை யாரும் கேட்கவில்லை. ஒன்றிரண்டு கூத்துக்காரர்கள் தரையில் இறக்கிவைத்த தட்டுகளின் மீதே உயிர்ப்பிணங்களாகக் குந்தியிருந்தார்கள். மிச்சமுள்ளவர்கள் வயலை நோக்கிப் பாய்ந்தோடுகிறார்கள். "கவுத்துட்டியே, தேவீ!" தெய்நாகன் மனம் நொந்து முறையிட்டான்.

அதற்கான பதிலைப்போல வயிற்றுக்குள்ளிருந்து ஒரு சத்தம் எழுந்தது. ரௌத்ரமூர்த்தியின் சங்கொலிபோல. சினங்கொண்ட தேவி குடல்களை மத்தால் கடைகிறாள். வயிற்றைக் கொஞ்சம் அழுத்திப் பிடித்துப் பார்த்தான். நிற்கவில்லை. தெய்நாகனும் வயல்களை நோக்கிப் பாய்ந்தோடினான்.

சிதறிக் களையத் தொடங்கிய ஆட்களும் நாய்களும். ரவி வயலைப் பார்த்தான். அப்புக்கிளி தும்பிகளை வேட்டையாடும் தாழம்புதர்களைப் பார்த்தான். புதர் அடர்வுக்கு மேலே நான்கு கிரீடங்கள் உயர்ந்து தெரிந்தன.

19

பூவின் மணம்

தூங்கி எழுந்தபோது ரவிக்கு நேற்றைய சம்பவங்களை நினைத்து வருத்தம்தான் ஏற்பட்டது. தாழம்புதர்களுக்கு மேலே உயர்ந்திருந்த கதகளி கிரீடங்களை நினைக்கும்போது இப்போதும் சிரிப்பு வராமலில்லை. ஆனால் சிரிக்கிறோமே என்று நினைத்துச் சங்கடம்.

அன்று மாலையில் மாதவன்நாயர் சொன்னார், "ஒங்களுக்குத் தெரியுமா?"

"என்னா?"

"அந்த நொரப்பன் கொண்டுவந்து கொடுத்தது யாருன்னு தெரியுமா?"

"இல்ல. என்னா?"

"குப்புவச்சன்."

ரவிக்கு அப்போதும் புரியவில்லை.

"நொரப்பனுக்கு சல்பேட் ஜாஸ்தி கலந்தது—" மாதவன்நாயர் சொன்னார்.

"மோசடி."

"இதுக்குக் கெடைக்காமப் போவாது, மாஷ்ஷே. இந்தக் கெழவன் அற்பப் புழுவாத்தான் திரும்பப் பொறப்பான்."

நேற்றைய நுரப்பனில் கலந்த சல்பேட்டின் கதையை அந்த ஒரு நாளிலேயே கசாக்குக்காரர்கள்

அத்தனை பேரும் அறிந்திருந்தார்கள். ஒரு தேவதையினுடைய வீழ்ச்சியின் கதையாயிருந்தது அது.

ரவி கேட்டான், "தெய்வப்புரையக் கழுவியாச்சா?"

"அட, ஒண்ணுஞ் சொல்றதுக்கில்ல, மாஷ்ஷே. சாட்சாத் அபிஷேகம். முழுக்காட்டு. அந்தப் பக்கமே நடக்க முடியாது, ஒரே நாத்தம்."

"மாதவன்நாயரே," ரவி சொன்னான், "நான் இந்த ஞாயித்துக் கெழம பூசாரியோட கோயில் தோப்புக்குப் போறேன்."

மாதவன்நாயர் ஆவலுடன் கேட்டார், "இன்னுமா?"

"ஆமா." ரவி சொன்னான்.

ஞாயிற்றுக்கிழமைக்கு இன்னும் ஐந்துநாட்கள் இருக்கின்றன ... ரவி அந்தி வெளிச்சத்தினூடே நடக்கும்போது கசாக்கின் கடவுள்களைப் பார்த்தான். இருள் தேங்கிய பள்ளிவாசல் தளத்தில், பள்ளிவாசல் சதுப்பில், புளியங்கிளையில், ஒரு சாணுக்கும் மேற்படாத சர்ப்பச் சிலையில், ஒற்றையடிப் பாதையின் வெறுமையில், அப்படி அந்த காவல்படிகளில் அவர்கள் குடிகொண்டார்கள். ஞாயிற்றுக்கிழமை கோயில் தோப்புக்குச் செல்லும்போது, துயருற்ற அவர்களிடம் ஒன்றும் கேட்பதற்கில்லை; எதையும் விசாரிப்பதற்கில்லை. அங்கே செல்வது, குட்டாடன் பூசாரியிடம் இரக்கத்தைத் தெரிவிப்பதற்காகவும் அல்ல. பிறகு? மீண்டும் தன்னைத்தானே கேட்டுப்போகிறான். கேள்வி, முடிவற்ற பதிலின் அண்மைக்கு ரவியைக் கொண்டு சென்றது. எல்லையற்ற பனங்காடுபோல, உதிக்காததும் அஸ்தமிக்காததுமான அந்தியைப்போல, படர்ந்த தன் பாவத்தில் நொடி நேரம் அவன் பிணைக்கப்பட்டான். தூணிலும் துரும்பிலும் காவல் நின்ற கடவுள்கள் அதன் புனிதத்தின் சாட்சிகளானார்கள்.

❍

ஞாயிற்றுக்கிழமை ரவியும் மாதவன்நாயரும் பூசாரியின் தெய்வப்புரைக்குப் புறப்பட்டார்கள். அப்புக்கிளியும் கிளம்பினான்.

"நீ எதுக்குடா வர்றே?" மாதவன்நாயர் அவன் உற்சாகத்தைப் போக்கினார். கிளி சங்கடப்பட்டான்.

"நீ போயி தும்பி பிடி," ரவி சொன்னான்.

கிளி நின்றான், திரும்பினான். ரவியும் மாதவன்நாயரும் நடந்தார்கள். கொஞ்சம் தூரம்தான் நடந்திருப்பார்கள். பின்னிருந்து கிளி மீண்டும் கூப்பிட்டான், "அண்ணோ!"

"பஞ்சவர்ணமே," மாதவன்நாயர் அறிவுறுத்தினார், "நீ சொன்னாக் கேக்கமாட்டியாடா? நீ என்னா காரியோட ஆவியா, சும்மா பின்னால வர்றதுக்கு?"

ரவி வழக்கம்போலச் சிரிக்கவில்லை. தூரத்திலிருக்கும் தெய்வப்புரையைப் பார்த்து நெற்றியைச் சுளித்துக்கொண்டு நின்றான். "செரி," ரவி சொன்னான், "நீ வா."

தெய்வப்புரையின் முன்னால் யாருமில்லை. திருவிழாவின் கதை அப்போதும் ஊர்விட்டு ஊர் பரவிக்கொண்டிருந்தது . . . பெருக்கப்படாத வாசல் தரையோரத்தில் களைகள் முளையெடுத்திருந்தன. கொண்டைச் சேவலொன்று சந்தனக் கல்லைச் சுற்றிலும் கிளறி நடந்தது. தெய்வப்புரையின் கதவு பாதி மூடிக் கிடந்தது. ரவி உள்ளே எட்டிப் பார்த்தான். உள்ளே யாருமில்லை. அப்போதுதான் அவன் தெய்வப்புரையிலிருந்து பூசாரியின் வீட்டை நோக்கிப் பார்த்தான். இறவாணத்தில் திணித்திருந்த கீற்றுகள் திண்ணையை முக்காலும் மறைத்திருந்தன. அங்கே கம்பளி போர்த்திய ஒரு கிழவி அமர்ந்திருந்தாள். அவள் மெல்லிய குரலில் மீண்டும் மீண்டும் சொல்லிக்கொண்டிருந்தாள், "தேவீ, அம்மா!"

ரவி திண்ணைவரை சென்று தயங்கி நின்றான்.

"பூசாரியில்லே?" மாதவன்நாயர் கேட்டார்.

கிழவி ஒரு நொடி அவர்களை நோக்கித் திரும்பினாள். புரை மூடிய கண்களிலிருந்து எண்ணிலடங்காச் சுருக்கங்கள் மட்டும் கிரணங்கள்போலப் படர்ந்தன.

"அண்ணோ," அப்புக்கிளி ரவியின் சுண்டுவிரலைப் பிடித்தான், "போலாம்."

"ச்ச்ச்," மாதவன்நாயர் கிளியைக் கண்டித்தார்.

கிளி முனகினான்.

"அதோ பூசாரி," மாதவன்நாயர் சொன்னார். மாதவன் நாயரும் ரவியும் அடிவைத்து வழி ஒதுங்கி நின்றனர். ரத்தமணிந்து[99] வரும் வேடத்தைப்போல பூசாரி வாசல் வழியாகப் பாய்ந்தான். அவன் எங்கிருந்து வந்தான் என்று ரவியோ மாதவன்நாயரோ

---

99. **ரத்தமணிதல்:** மஞ்சளும் சுண்ணாம்பும் (அரிசிமாவும்) சேர்த்து ரத்தம்போன்று செய்த சிவப்புத் திரவம். சில தேவதைகளுக்கு ரத்தம் என்று உணர்த்துவதற்குப் பயன்படுத்தும் குருதி. கதகளியில் சில வேடங்களுக்குச் சொல்லும் பெயர் 'ரத்தமணிதல்.' (சூர்ப்பனகையைப்போல ரத்தம் வழிய அரங்கத்துக்கு வரும் வேடம்)

பார்க்கவில்லை. தோட்டத்திற்கு அந்தப் பக்கம் உள்ள பள்ளத்திலிருந்துதான் துள்ளி மேல் வந்திருக்க வேண்டும் என்று ரவி நினைத்தான். பரவக்கொடித் தொகுப்புகள் அடர்ந்து வளர்ந்திருந்த பள்ளத்தில் பூசாரி இடைத்துணியவிழ்த்து, புதர் மறைவில் குந்தியிருந்துகொண்டு மண்ணிலும் உரத்திலும் வேர்விடுவதை ரவி மனதில் பார்த்தான்.

"ஹா – ஹ – ஹ – ஹாஆஆஆர்ச்!"

குட்டாடன் பூசாரி உக்கிரமாக ஆடி வாசல் மூலைக்கு ஓடினான். கொண்டைச் சேவல் அபாய அறிவிப்பாகக் கூவி வீட்டின் மேலே ஏறி நின்றது. பூசாரி வாசல் பாதையில் நின்று கொண்டு ஆவேசங்கொண்டு ஆடி வெட்டத் தொடங்கினான். பொடுகும் இறைச்சியும் தெறித்தன. திருநீறும் மஞ்சள் பொடியுமில்லாமல் ரத்தம் கீழே வழிந்தது.

வாசல் சந்தனக் கல்லில் பகவதி நிலைகொண்டாள். நட்டுவனாரின் முன்னால் செய்வதைப்போல பூசாரி தாளகதியில் அடிவைத்தான். பிறகு தெய்வப்புரைக்குச் சென்றான். தெய்வப்புரையின் கதவை விரியத் திறந்தான். மங்கலாக எரிந்த விளக்குகளின் பிசுபிசுப்பும் கரியும் மீந்த கோயிலில் நிர்வாணமாக, அபிஷேகங்களின் மதநீர் படிந்து, நல்லம்மன் நின்றாள்.

ரவிக்கு வியர்த்தது. குளிர்ந்தது. குளிர்ந்த சரள் கற்களைப் போல உடல் முழுதும் வியர்வைத் துளிகள் குடைந்தன.

"பரிகாதம்!"[100] குட்டாடன் பூசாரி பிதற்றினான். "பரிகாதம்!"

பிறகு பூசாரி ஒரு பிடி திருநீறெடுத்து ரவியின் முகத்தில் எறிந்தான். அது நொடி நேரத்திற்கு கண்ணிலும் மூக்கிலும் நிறைந்தது. மீண்டும் கண் தெளிந்தபோது நல்லம்மனின் தொடைகளை வாரிப்பிடித்துக்கொண்டு பூசாரி இருந்தான். உச்சந் தலையிலிருந்து வழியும் ரத்தம் அவன் முகத்திலும் மார்பிலும் தோளிலும் உறையத் தொடங்கியிருந்தது.

நாற்றுப்புரைக்குத் திரும்பி வந்தபோது ரவிக்கு லேசாக இதயத் துடிப்பு அதிகரித்தது.

"ஒக்காருங்க மாதவன்னாயரே."

ரவி சாய்வுநாற்காலியிலும் மாதவன்நாயர் வராந்தாவின் படிக்கல்லிலும் அமர்ந்தார்கள்.

---

100. பரிகாசம்

"மாஷ்ஷே," மாதவன்நாயர் சொன்னார். "கொஞ்சம் ஏதாச்சிம் குடிக்கிறதுக்கு என்னா வழி?"

"கொஞ்சம் நேரம் இருந்தா சாந்தும்மா பாலு கொண்டு வருவா. டீ தருவா."

"நாம வெளியில போகலாம்."

"செரி."

அலியாரின் தேநீர்க் கடையில் அமர்ந்து தேநீரும் தின்பண்டமும் சொன்னார்கள். சுமைதாங்கியில் குந்தியபடி குப்புவச்சன் தூங்கிக்கொண்டிருந்தார். ரவி அங்கே பார்க்கவில்லை.

தேநீர் குடித்துவிட்டு வெளியே வரும்போது மாதவன்நாயர் கேட்டார், "தாகம் தீந்துச்சா?"

"இல்ல," ரவி சொன்னான்.

"அப்டின்னா வாங்க, மாஷ்ஷே."

ஓடையையும் தாமரைக் குளத்தையும் கடந்து அவர்கள் நடந்தார்கள். நெடுவரப்பு கடந்தால் உள்ள நீண்ட அடிவாரத்தினூடேதான் கிழக்கே செல்லும் இருப்புப் பாதை கிடந்தது. அதற்கப்பால் மாந்தோப்பும் தேக்குக் காடும். இருள் சேர்ந்த மாங்கிளைகளில் ஆந்தைகள் அமர்ந்து உறங்குவதையும் குரங்குகள் தேக்குத் தளிரெடுத்து கைகளுக்கிடையில் கசக்கி முகத்தில் தடவிக்கொள்வதையும் ரவி பார்த்தான். அங்கிருந்தும் அவர்கள் நடந்தார்கள். சில மைல் தூரம் கடந்திருக்க வேண்டும். இப்போது செதலி மலையின் அடிவாரத்தில் இருக்கிறார்கள். மேகத்தின் நிழல்போலப் படர்ந்த காட்டுத் தேன்கூடுகளை ரவி பார்த்தான். அவற்றிற்குமப்புறம் ஷெய்கு தம்புரானின் ஸ்தூபிகள்.

செதலியின் அடிவாரத்தில் ஒரு காவும் நான்கைந்து வீடுகளும் இருந்தன. ரவியும் மாதவன்நாயரும் அங்கே சென்றார்கள். காவுக் கோயிலின் கதவு கரையான் தின்று சிதைந்து விழுந்திருந்தது. சுவர்களில் ஆடாதொடையும் வெற்றிலைக்கொடியும் படர்ந்து நின்றிருந்தன. ஒரு வீட்டிலிருந்து புகை எழுவது தெரிந்தது.

வாசல் குழியடுப்பிலிருக்கும் சூடான பானையில் கையிட்டுக் கலக்கிக்கொண்டு நின்ற நடுவயதுப் பெண்மணி அவர்களைப் பார்த்தாள்.

"கொஞ்சம் தண்ணி தர்றியா?" மாதவன்நாயர் உரத்துக் கேட்டார்.

“இங்க வந்து ஒக்காருங்க,” அவள் சொன்னாள். சிறு திண்ணையில் தடுக்குப் பாய்களை இழுத்துப் போட்டாள்.

“நல்லாருக்கீங்களா மூத்தாரே?” அவள் கேட்டாள்.

சற்று நேரத்திற்குப் பிறகு அவள் இரண்டு பீங்கான் குவளைகள் நிறைய சாராயத்தைக் கொண்டு வந்து அவர்கள் முன்னால் வைத்தாள். சாராயம் சூடாக இருந்தது.

“திங்கறதுக்கு வேணுமா?” அவள் கேட்டாள்.

“பின்ன! கொண்டு வா,” மாதவன்நாயர் சொன்னார்.

அவள் ஒரு மார்[101] ஆட்டுக்குடல் ஒடித்துக்கொண்டு வந்து அடுப்பில் காட்டியெடுத்தாள்.

“கோடச்சே,” மாதவன்நாயர் கேட்டார், “ஒன் வூட்டுக்காரன் இங்க எப்ப வருவான்?”

“அட்த்த மாசம், செல சமயம்,” அவள் சொன்னாள்.

திண்ணையில் ஏறத்தாழ இரண்டு வயதுள்ள ஆண் குழந்தை தவழ்ந்துகொண்டிருந்தது. அதைத் தவிர அங்கே யாருமில்லை. வீட்டைச் சுற்றிலும் சீத்தா மரங்கள் செழித்து நின்றன. கோடச்சியின் வீடு, மலையேறிச் செல்லும் வழிப்போக்கர்களுக்கான ஓய்விடமாயிருந்தது. அவள் கணவன் மலையேறி அந்தப் பக்கமுள்ள ஊர்களுக்குச் சென்று அபின் விற்று ஒன்றிரண்டு மாதங்களுக்குப் பிறகுதான் திரும்பி வருவான்.

கோடச்சி வாசலுக்குச் சென்று அடுப்பிலிருந்த பானையை இறக்கிவைத்தாள். காற்று பட்டு குழியடுப்பு மீண்டும் எரிந்தது. அவளது நெற்றியிலும் நெஞ்சிலும் வியர்வை துளிர்த்து நின்றது. அது முலைகளுக்கிடையே கீழே இறங்கியது.

செதலியின் சரிவில் நேரம் தாழ்ந்தது. பூவாகை மரங்களுக்கு இப்போது அஸ்தமனத்தின் இருண்ட நிறம் . . . உள்ளே அறைக்குச் சென்றபோது, உடைந்து ஊற்றும் சீழ்போல, சாமந்திப்பூ மணம். பாயிலும் அதே மணம். ரவி அவளது உடலில் எங்கிருந்தெல்லாமோ வியர்வையை ஒற்றியெடுத்துப் பார்த்தான். அப்படித்தான் மணக்கிறது.

“ஒனக்குக் காச்சலடிக்கிதா?” ரவி கேட்டான்.

---

101. **மார்:** கைகள் இரண்டையும் விரித்த நிலையில் ஒரு கைவிரல் முனையிலிருந்து மறு கைவிரல் முனைவரை உள்ள அளவு.

ஒருக்கால், காய்ச்சலாயிருக்காது. உடல் விழிப்பதன் சூடாகத்தானிருக்கும். முகத்துத் தடிப்பு அந்தியின் சிவப்பாயிருக்கும். அவள் ஏதோ பதில் சொன்னாள். சொன்னது என்னவென்று ரவி கேட்கவில்லை. அவளது சிவந்து வீங்கிய முகம் தன் முகத்தோடு ஒட்டிக் கிடக்கிறது. அறைக்கு வெளியேயான அஸ்தமனத்தை அது முற்றிலும் மறைத்தது. ரவி அப்படிப் படுத்திருந்தான்... இப்போது நெடிய ரயில் பயணம் முடிந்து வந்ததுபோல சோர்ந்திருந்தான். அந்த முகமும் அது மறைத்த அஸ்தமனமும் முகத்துத் தடிப்பும் சூடும் திண்ணையில் குழந்தையின் அழுகையுமெல்லாம் பயணத்தின் குழப்பத்தில் இழப்பாயின. ரயிலின் கூவலொலி, தண்டவாளத்தின் தாளம், சிலம்பின் தாளம். தொலைவே, அம்மை வார்த்து இறந்த சவத்தைச் சுற்றி மாடன்கள் நடனமாடினர்.

பரிகாதம், பரிகாதம்! சேகண்டிபோல.

வலியுடன் விழிக்கிறான். சரள் கற்கள், எரிந்து குடையும் வியர்வைத் துளிகள். உடல் முழுதும் என்ன? தொட்டுப் பார்க்கக் கை தூக்க முடியவில்லை. ஏதோ குளிர்ந்த தண்ணீரை யாரோ கண்களில் ஊற்றுகிறார்கள். அதன் படலங்கள் நீங்கியபோது ரவி முனகினான், "அம்மா!"

மஞ்சள் நிற, செழிப்பான ஒரு அடிவயிறு தெரிகிறது. மெதுவாக, பாடுபட்டு முழுதுமாகக் காண முயன்றான். ஒரு பெண், மேற்பரப்பின் இருட்டில் அவள் உயர்ந்திருந்தாள்.

யாரது?

அந்த அடிவற்றில் சாய்ந்துகொண்டு கற்பக விருட்சத்தின் இளநீர்க் குடுக்கைகளை எண்ணுகிறான்.

ஒன்று, இரண்டு, மூன்று, நான்கு... பன்னிரண்டு.

பிறகு மீண்டும் தூக்கம்.

விழிக்கும்போது மீண்டும் அந்த மஞ்சள் நிற அடிவயிறு.

"அம்மா!"

அடிவயிற்றில் சாய்ந்திருக்க எழுகிறான்.

"அசைய வேண்டாம்," அவள் சொல்கிறாள்.

அசைய முடியவில்லை. உடலின் வெகுதொலைவான எல்லைகள் மட்டுமே அசைந்தன. மெதுவாகப் பார்வை தெளிந்தது. கண்கள் நனைந்தும் குளிர்ந்துமிருந்தன.

பாய்க்கு அருகில் நின்ற மைமுனாவை ரவி பார்த்தான். இப்போது தெளிவாகத் தெரிந்தது. “நான் எங்கிருக்கிறேன்? என்ன?”

“ராஜாவோட பள்ளிவாசல்ல,” அவள் சொன்னாள்.

வெளியே மணியொலித்தது. சைக்கிள். யாரோ சைக்கிளைச் சாத்தி வைக்கிறார்கள். எதையோ சுமந்துகொண்டு அறைக்கு வருகிறார்கள்.

“நைஜாமண்ணன்,” மைமுனா சொன்னாள்.

“எளநீரு,” காலியார் சொன்னார், “செத்திக்கொடு மைமுனோ!”

“எளநீரா?” ரவி கேட்டான். “எதுக்கு?”

“ஒங்களுக்கு சீக்கிரம் தேவலையாகணும்னுதான் மேஷ்ஷே.”

தூரத்திலெங்கோ உடுக்கையடிக்கிறார்கள். புகலற்ற அலறல், “தேவீ, அம்மா!”

ரவியின் கண்கள் இருபுறமும் பதறின. இரு கையிலும் பதிந்திருந்த வைரக் கற்கள் உடைந்து குளிர்ந்த சீழ் ஒழுகிப் பரவியது. அவனால் பார்க்க முடியாத இடத்திலிருந்தெல்லாம் அவை உடைந்து வழிந்தன. உடைந்து வழியும் சீழ் நல்லம்மனின் பிரசாதம். அதிலிருந்துதான் அந்தப் போதையூட்டும் மணம் எழுந்தது. நள்ளிரவின் குளிர்பனியில், மலரும் செவந்தியின் மணம்.

20

விளையாட்டு

கசாக்கில், செதலியின் அடிவாரத்தில், கூமன்காவில், அங்கெல்லாம் செவந்திப்பூக்கள் மலர்ந்து உடைந்தன. அந்த மணமும் கொண்டு கிழக்குக் காற்று வீசியது. கோடையின் இரவினூடே அம்மையால் அழுகிய சவங்களைச் சுமந்தவாறு பறையர்கள் நடந்தார்கள். அவர்களின் முகங்களில் பெரியம்மைத் தழும்புகளின் மேடுபள்ளங்கள் இருந்தன.

"நீங்க ஏதாச்சிம் சொல்லுங்க பணிக்கரச்சா."

"வேண்டாம், உண்ணி. தேவி சந்தோஷம் கொண்டுருக்கா."

"ஏம் பேசமாட்டேங்கிறீங்க, காலியாரே?"

"நல்ல ஸ்தானத்துலதான் எழுந்துருக்கா. ஏமாத்தமாட்டா."

"மாரியம்மா, பகவதீ!"

ரவி செவிகூர்ந்தான். ஏடுகள் புரட்டுவதுபோல பிரக்ஞை மங்கியது; தெளிந்தது. வலி குறைந்தது; நிறைந்தது. கண்கள் சுற்றுச்சூழலை ஆராய்ந்தன. ராஜாவின் பள்ளிவாசலின் உட்புறம். மாதவன்நாயர், மைமுனா, காலியார், கோபாலுபணிக்கர், அப்படிப் பலர் இருக்கிறார்கள். தான் படுத்திருப்பது ஒரு தாழமடல் பாயில். பாய் குளிர்ந்திருக்கிறது. ரவியின் நினைவுகள் மெதுவே திடம் கொண்டன. கோடச்சியின் வீட்டிலிருந்து கசாக்குக்குத் திரும்பி நடந்தது நினைவு வந்தது. கால் தரையில் படாமல்

மலையோரத்தில் நடந்தது. நிலவு. மயக்கம்போலக் காற்று. பிறகு செவந்திப்பூக்கள் மலர்ந்து நின்ற வனத்தினூடே பயணம். காற்று அதிகரிக்கும்போது தொலைதூர உடுக்கையின் தாளம். வனமும் மலைப் பாதையும் நிலவும் மங்கியும் தெளிந்தும் மங்கியும் சென்றன.

இருட்டு விலகும்போது யாரோ சொல்வதுபோலத் தோன்றியது, "இல்ல, இந்த வேர்வையோட ஜொரம் போய்டிச்சி." யாரது? அப்பா முதுகைத் தடவிவிட்டுக்கொண்டிருக்கிறார். நெற்றி வியர்வைத் துணுக்குகளைத் துடைத்துவிடுகிறார். அப்பாவின் கரங்களில் படுத்துத் தூங்கிப்போகிறான். விழிக்கும்போது அஸ்தமனம். அப்பாவின் சுண்டுவிரலைப் பிடித்துக்கொண்டு நடக்கப் புறப்படுகிறான். ஆளற்ற சிவப்புப் பாதை. காப்பிச் செடிகளில் அந்தியின் ஆதிக்கம்.

"அந்தப் பறவையைப் பாத்தியா மகனே?" அப்பா கேட்கிறார்.

வெள்ளிலைகளின்[102] இடையில்.

"அந்தப் பெரிய எலகள்லயா?"

"ஆமா, அவந்தான். தையல்சிட்டு. எல சேத்து தச்ச அந்தக் கூட்டப் பாத்தியா மகனே?"

நடந்துபோகும்போது கேட்கிறான்," தையல்சிட்டோட முட்டையில புள்ளி இருக்குமா அப்பா?"

"யௌம் நீலப் புள்ளியிருக்கும்."

இளம் நீலப் புள்ளிகளை நினைத்துச் சிரித்துவிடுகிறான். பறவைக்குஞ்சைப்போல அம்மாவின் அடிவயிறு சாய்ந்து சுருண்டிருக்கும்போது அம்மா கேட்கிறார்கள், "நட்சத்திரக்குட்டா, இந்தக் கண்ணு ஏதுன்னு தெரியுமா?"

அம்மாவின் விரல்கள் ரவியின் கண் இமைகளை மெதுவாகத் தொடுகின்றன.

"ஏதும்மா?"

"ஒன் அப்பாவோடது."

"இந்த மூக்கு?"

"அது அம்மாவோடது."

"புருவம்?"

---

102. **வெள்ளிலை:** வெள்ளை இலை.

"அப்பாவோடது."

"காது?"

"அப்பாவோடதும் அம்மாவோடதும்."

அம்மா வாரியெடுத்து முத்தமிடுகிறார்கள்.

புல்வெளிகளுக்கு அப்பால் உள்ள கானல்நீருக்குப் பயணம் புறப்படும்போது அம்மா சொல்லிக்கொடுத்தார்கள், "என் நட்சத்திரக்குட்டன் இதயெல்லாம் பாத்துக்கணும். இதல்லாம் வளந்து அழகாகணும்."

கர்ப்பத்தின் கருணையில் ஓய்வு. நினைவின் கருணையில் மீள் பிறப்பு. பிறகு, வளர்ச்சி.

"அழறீங்களா சின்னம்மா?" கேட்கிறான்.

அவன் தோளில் உதடமுத்திக்கொண்டு அவர்கள் அழுகிறார்கள். அவர்கள் சொல்கிறார்கள், "எனக்கு என்னமோ முடியல."

"பாவம்ல?"

"ஈஸ்வரா!"

மெல்லிய பட்டு ரோமங்கள் துளிர்த்த அவர்களின் மேலுதட்டில் இதழ் பதிக்கிறான்.

"எனக்கொன்னும் தோணல," துயரத்துடன் அவர்களிடம் சொல்கிறான்.

"ரவீ!"

செவிகூர்கிறான். இரவில் அப்பா மூச்சுவிடுவதைக் கேட்கலாம். சுவாசிப்பதற்கு எவ்வளவு கஷ்டப்படுகிறார்!

"அப்பாவுக்கு முடியல," சொல்கிறான்.

சன்னல் வழியே வெளியே பார்க்கிறான். சன்னலினூடே, நிலவு நிறைந்த அடிவாரம். நிலவு பூத்து நிற்கும் காப்பிச் செடிகள். அந்தக் காப்பிச் செடிகளினிடையே நடந்ததை நினைத்துப் பார்க்கிறான். ஆயினும் அந்த நினைவுகளில் ஒன்றிலுமே வலி சேரவில்லை.

"நான் என் ரூம்ல போயி படுக்கிறேன் சின்னம்மா."

"போவாத."

மெல்லிய தளிர் ரோமங்களுடைய கரங்களால் அவர்கள் அவனை இறுக்குகிறார்கள்.

“போதும்,” உறுதியுடன் சொல்கிறான், “எழுந்து பொடவ கட்டுங்க சின்னம்மா.”

இரவில் நோயின் பெருமூச்சு. செவிகூர்கிறான். வேதனை யில்லை. பொறுமையின்மையும் எரிச்சலும் மட்டும்தான். கம்பளிப் போர்வையினுள் மயங்கிக் கிடக்கும் அப்பாவின் காலைக் கட்டிப்பிடித்து விடைகேட்கிறான்: புருவங்களுடையவும் கண்களுடையவும் சிவப்புப் பாதையின் மாலைப் பயணத்தினுடையவும் அப்பா, இலைகளைச் சேர்த்துத் தைத்த இந்தக் கூட்டைவிட்டு நான் வெளியே செல்கிறேன். விடை கொடுங்கள்.

○

“மழ காப்பாத்திடுச்சி,” யாரோ சொன்னார்கள், “இனி கொஞ்சமடங்கிடும்.”

“தேவீ!”

காய்ச்சல் விட்டிருந்தது. ரவி இனம்புரியாததொரு சௌக்கியத்தை உணர்ந்தான். புரளும்போதும் நிமிரும்போதும் மட்டும் அந்த எரிச்சல் ஏற்பட்டது. கொப்புளங்கள் நிறைந்திருந்தன. பாயில் அழுந்திய இடத்தில் அவை உடைந்து பரவிக் காக்கைப்பொன்போல பொருக்கு தட்டியது.

அன்று காலையில் மாதவன்நாயர் ராஜாவின் பள்ளிவாசலுக்கு வந்தார்.

“என்னமோ மாஷ்ஷே,” மாதவன்நாயர் சொன்னார், “காப்பாத்திடுச்சி.”

ரவி சிரித்தான்.

“மாஷ்ஷே, ஒங்க வீட்டுக்காரரு ஒங்களுக்கு ஒரு கொல எளனி கொடுத்து அனுப்பியிருக்காரு.”

“விசேஷம்! அப்டின்னா சிவராமன்னாயருக்கு எம்மேல கோவம் தீந்துடுச்சா மாதவன்னாயரே?”

“கோவம் தீர்றதா? ஒங்கள முஸல்மான் பள்ளிவாசல்ல படுக்க வச்சதாலத்தான இப்ப கோவம் அதிகமாயிருக்கு!”

ரவிக்குப் பெரியம்மையின் அடையாளங்கள் தென்படத் தொடங்கியபோது நாற்றுப்புரையில் படுப்பது சரியல்லவென்று முதலில் சொன்னது சிவராமன்நாயர்தான். மாதவன்நாயருக்கும் அது சரிதான் என்று பட்டது. நாற்றுப்புரையில் அம்மை வார்த்துக் கிடந்தால் அப்புறம் பிள்ளைகள் நீண்ட நாட்கள் அங்கே வரமாட்டார்கள். பிறகு உள்ள இடம், மாதவன்நாயரின் கடை.

அது நடுத்திடலில் இருக்கிறது. படுப்பதற்கு ஏற்ற இடமல்ல. அப்போதுதான் காலியார் அங்கே வந்தார்.

"நம்மண்ட பள்ளிவாசல்ல கொண்டாந்து படுக்க வைங்க." அவர் அழைத்தார்.

மாதவன்நாயர் சொன்னார், "நோய் இப்டிப்பட்டதால்ல இருக்கு? நீங்க படுக்கிற எடத்திலயா படுக்க வைக்கணும் காலியாரே?"

"நீங்க நம்மளப் பத்தி யோசிக்காதீங்க, நாயரே. நம்மலொரு பரலோகப்ராணி."

இரவில் ரவியைக் கைத்தாங்கலாக ராஜாவின் பள்ளி வாசலுக்குக் கொண்டு சென்றார்கள். மைமுனாவும் காலியாரும் மாதவன்நாயரும் கோபாலுபணிக்கருமெல்லாம் ராஜாவின் பள்ளிவாசலுக்கு மாறி மாறிக் காவலிருந்தார்கள்.

❍

பொருக்குகள் காய்ந்து பெயரத் தொடங்கியிருந்தன.

"நீ இங்க ஏன் வந்த மைமுனா?" ஒருநாள் ரவி கேட்டான்.

"யே," அவள் சொன்னாள்.

"நோய் ஒட்டிக்கிடுச்சின்னா?"

"நைஜாமண்ணனோட யந்திரம் கட்டியிருக்கேன். அது நம்ம இடுப்புல கெடக்குறப்போ ஒண்ணும் வராது." பிறகு குரல் தாழ்த்தி அவள் ஒரு ரகசியம் சொல்லி முடித்தாள், "நம்மலு அம்மையும் குத்தியிருக்கு."

"இருந்தாலும் என்னால நெனச்சிப் பாக்க முடியல – ஒன்னோட கையில அம்மத் தழும்பு விழறது."

அவள் சட்டைக் கையை சுருட்டி ஏற்றினாள். ரவி அந்தக் கையின் நீல நரம்புகளைப் பார்த்தான்.

"யே, எத்க்கு பாக்கறது?" அவள் கேட்டாள்.

"அந்த நீல நரம்பைப் பாத்தேன்," ரவி சொன்னான்.

"பாக்கக் கூடாது," மைமுனா சொன்னாள், "இந்த நோயி இர்க்கறப்ப மாரியம்மா ஒங்களுக்குக் கெட்டியவளாக்கும். வேற பொண்ணப் பாத்து ஆசப்படக் கூடாது."

குளித்தான். அன்று மாலை நேரம் மாதவன்நாயர் சொன்னார், "மாஷ்ஷே, ஒர் காரியம் அப்பறம் சொல்லலாம்னு இருந்தேன். நம்ப குட்டாடனோட காரியம்."

சட்டென்று ரவி அந்தச் செய்தியை எதிர்பார்த்தான்.

"குட்டாடன்," மாதவன்நாயர் சொன்னார், "போய்ட்டான்."

புளயன் என்னும் உக்கிரமான வசூரி அது. உடல் முழுதும் தடிக்கச் செய்து உள்ளிழுக்கும் வித்து.[103] உள்ளிழுத்து ரத்த நாளங்கள் சிதைந்து குட்டாடன் இறந்தான்.

"அந்தக் கெழவி சாகக் கெடக்குறா." மாதவன்நாயர் சொன்னார், "தேவி ரொம்ப சோதிச்ச ஆளு."

காட்சிக்கு ஆயத்தம் செய்த பெரியதொரு பூந்தோட்டம்போல கசாக்குக்காரர்கள் கிடந்தார்கள். சீழின் மஞ்சள் பூக்கள் கொண்டு பூக்குடில்கள் கட்டினார்கள். பூப்பறித்து முடியில் சூடி நல்லம்மன் நடனமாடினாள். ஜன்னியில், மயக்கத்தில், கசாக்குக்காரர்கள் அவளைப் பார்த்தனர். அவளைக் காமுற்றனர். கலவிச் செயல்போல நோய் ஆனந்த மயக்கமானது. அப்படி அவர்கள் இறந்தார்கள். பள்ளிக் குழந்தைகள் பலரும் இறந்தார்கள். வாவரு, நூர்ஜிஹான், உணிப்பாரதி, கின்னரி, குரங்காட்டி செந்தியாவு தொட்டியனின் மகன் கருவு. நடுத்திடலில் கண்டு பழக்கமான காஸிமும் ஸலீமும். கள்ளிப்பலகையால் புத்தகத் தட்டு செய்ய நாற்றுப்புரைக்கு வந்த சேந்தியாசாரி. பின்னரும் பலர் இறந்தார்கள். குப்புவச்சனின் கண்கள் போய்விட்டன. அப்புக்கிளியைக் காணவில்லை. பறையர்கள் அவனை செதலியில் பார்த்ததாகச் சொன்னார்கள்.

வசூரிப் பிணங்கள் அப்போதும் பயணம் புறப்பட்டிருந்தன. நான்கு குளி குளித்த பிறகு குப்புவச்சன் வெளியே புறப்பட்டார். மீண்டும் தட்டுத்தடுமாறி நடந்தார். கண்கள் இரண்டிலும், தேவியின் கண்ணாடிக் கிண்ணங்கள் உடைந்து தகர்ந்த இடத்தில் சிவப்புக் குழிகள் மட்டும் மிச்சப்பட்டன. அந்த எரியும் சிவப்பினூடே பகலின் இருட்டில் குப்புவச்சன் துழாவி நடந்தார். இப்போது வெயிலையும் ஆகாயத்தையும் மேகத்தையுமொன்றும் பார்க்க வேண்டாம். குப்புவச்சன் தெளிவற்று நினைவுகூர்ந்தார். யாக்கரை ஓடையில் குளித்து நிற்கும் கல்யாணி, சிமினி விளக்கின் மங்கிய ஒளியில் மாஸ்டருடன் படுத்துக் கிடக்கும் கேசி...

ஆறேழு குளி முடிந்த பிறகும் ரவி ராஜாவின் பள்ளிவாசலிலேயே தொடர்ந்தான். அங்கே தங்குவதில் வித்தியாசமாக ஏதும் தோன்றவில்லை. சில சமயம் மட்டும் சுற்றிலுமுள்ள முட்காட்டையும் சதுப்பையும் பற்றி, கல்லறைகளைப்

---

103. **வித்து:** வசூரித் தொற்று நோய் பரவிய காலத்தில் அம்மன் (மாரியம்மன்) வசூரி வித்து விதைக்கிறாள் என்றொரு ஐதீகம் இருந்தது.

பற்றி அவனுக்குப் பிரக்ஞை ஏற்படும். மீண்டும் அங்கேயே படுத்துவிடுவான்.

விடுமுறையை நீட்டிக்கவும் கோடைக்கான பள்ளி விடுப்பை ஆரம்பிக்கவும் ரவி இன்ஸ்பெக்டருக்கு எழுதியிருந்தான் . . . முற்றிலும் குணமாகி இப்போது மூன்றுவாரமானது. அப்போதும் ஒன்றிரண்டு வீடுகளில் விளையாட்டு இருந்தது. ஆனால், மகாமாரி அடங்கிவிட்டிருந்தது. கிழக்குக் காற்று புதியதொரு லாவகத்துடன் வீசியது. ராஜாவின் பள்ளிவாசலின் இருண்ட உட்புறத்தில் ரவி அவ்வாறு ஓய்வுகொண்டான். அறையின் மூலையில் சாய்த்துவைத்த கண்ணாடிப் புட்டியிலிருந்து ஒரு வாய் குடித்தான். கோடைபோன்ற தெளிவான சாராயம்.

“ஒனக்கு வேணுமா மைமுனா?” ரவி கேட்டான்.

“ச்சி!”

“சரி , வேண்டாம். அப்பறம் – மொல்லாக்கா ஏன் இங்க வர்ல?”

“காலுக்கு முடியல. செர்ப்பு கடிச்சி ரணம் வந்ததாக்கும்.”

“அந்தக் கட்டவெரல் புண்ணா? அது இன்னும் சரியாகலியா?”

“இல்ல. நேத்து ராத்திரி ரொம்பப் பொரிஞ்சிடுச்சி. மர்ந்து வாங்கறதுக்கு நைஜாமண்ணன் கொழணச்சேரி போயிர்க்குது.”

களிப்பின் உமித் தீபோல சாராயம் எரிந்து பற்றியது.

“இந்த நீல நரம்பு,” ரவி கேட்டான், “கையில அங்கே வரைக்கும் இருக்கா?”

மைமுனா சட்டைக் கையை முடிந்தவரை சுருட்டி ஏற்றிக் காட்டினாள். தோள்வரை. இனியும் மேலே தூக்க முடியாது.

காற்றில்லை. கோடை வெப்பம்.

“இவ்வளவு இறுக்கமா சட்டை போட்டா புழுக்கமா இருக்காதா?” ரவி கேட்டான்.

மைமுனா பதில் சொல்லவில்லை.

அவள் எழுந்தாள்.

“போறேன்,” அவள் சொன்னாள்.

“ஒக்காரு, மைமுனா.”

“மாட்டேன். போறேன்.”

“எங்க போற இப்ப?”

“ஒடம்பு பூரா ஒரே வேர்வ,” அவள் சொன்னாள், “குளிக்கப் போறேன்.”

மைமுனா படியிறங்கினாள். அவள் அரபிக் குளத்தை நோக்கி நடந்தாள். அந்த நீராடலைப் பார்த்துக்கொண்டு ரவி அறையின் குளிர்ச்சியில் படுத்திருந்தான் . . . நடுப் பகலின் மயக்கத்தில் அவள் ஈரத் துணி உடுத்தித் திரும்பி வந்தாள்.

“இதோ இந்தப் பக்கம் காயப்போடலாம்,” ரவி சொன்னான்.

அறையின் கொடிக் கம்பில் அவள் ஒவ்வொன்றாக உலரப்போட்டாள். எல்லாவற்றையும் போட்டு முடிந்த பிறகு அவள் ரவியின் முன்னால் வந்து நின்றாள். நீல நரம்போடிய இடையைச் சுற்றிய கரும்பட்டுக் கயிற்றில் ஒரு தாயத்து தொங்கிக்கொண்டிருந்தது. விரல்களுக்கிடையில் அதைத் திருப்பிப் பிடித்துக்கொண்டு ரவி கேட்டான், “இதான் நைசாமண்ணனோட எந்திரமா?”

“ஆமா. இதிரிக்கிறபோது ஒண்ணும் வராது.”

“அப்டின்னா அதக் கொஞ்சம் கழட்டி வய்க்கலாம்.”

அவள் தடுக்கவில்லை. ரவி கயிற்றின் முடிச்சவிழ்த்து தாயத்தைக் கழற்றி வைத்தான். உலரப்போட்ட உடையைப் பார்த்துக்கொண்டு மைமுனா சொன்னாள், “ ஒங்களுக்கு ஒடம்பு சரியாகி ஒரு மாசம்கூட முடியலே. ஒங்களுக்கு எப்படியிருக்குதோ என்னமோ –”

இருவரும் எழுந்தபோது மதியப்பொழுது கடக்கத் தொடங்கியிருந்தது. புட்டியில் கொஞ்சம் மிச்சமிருந்தது.

“ஒனக்கு வேணுமா, மைமுனா?”

“கொடுங்கோ.”

அவள் புட்டியிலிருந்து உறிஞ்சிக் குடித்தாள்.

“ஒடம்பப் பாத்துக்கங்கோ,” புறப்படும்போது அவள் சொன்னாள். அவள் நடந்தகன்றாள். அவளது செழிப்பான பின்புறத்தை அவன் பார்க்கவில்லை. அதன் நினைவைச் சப்புக்கொட்டியவாறு பள்ளிவாசல் குளிர்மையின் ஆலிலையில் அவன் படுத்திருந்தான்.

ஆலிலையை மூடியவாறு, கருப்புக் கடலுக்கு மேலே அசாந்தியின் மூடுபனி எழுந்தது.

21

ஷெய்குவின் வாக்கு

ராஜாவின் பள்ளிவாசலுக்கு சாந்தும்மா வந்தாள்.

"நான் பாக்க வந்தேன்," அவள் சொன்னாள்.

"ஒனக்கு ஒடம்பு முடியாம இருந்திச்சில்ல," ரவி ஆறுதல் சொன்னான். "களைப்பெல்லாம் சரியாயிடுச்சா?"

சாந்தும்மா எதுவும் பேசவில்லை. முகம் குனிந்து நின்றாள். சன்னல்படியில் ஒரு சீப்பு பூவன் பழமிருந்தது.

"சாப்புடு சாந்தும்மா," ரவி சொன்னான்.

அவள் அசையவில்லை.

"என்னா சாந்தும்மா?" ரவி கேட்டான், "என்னா?"

பட்டென்று சாந்தும்மாவின் கண்கள் நிறைந்து வழியத் தொடங்கின.

"எம் மகன்," அவள் தேம்பினாள், "என்னோட குஞ்ஞுநூரு."

ரவி முதலாவதாக வெளியே வந்தது சாந்தும்மாவின் வீட்டுக்குத்தான் ... உள்ளங்கை அகலமுள்ள திண்ணையில் கிழிந்த பாய்களில் குஞ்ஞுநூரும் சாந்துமுத்தும் படுத்திருந்தார்கள்.

“அண்ணோ,” சாந்துமுத்துவின் சிறிய குரல் மகிழ்ச்சி நிறைந்ததாயிருந்தது, “ஸ்லாம்!”

“ஸலாம், மகளே,” ரவி சொன்னான்.

காற்றடித்தபோது மேற்கூரையின் பழைய ஓலைகள் தெள்ளுப்பூச்சிகளைப்போல உதிர்ந்தன. குஞ்ஞூநூரு அரைக்கண் மூடிப் படுத்திருந்தான். ரவி பாயினருகில் அமர்ந்து அவன் நெற்றியைத் தொட்டுப் பார்த்தான். கனன்று காய்கிறது. நெற்றியில் கொப்புளங்கள் இல்லை. சிவந்த தடிப்பு மட்டும். தூரத்திலெங்கோ பூத்து நின்ற குன்றின் சரிவுகள்போல அந்த உடல் அங்கங்கே சிவந்து கிடந்தது.

“குஞ்ஞூநூரு,” ரவி அழைத்தான்.

குஞ்ஞூநூரு லேசாகச் சிரித்தான். அந்தச் சிரிப்பின் பின்னால் எங்கிருந்தோ அவன் அழைப்பைச் செவிமடுத்தான். நீல ஈ ஒன்று அவன் நெற்றியில் அமர்ந்தது. ரவி வேப்பிலைக் கட்டெடுத்து வீசி அதை விரட்டினான்.

குஞ்ஞூநூரு மீண்டும் மயக்கமானான். ரவி சாந்தும்மாவை நோக்கித் திரும்பியபோது அவள் அழுதுகொண்டிருந்தாள். சுவரில் சாய்ந்து நின்றுகொண்டு அவள் அழுதாள்.

“அண்ணோ,” சாந்துமுத்து அழைத்தாள். “அந்த முத்தாயி வாங்கிட்டு வர்வீங்களா?”

“கொண்டு வறேன், மகளே.”

“அந்த ஜரிகத்தாளூ வச்ச முத்தாயி.”

“கொண்டு வறேன்,” ரவி சொன்னான், “நீ படு மகளே.”

அவள் சொன்னாள், “ஸ்லாம்!”

அன்று இரவு குஞ்ஞூநூரு இறந்தான். அதிகாலையில், முகத்தில் மேடுபள்ளமுள்ள ராவுத்தர்கள் மய்யத்தை எடுத்துக்கொண்டு செதலியின் சரிவை நோக்கி நடந்தார்கள். பொழுதேறியபோது சாந்துமுத்து பய்யனைத் தேடினாள். மாஸ்டரண்ணன் அழைத்துச் சென்றிருக்கிறாரென்று சாந்தும்மா மகளிடம் சொன்னாள்.

“பய்யனுக்கு ஒடம்பு சரியாயிடுச்சா, உம்மா?”

“உம்.”

“இனி பய்யன் சீக்கிரம் பெரிசாகுமா, உம்மா?”

“சீக்கிரம் பெரிசாகும், மக்ளே.”

சாந்தும்மா கொல்லைப்புறம் சென்று ஒரு பப்பாளி மரத்தில் தலையை மோதினாள். வலியில்லை. அழுகை வரவில்லை. நொடிகளிடைவிட்டு ஒரு மரப்புத் தன்மை மட்டும் முற்றி வருகிறது. கடுமையானதொரு பிடிவாதம். கடுமையான கண்களுடன் சாந்தும்மா அந்த வீட்டில் காத்திருந்தாள். அந்தியில் சிம்னி விளக்கு ஏற்றியபோது சாந்துமுத்து சொன்னாள்: "உம்மா, எனக்கு சரியாயிடுச்சும்மா. இது பார்ங்கோ."

சாந்துமுத்துவின் உள்ளங்கைகளைச் சேர்த்துப் பிடித்து சாந்தும்மா அவள் முகத்தைப் பார்த்தாள். கொப்புளங்கள் அத்தனையும் உள்ளிழுக்கப்பட்டிருந்தன. முகத்தில், கழுத்தில், கையிலும் காலிலும், வீர்யமான தடிப்பு மட்டும். அந்த வசூரிக் கொப்புளங்களைப்போல சாந்தும்மா உள்ளிலெங்கோ வசமானாள். ஒரு ஆரஞ்சுப் பழமெடுத்துத் தோலுரிக்கும் தன் விரல்களின் தீண்டலை அவள் உணரவில்லை.

ஆரஞ்சுச் சாறு குடிக்கும்போது சாந்துமுத்து கேட்டாள், "யாரும்மா ஆரஞ்சு கொடுத்தா?"

சாந்தும்மா விழிப்புற்றாள்.

"மேஷ்டரண்ணன்," அவள் சொன்னாள்.

"அண்ணன் முத்தாயி கொண்டு வர்மா, உம்மா?"

"ஆமா, மக்ளே."

"உம்மா—"

"என்னா கண்ணு?"

"இதோ, பய்யன்—"

மேற்கூரை பொடிந்த துகள்கள் காற்றடங்குவதற்கு இசைவாக மெதுவாக விழுந்தன.

"பய்யன் என்ன வெளயாடக் கூப்புடுறான் உம்மா!—"

பிறகு சாந்துமுத்து சொன்னாள், "பய்யா, நீ அந்த நாயைப் போஹச் சொல்லு!—"

○

நள்ளிரவில் கசாக்குக்காரர்கள் அதைக் கேட்டார்கள்:

"நான் உன்னைத் தூக்கிக்கொள்ள வருகிறேன்—

உன்னை அடக்கம் செய்ய மாட்டேன்—

ஷெய்கு எஜமானின் வாக்கு. கால் ரணம் காத்துக்கிடந்த மொல்லாக்கா விழித்து செவிகூர்ந்தார். தித்திபியும்மா சொன்னாள், “தங்ஙளூ பக்கீரி!”

முதுகில் பொதியும் இடையைச் சுற்றிலும் ஒரு சாக்கு மறைப்புமாக தங்ஙளூ பக்கிரி நடுத்திடலுக்கு வந்தார். இடைவரை வந்த வெள்ளைத் தாடியில், வெடித்து விரிசலிட்ட கால்களில், பயணத்தின் புழுதிச் சாத்து. ஏறுமாடங்களும் கடையறைகளும் தூங்கிக் கிடந்தன. பக்கிரி அங்கே நின்றுகொண்டு தன் மகளின் வீட்டைப் பார்த்தார். நட்சத்திர வெளிச்சத்தில் அந்த மேற்கூரைச் சட்டங்கள் இறுதி மூச்சு விடுவதை அவர் பார்த்தார்.

அதிகாலையில் இரைச்சல் கேட்டுத்தான் ரவி விழித்தான். தூரத்தில், என்னவெல்லாமோ உரத்துச் சொல்லும் பேரோசை. பெண்களின் அலறல். சற்று நேரத்திற்குப் பிறகு மாதவன்நாயர் ராஜாவின் பள்ளிவாசலுக்கு வந்தார்.

“ஒங்களுக்கு ஒடம்புக்கு ஒண்ணும் பிரச்சினயில்லன்னா எங்கூட வாங்க மாஷ்ஷே.”

“என்னா மாதவன்னாயரே?”

“சாந்துமுத்து செத்துட்டா.”

“மாதவன்னாயரே,” ரவி சொன்னான், “இளப்பாறுங்க.”

எதனாலென்று தெரியவில்லை, ரவிக்கு அப்படிச் சொல்லத்தான் தோன்றியது. ஸ்டவ் பற்றவைத்துக் கொதிக்க வைக்கத் தண்ணீர் ஊற்றினான்.

“டீ குடிச்சிட்டுப் போலாம், மாதவன்னாயரே.”

“செரிதான், மாஷ்ஷே. இனி மெதுவா ஆகட்டும்.”

ரவியும் மாதவன்நாயரும் தேநீர் குடித்துவிட்டு சாந்தும்மாவின் வீட்டுக்கு நடந்தார்கள். அங்கே சென்றடைந்தபோது ஆட்கள் கலைந்துகொண்டிருந்தார்கள். ஒரு குழுவினர் நெடுவரப்பினூடே செதலியை நோக்கி உரத்துக் கத்திக்கொண்டு செல்கிறார்கள். சாந்தும்மாவின் படியருகே கம்பூன்றி காவல் நின்ற பொந்துராவுத்தரண்ணனிடம் மாதவன்நாயர் கேட்டார், “என்னாது பொந்துராவுத்தரண்ணோ?”

பொந்துராவுத்தரண்ணன் கைகளை மேலே தூக்கிக் காட்டினார்.

“எஜமானோட செய்தி!”

மாதவன்நாயரின் கையைப் பிடித்துக்கொண்டு அலியார் சொன்னார், “நீங்களும் வாங்க மாதவம்மூத்தாரே.”

செதலியை நோக்கி நடந்த ஆள்கூட்டத்தோடு சேர்ந்து ரவியும் மாதவன்நாயரும் நடந்தார்கள்.

“கொட்ங்கோ பக்கீரியே!” முன்னால் நடந்தவர்கள் உள்ளங்கைகளை வாய்க்குச் சுற்றிலும் குழல்போன்று வைத்துக் கொண்டு கத்தினார்கள், “மய்யத்தக் கொட்ங்கோ!”

சிறிது நேரத்திற்குப் பிறகு அவர்கள் தங்ஙளு பக்கிரியைப் பார்த்தார்கள். ஒரு ஐநூறு கஜ தூரத்தில், பேருடல் படைத்தவர் நடந்து செல்கிறார். கையில் சாந்துமுத்துவின் மையத்து. ஆட்கள் மேலும் நெருங்கியபோது கவண் கற்கள் சீறி வந்தன.

மாதவன்நாயரின் நெற்றியில் ரத்தம் துளிர்த்தது.

ரவி கைக்குட்டையெடுத்து அதை ஒற்றினான்.

“மாதவன்னாயரே –”

“மாஷ்ஷே, ரொம்பக் கண்றாவி.”

இளவெயிலில் ரவிக்குத் தலை சுற்றத் தொடங்கியது.

“மாதவன்னாயரே, கொஞ்சம் பிடிங்க.”

ரவி ஒரு அரளி மரத்தின் மீது சாய்ந்தான். இருளும் கண்களில் வெயில் நடுங்கியது. உள்ளே சென்ற தேநீரும் பித்தநீரும் வெளியே குமட்டியது.

இப்போது ஆசுவாசமாக இருந்தது. ரவியும் மாதவன்நாயரும் அரளியின் நிழலில் புல்லில் அமர்ந்தார்கள்.

“மாதவன்னாயரே,” ரவி கேட்டான், “சாந்தும்மா எங்க?”

“யாரோ கைத்தாங்கலா தித்திபியும்மாகிட்ட கொண்டுபோயி விட்ருக்காங்க.”

தூரத்தில் அந்தக் கூக்குரல் கேட்டது:

“தங்ஙளு பக்கீரியே, மய்யத்தக் கொட்ங்கோ!”

பக்கிரி அப்போதும் கல்லெறிந்துகொண்டிருந்தார். பின்தொடர்ந்த கசாக்குக்காரர்கள் நடை வேகத்தை மட்டுப்படுத்தினார்கள். பிறகு ஒவ்வொருவராகப் பின்வாங்கத் தொடங்கினார்கள்.

செதலியின் மேலே ஷெய்கின் ஸ்தூபிகளில் தங்ஙளு பக்கிரி ஏறினார். பேரக் குழந்தையின் மய்யத்தை மடியில் கிடத்தி

அவர் அங்கே காவலிருந்தார். ஐந்து இரவுகள் காவலிருந்தார். செதலியின் ஓரத்தில் யாரும் சென்றுவிடக் கூடாது. கல்லடி.

ஆறாம் நாள் அப்புக்கிளிதான் செதலியிலிருந்து இறங்கி வந்தான். ஜடை பிடித்திருந்தது. மீந்த சட்டையில் கரையான் இருந்தது.

கசாக்குக்காரர்கள் செதலிக்கு ஏறிச் சென்றார்கள். தங்஗ளூ பக்கிரியைக் காணவில்லை. ஷெய்கு தங்஗ளின் கல்லறைக்கருகில் சாந்துமுத்து அழுகிச் சிதைந்து கிடந்தாள்.

❍

நேரம் தாழ்ந்த பிறகு ரவி ராஜாவின் பள்ளிவாசலைவிட்டு வெளியேறினான். ரவியுடன் அப்புக்கிளியும் மாதவன்நாயரும் நடந்தார்கள். அப்புக்கிளியை ஏற இறங்கப் பார்த்துவிட்டு மாதவன்நாயர் சொன்னார், “டே, அப்பே, வால்மீகியே[104], நீ கொஞ்சம் முங்கிக் குளிச்சிட்டு வா, அந்தக் கரையான்லாம் போகட்டும்.”

நாற்றுப்புரையைத் திறந்து உள்ளே வந்து நின்றபோது ரவிக்கு ஒரு ஜென்மம் கடந்ததுபோன்று தோன்றியது. வேறொரு காலத்திலெங்கோ கால் வைப்பதாகத் தோன்றியது. காகிதங்களும் மைப்புட்டியும் ஷேவிங்செட்டும் தேநீர்ப் பாத்திரமுமெல்லாம் தான் வைத்த இடத்திலேயே இருக்கின்றன. அந்த நாட்கள் முழுதும் உதிர்ந்த தூசு மட்டும் அவற்றின் மேலே தடித்திருக்கிறது. ஒரு மணம்: ரவி அது என்னவென்று யோசித்துப் பார்த்தான். பயணத்தின் மணம். காலத்தினூடே ஜடப் பொருட்களின் பயணம். துடைப்பமெடுத்துத் தூசு தட்டிய ரவி அந்தப் பயணத்தைத் தடுத்தான்.

---

104. **வால்மீகி:** வால்மீகி மகரிஷி. வல்மீகத்தில் (புற்றுக்குள்) வெகுகாலம் இருந்ததால் இந்தப் பெயர்.

22

மதமாற்றம்

கோடையின் மாதமும் கடந்தது. விடியும் போது கசாக்கின் புற்களில் மீண்டும் பனி துளிர்க்கத் தொடங்கியது. மீண்டும் பள்ளி திறந்தது.

ரவி வருகைப் பதிவேட்டை முன்னால் விரித்து வைத்தான். அதில் நிறையப் பெயர்களுக்கு அடியில் பச்சை மசியால் கோடிட்டு வைத்திருந்தான். இனி வராதவர்களின் பெயர்கள்: வாவர், நூர்ஜிஹான், உணிப்பாரதி, கின்னரி, கருவு. அடிக்கோடு மட்டும்தான் போட்டான்; அந்தப் பெயர்களில் எதையும் அடித்து நீக்க ரவியால் முடியவில்லை. தங்஗ளு பக்கிரியைப்போல, தானும் அந்தப் பெயர்களைக் கொஞ்சிக் கொஞ்சிப் பாதுகாத்தான். பச்சை மசியின் அடிக்கோடுகள் அந்த வீட்டின் சன்னல்களாயின. எல்லையற்ற சோம்பலில் ரவி அவற்றினூடே வெளியே பார்த்தான். வெளியே, கோடையும் பனியும் புல்லும் பனையும் மீண்டும் வருகின்றன, மறுபடியும் பிறக்கின்றன. துக்கமில்லாமல், விருப்பமில்லாமல், மீண்டும் மீண்டும் வருகின்றன.

ரவி பதிவேட்டிலிருந்து தலையுயர்த்தி வகுப்பறையைப் பார்த்தான். குஞ்ஞாமினாவும் கொலுஸூவும் ஸொஹராவும் ராமன்குட்டியும் அலம்கானுமெல்லாம் வந்து அவரவரின் இடத்தில் அமர்ந்திருக்கிறார்கள். மற்றவர்களின் இருப்பிடங்கள் காலியாகக் கிடக்கின்றன. ரவி அன்று ஆஜர் எடுக்கவில்லை.

அப்புக்கிளியின் தலைமறைவு வாசத்தினிடையே அவன் தலைமுடி வளர்ந்து சடைபிடித்திருந்தது. சடையில் பேன்கள் பெருகின. பேன்கள் தலையில் மேய்ந்து திரிந்தன. சில சமயம் கூட்டம் சேர்ந்து கீழே இறங்கி மற்ற தலைகளைத் தேடின.

"இப்டித்தான் ஆரியர்கள் இந்தியாவுக்குள்ள வந்தாங்க," சரித்திரப் பாடம் கற்பித்துக்கொண்டிருந்த ரவி உதாரணம் சுட்டிக்காட்டினான். "அவங்க மேய்ச்சலுக்குப் புது இடங்களத் தேடிப் பசுக்கள ஓட்டிக்கிட்டு வந்தாங்க."

ஆனால், பேனைப் பற்றிய விஷயம் அந்தக் கதையோடு நிற்கவில்லை. மாலையில் குஞ்ஞாமினாவின் உம்மா. அவளுக்குத் தாழம்பூ எண்ணெய் தடவித் தேய்த்துக் குளிப்பாட்டி முடி சிக்கலெடுக்கும்போது ஒரு பேன் குறுக்கே தாவியது.

"இந்தப் பேனு எங்கேர்ந்து வந்துச்சி?" சொலயும்மா மகளிடம் கேட்டாள்.

"அப்புக்கிளியோட பேனாக்கும், உம்மா. அந்த ஆரியம்மாரு வந்ததுபோலாக்கும்," குஞ்ஞாமினா சொன்னாள்.

"என்னா புள்ளே ஒவார்றே?"

குஞ்ஞாமினா சொலயும்மாவுக்கு ஆரியரின் கதையைச் சொல்லிக்கொடுத்தாள். கதை சொலயும்மாவைத் திருப்திப்படுத்தவில்லை. மறுநாள் ரவியின் முன்னால் புகார் வந்தது. அப்புக்கிளியின் ஜடாமுடியை வெட்ட வேண்டும். முடியை ஒட்ட வெட்டினால்தான் பேன்கள் போகும். அப்படி வெட்டச் சொன்னால் கிளி ஏதாவது நினைத்துக்கொள்வானோ என்று ரவி கவலைப்பட்டான். கடைசியில் ரவி தன் தேவையை மாதவன்நாயர் மூலம் சொன்னான். கிளி சம்மதித்தான் . . . மாயன்பாணனின்[105] சவரக்கடைக்குக் கிளி செல்லும்போது, உச்சிக்குடுமிக்காரரான கருமப்பெருமாள் பண்டாரம் அங்கே தலை சிரைத்துக்கொண்டிருந்தார்.

மாயன்பாணன் சும்மா கேட்டார்: "ஓர் குடுமி வச்சித் தரவா, க்ளியே?"

"நம்ம குடுமியப் பாத்தியா நீ?" பண்டாரம் உற்சாகப் படுத்தினார், "ஒனக்கு குட்மி வச்சா எப்படியிருக்கும் தெர்யுமா? பாத்தவங்க பொண்ணு தர்வாங்க, எலவு!"

அப்புக்கிளி முகம் மலர்ந்து சிரித்தான், "பொண்ணு தர்வாங்களா?"

---

105. **பாணன்:** இந்துக்களில் ஒரு சாதி.

"பின்னென்னா ஸந்தேகம், எலவு?"

கிளி, பாணனிடம் சொன்னான், "என்க்கும் வேணம் குட்ம."

குடுமி வைத்து வெளியேறும்போது மாயன்பாணன் கிளிக்கு அறிவுறுத்தினார், "மரக் கௌயிலேர்ந்து விழறப்ப குட்மியப் பிடிச்சித் தூக்கலாம், கேட்டியா?"

❍

மாதவன்நாயருக்கு முதலில் கோபம்தான் வந்தது.

"பாருதா, மாதவண்ணோ!"

கிளி சிரித்துக்கொண்டு முன்னால் நின்றான். மாதவன்நாயரும் சிரித்துவிட்டார். இதுவொன்றும் மனிதன் முன்பே கணிக்கும் காரியமல்ல, போகட்டும்.

"ஆஹா, பச்சப் பனந்தத்தே," அவர் சொன்னார், "ஒன்னப் பாக்குறதுக்கு இன்னிரஜித்தோட ஆயிரங்கண்ணும் வேணும்லடா, அப்பே!"

மறுநாள் பள்ளியில் களேபரமானது. குழந்தைகள் அடங்கியிருக்க ஒப்பவில்லை. அவர்கள் கிளியைச் சுற்றிலும் சூழ்ந்தார்கள். சிலர் அந்தக் குடுமியைத் தொட்டார்கள். சிலர் மெல்ல இழுத்தார்கள். குட்டிஸொகரா அதில் வாடாமல்லியும் வெள்ளிக் காகிதமும் திணித்தாள். கிளிக்கு மனக் கஷ்டம் ஏற்படுத்துகிறவர்களிடமிருந்து குஞ்ஞாமினா மட்டும் விலகியிருந்தாள். அவள் வேதனையுற்றாள். தான் சொன்னதால்தானே கிளிக்கு இந்தத் துன்பம் வந்தது!

ரவி கரும்பலகையில் கணக்கு எழுதிக்கொண்டிருந்தான். திரும்பியபோது குஞ்ஞாமினா வெளியே எங்கோ பார்த்துக் கொண்டிருந்தாள்.

"என்னா மின்மினியே?" ரவி கேட்டான்.

அவள் அப்போதும் ஏதோ யோசித்துக்கொண்டிருந்தாள். ரவி பக்கத்தில் சென்று நின்றான்.

"என்னா, சொல்லு."

"ஸார், அப்பறம் –"

ரவி காத்திருந்தான்.

"அப்பறம், இந்தப் பேனுக்கு ஆத்மா உண்டோ, ஸார்?"

"நமக்கெல்லாம் இருக்கும்னா அதுக்கும் இருக்கும்," ரவி சொன்னான்.

"நமக்கு உண்டு, ஸார்."

"அப்டின்னா பேனுக்கும் உண்டுன்னு வச்சிக்க."

ராமன்குட்டி முடிவாகச் சொன்னான், "பேனுக்கு ஆத்மா உண்டு, ஸார்"

குஞ்ஞாமினா மீண்டும் கேட்டாள், "அப்டின்னா அப்புக்கிளியோட பேனெல்லாம் என்னவா பொறக்கும் ஸார்?"

மீண்டும் பேன்களாகவே பிறக்குமா அல்லது கசாக்குக்காரர்களாகப் பிறக்குமா? இல்லையென்றால் காட்டுயானைகளாகவும் திமிங்கலங்களாகவும் அணுக்களாகவும் ஆகுமோ! ரவி சட்டென்று நினைவுகூர்ந்தான். முல்லையின் மணமுள்ள இரவில், கம்பளி போர்த்திப் படுத்து முனகிய அப்பா மறுபடியும் பிறப்பாரா? புண்ணியசாலியெனில் மீளவும் பிறக்காதிருக்கலாம். இல்லையென்றால் ஒரு எட்டுக்கால்பூச்சியாகப் பிறந்துவிட்டாலோ! முற்பிறவி நினைவுள்ள ஒரு விஷச் சிலந்தி. அன்பும் துயரமும் உட்கொண்டபடி அது சுவரில் பற்றிக்கொண்டிருக்கிறது. சிலந்தி சுவரிலிருந்தவாறு தன்னைப் பார்க்கும்போது அருவருத்துப்போனான். காகிதம் சுருட்டி எறிந்தபோது சிலந்தி வட்டம் சுற்றிப் பாய்ந்தது. செருப்படி பட்டு அது சுவரில் நசுங்கி ஒட்டியது. செருப்பு கையிலிருந்து விழுந்தது. முற்பிறவிகளின் நன்றிகள் விழித்தன. ரத்தமும் மயிரும் ஒட்டிக்கொண்டிருந்த தடத்திற்கு முன்னால் ரவி நின்றான். அவன் தனக்குத்தானே சொல்லிக்கொண்டான், என்னவொரு சிரார்த்தம்!

பிறகு ரவி குஞ்ஞாமினாவின் கேள்விக்குப் பதில் சொன்னான், "எனக்குத் தெரியல."

ஆனால், குழந்தைகளுக்குத் தெரியும். வாவரும் நூர்ஜிஹானும் உணிப்பாரதியும் கின்னரியும் கருவுமெல்லாம் மீண்டும் பச்சிளம் குழந்தைகளாகப் பிறப்பதற்கு அவர்கள் காத்திருக்கிறார்கள். அவர்கள் ரவிக்கு கசாக்கின் கதைகள் சொன்னார்கள். பரலோகம் கண்ட சாத்தனின் கதை, புளிங்கொம்பத்துப்போதியின் கதை, பிறவிகள் முடிந்த முன்னோர் சிரார்த்தம் கொள்ள இறங்குவதன் கதை. அப்படி மரப்பாச்சிமார் கதை கூறினர் –

பனையேறி நாகன் – தாயம்மா தம்பதியின் மகள் குஞ்சுவெள்ளை. அவளுக்கு ஐந்து வயதுள்ளபோது அவர்கள் கூமன்காவுக்கு விருந்துக்குச் சென்றார்கள். அங்கே குஞ்சுவெள்ளை இறந்தாள். அந்த வருடம் கூமன்காவில் அய்யாவின் மனைவி கண்ணம்மாவுக்கு ஒரு மகள் பிறந்தாள்.

ஒ.வி. விஜயன்

அவர்கள் அவளை தேவகியென்று அழைத்தார்கள். தேவகி மிகச் சிறியவளாயிருக்கும்போதே ஏதோ யோசித்துக்கொண்டிருப்பது வழக்கமாயிருந்தது. அப்படி மணிக்கணக்காக இருப்பாள். மகளை மடியிலிருத்தி கண்ணம்மா கேட்டாள், "ஏம்மா இப்டியிருக்கே?"

தேவகி சொல்வாள், "நான் நெனச்சிப் பாக்குறேன் அம்மா."

ஐந்து வயது முடியும் அன்று அவள் அம்மாவிடம் சொன்னாள், "அம்மா, எனக்கு இன்னும் வேறொரு அம்மா இருக்காங்க."

கண்ணம்மா பொருட்படுத்தவில்லை. ஐந்துவயதான குழந்தைகள் பலவும் நினைக்கும்; பலவும் பேசும். ஆனால் தேவகி திரும்பத் திரும்பச் சொல்லத் தொடங்கினாள். இன்னொரு அம்மாவைப் பார்க்க வேண்டும் என்றும் சொல்லி அழத் தொடங்கினாள் . . . தேவகி முன்னால் நடந்தாள். பின்னால் அய்யாவும் கண்ணம்மாவும் நடந்தார்கள். அவ்வாறு அவர்கள் நாகன் – தாயம்மாவின் வீட்டை அடைந்தார்கள்.

"இதோ, இதுதான் என் வீடு," தேவகி சொன்னாள்.

அங்கே கசாக்குக்காரர்கள் கூடினார்கள். வீட்டின் மூலைமுடுக்கையெல்லாம் தேவகி அடையாளம் கண்டு கொண்டாள். முற்காலத்தில் கூரையில் திணித்து வைத்திருந்த ஒரு விளையாட்டுக்குழல் அங்கேயே இருந்தது.

"அம்மா," அவள் தாயம்மாவிடம் கேட்டாள், "அப்பா எங்கம்மா?"

தாயம்மா அழுதாள்.

"அப்பா போய்ட்டாங்க; மக்ளே," தாயம்மா சொன்னாள். "ஜொரமாக் கெடந்து போய்ட்டாங்க."

பார்த்து நின்ற பெண்கள் கண்களைத் துடைத்துக் கொண்டார்கள். ஆட்கள் ஏன் அதிசயப்படுகிறார்கள் என்று தேவகிக்கு மட்டும் புரியவில்லை. அவள் கண்ணம்மாவிடம் கேட்டாள், "ஒங்களுக்கு ஞாபகம் இல்லியாம்மா? அன்னக்கி கொளக்கரையில?"

"என்னக்கி மக்ளே?" கண்ணம்மா கேட்டாள்.

"அன்னக்கி, அன்னக்கி, ரொம்ப நாளுக்கு முன்னால. நீங்க குளிக்கிறப்ப நான் அந்தப் பக்கம் ஒட்டி ஒட்டி வந்தேன்லம்மா?"

கண்ணம்மா சட்டென்று நினைவுகூர்ந்தாள். ஐந்து வருடம் பத்து மாதங்களுக்கு முன் ஒரு அந்தி. அவள் குளத்தில் தனியே

குளித்துக்கொண்டிருந்தபோது, குளத்தின் மேடு தாண்டி ஒரு சவ ஊர்வலம் கடந்து சென்றது.

அப்புக்கிளி குடுமி வைத்து இரண்டு நாட்களுக்குப் பிறகு ராவுத்தர்களுக்கு ஒரு நேர்ச்சை இருந்தது. ராவுத்தப் பிள்ளைகள் மொட்டையடித்துச் சுகந்தம் பூசி நேர்ச்சைப் பள்ளிவாசலில் களிப்புற்றிருந்தனர். அப்போதுதான் அப்புக்கிளி குடுமியுடன் அங்கே சென்றான்.

"என்னா, கிளியே!"

"என்னாதா, அண்ணோ!"

"இது எதுக்குடா தலயில இந்த மௌகு மரம்?"[106]

"பொண்ணு தர்வாங்க," கிளி சொன்னான்.

"ஒனக்கு அந்தப் பண்டாரங்க இப்டிச் சொல்லி முடியெடுக்க வச்சிருக்காங்கடா, முட்டாப் பயலே! இந்தக் குடுமி வச்சா, வர்ற பொண்ணும் போய்டும். நீ மொட்ட போடுடா. அப்பத்தான் பவராக்கும். அந்த அப்பாமுத்தண்ணனோட தலயப் பாரு."

மழித்த தலையைத் தடவியபடி அப்பாமுத்து கிளியைப் பார்த்துச் சிரித்தான்.

"மொட்டயடிச்சிக்கோடா," அப்பாமுத்தும் அறிவுறுத்தினான்.

"பொண்ணு தர்வாங்களா?"

"பொண்ணு தர்வாங்கன்னு வச்சிக்கோ! நீ மொட்டயடிச் சிட்டு அந்த மைமுனாக்கிட்ட போய்க் கேளு, என்னக் கட்டிக்கிறியான்னு."

அப்புக்கிளி சிரித்துச் சிரித்து நாணிக்கோணினான்.

ராவுத்தப் பிள்ளைகள் அப்புக்கிளியைப் பிடித்துக்கொண்டு ஒஸ்ஸானிடம் சென்றார்கள். குடுமியை எடுத்துவிட்டபோது அவர்களில் ஒருவன் சொன்னான், "எப்டின்னாலும் இந்தளவுக்கு வந்துடுச்சி. மைமுனாக்காவ கட்டவும்போறான். அப்பறம் என்னா, மார்க்கத்துல சேந்துடறதுதானே? என்னா?"

"ம், அப்படித்தா, ம்." ஒஸ்ஸானும் சொன்னார்.

"பொண்ணு தர்வாங்களா?"

106. வால்மிளகுபோன்ற தோற்றம்.

"பின்ன என்னா இதுவரெய்க்கிம் சொன்னது?"

யாரோ பழையதொரு துருக்கித் தொப்பியைச் சேகரித்துக் கொண்டு வந்தார்கள். அப்புக்கிளி அதைத் தலையில் கவிழ்த்து மக்கள் நடுவே வந்தான். அவன்மேல் குனிந்து முகத்தோடு முகம் நெருக்கிவைத்து அப்பாமுத்து முணுமுணுத்தான், "ஒன்னோட பேர் என்னா? சொல்லு, சத்தமாச் சொல்லு."

கிளி சொன்னான், "அப்புதாவ்த்தஹ்."

"அய்யோ, சரியாச் சொல்லு," அப்பாமுத்து திருத்தினான். "அப்புராவ்த்தர்."

○

ரவி மாலையில் விளக்கு ஏற்றிவைத்து ஒரு புத்தகத்துடன் அப்போதுதான் படுத்தான். மைமுனா உள்ளே வந்தாள்.

"மேஷ்டர் புள்ளைக்கி எல்லாம் வெளயாட்டாக்கும்," அவள் சொன்னாள்.

"அய்யோ, என்ன ஆச்சி?"

"மரியாதயா அந்தப் பைத்தியக்காரன அடக்கி வய்ங்க."

"எந்தப் பைத்தியக்காரன?"

"ஒங்களோட தத்த."

ரவி புத்தகத்தை மூடி வைத்து எழுந்தமர்ந்து விளக்கின் திரியை இன்னும் கொஞ்சம் தூண்டினான்.

"ஒங்ககிட்ட பேசமாட்டேன்." மைமுனா சொன்னாள்.

மைமுனா வெளியே செல்லும்போது மாதவன்நாயர் உள்ளே வந்தார்.

"என்னா, மாஷ்ஷே, ஸுன்னரி[107] வந்துட்டுப் போறாளே?"

"ஏதோ கிளியோட சங்கதி, நாளக்கி விசாரிப்போம்."

மாதவன்நாயர் கட்டில் காலடியில் அமர்ந்தார்.

"ஒங்களுக்குத் தெரியுமா மாஷ்ஷே, கிளி மதம் மாறிட்டான்."

"ஈஸ்வரா! என்ன மதம்?"

"கேக்கணுமா! நாலாம் வேதம்."[108]

---

107. ஸுன்னரி: சுந்தரி (அழகி).

108. நாலாம் வேதம்: இஸ்லாம் குர் ஆன்.

கிளி சன்னல் வழியாக உள்ளே தாவி அவர்கள் முன்னால் நின்றான். அவன் துருக்கித் தொப்பியைத் தடவிக் காட்டினான், "பாருதா, அண்ணோ!"

மறுநாள் தேவாரத்து சிவராமன்நாயர் நடுத்திடல் வழியாக கோபாவேசமாக நடந்தார். "மொஸல்மான்க அந்தளவுக்கு ஆய்ட்டாங்களா?" அவர் திணறினார். ரத்த அழுத்தம். நரம்புகள் புடைத்துக்கொண்டிருந்தன. நாற்றுப்புரையின் படியில் நின்றுகொண்டு அவர் உள்நோக்கி உரத்துச் சொன்னார், "மேஷ்ஷே ... இது நல்லால்ல. இந்து கலாச்சாரம்னு ஒன்னு இருக்கு. அது அப்டி செரச்சா போறதுல்ல."

"அய்யோ, சிவராமன்னாயரே," ரவி சொல்லிப்பார்த்தான். "நான் ஏதாச்சும் செஞ்சனா?"

"எப்டியானாலும் இது நல்லால்ல. நீங்க அந்த மாதவன்கூட திரிஞ்சி தொலயாதீங்க. அவன் தரவாட்டையே ஒன்னுமில்லாமப் பண்ணிட்டான். கம்மூஷ்டு."[109]

சிவராமன்நாயர் சோர்ந்து தரையிலமர்ந்தார். பிறகு மெதுவாக எழுந்து நடுத்திடலை நோக்கி நடந்தார்.

அங்கே ஆலமரத்து மேடையில் இரண்டு தரப்புகள் இருந்தன. அப்புராவுத்தராகத் தொடர வேண்டும் என்றும் மீண்டும் கிளியாக வேண்டும் என்றும். காலில் தைலம் தடவி மொல்லாக்காவும் ஆலமரத்துமேடைக்கு வந்திருந்தார். மொல்லாக்காவினுடையது முதல் தரப்பு அபிப்பிராயம். "ஆஹா, அப்டின்னா அதையும் நான் பாக்குறேன்," என்று பிடிவாதமாக சிவராமன்நாயரும் அமர்ந்தார். மொல்லாக்காவை முறைத்துப் பார்த்துவிட்டு காலியார் சொன்னார், "பெரும்பான்ம." சட்டென்று பேச்சு நின்றது. பண்ணையாரான சிவராமன்நாயரைப் பகைத்துக்கொள்வது என்பது மரியாதைக்கேடு. பெரிய மனிதர்கள் இதை நினைத்துப் பார்த்தார்கள். சமரசமாகத் தீர்ந்துபோகட்டும்.

ரவி அன்று பள்ளியில் அப்புக்கிளியின் பெயரைக் கூப்பிடவில்லை. பெரும்பான்மை தெரிவதுவரை கூப்பிட வேண்டாம் என்று முடிவு செய்திருந்தான். ஆனால், கிளி துருக்கித் தொப்பியும் அணிந்து முன்வரிசையில் அமர்ந்திருந்தான். சிவராமன்நாயர் பள்ளியின் இன்ஸ்பெக்டருக்கு ஒரு நீண்ட மனு எழுதி ஆயத்தம் செய்தார். ரவி கசாக்கில் மதக் கலவரங்களை உண்டாக்குகிறான். குழந்தைகளை வழி தவறச் செய்கிறான்.

---

109. **கம்மூஷ்டு:** கம்யூனிஸ்ட்.

கீழே பழையதொரு ஆங்கில மனுவிலிருந்து பிரதியெடுத்ததையும் சேர்த்தார்: "ஃபார் விச் ஆக்ட் ஆஃப் கைன்ட்னெஸ் ஈஸ் மை பௌண்டன் டூட்டி எவர் ப்ரே."

சில நாட்களுக்குள் பெரும்பான்மை தெரிந்தது. கிளி இரண்டு மதங்களிலும் இருக்கலாம். வாரத்தில் கொஞ்சம் நாள் ராவுத்தனாக இருக்கலாம். அப்புறம் ஈழவனாக இருக்கலாம். வேண்டுமெனில் ஒரே சமயத்தில் ஈழவனாகவும் ராவுத்தனாகவும் கிளியாகவும் இருக்கலாம்.

○

துருக்கித் தொப்பி பிய்ந்தபோது, தலைமுடி மீண்டும் வளர்ந்து அடர்த்தியானபோது, அங்கே பின்னரும் பேன்கள் பிறந்தன. அவர்கள் குஞ்சுக் கால்களால் தளர்நடையிட்டு சேர்ந்து சேர்ந்து வந்தார்கள். வாவரும் நூர்ஜிஹானும் உணிப்பாரதியும் கின்னரியும் கருவுமெல்லாம். அவர்களின் தாய்தந்தையர் அவர்களை அறியவில்லை. ஆசாபாசங்களைப்போல பற்றிப் பிணைந்த தலைமுடியிழைகளுக்குள் அவர்கள் துக்கித்து துக்கித்துக் காத்திருந்தார்கள்.

ரவி தூங்குவதற்காகப் படுத்தான். சன்னல் வழியே ஆகாயம். மின்னுகிறது, துடிக்கிறது. ஈஸ்வரா, ஒன்றும் தெரிய வேண்டாம். தூங்கினால் போதும். ஜென்மத்திலிருந்து ஜென்மத்தில் தலை சாய்க்குக. காடாக, நிழலாக, மண்ணாக, ஆகாயமாக ஓய்வு கொள்க. அறிவின் விழிகள் மெல்ல மூடின. மின்னித் துடிக்கும் விண்வெளி தாழம்புதர்களுக்கு இறங்கி வந்து கசாக்கின் மின்மினிகளானது. அந்த எல்லையற்ற கூட்டத்திலிருந்து ஏதோ அடர்த்தியின் உருக்கங்கள் அவன் உறக்கத்தில் சொட்டின. அவை அந்த மனிதனை நீராட்டின.

கசாக்கின் இதிகாசம்

23

சூரிய மண்டலம்

ஒரு காலையில் காலியார் நாற்றுப்புரைக்கு வந்தார்.

"நம்மலு வந்தது ஒரு பிசியம் கேக்கறதுக்காக்கும். ஒங்க கையில ஒரு அஞ்சு ரூவாக் காசு இருக்குமா?"

"தர்றேன்."

எதற்கு என்று ரவி கேட்கவில்லை. அதனால் காலியாரே சொன்னார். "மொல்லாக்காவக் கொஞ்சம் பாலக்காட்டுக்குக் கொண்டுட்டுப் போவணும். ஆஸ்பத்திரிக்கி."

இரண்டுநாட்களுக்கு முன்புதான் வரப்பு வழியாக நடந்துசெல்லும்போது, மொல்லாக்கா தாழம்புதர்களுக்கிடையிலிருந்து மேலெழுந்து வந்ததை ரவி நினைத்துப்பார்த்தான். முகம் வெளுத்திருந்தது. மினுமினுப்பாயிருந்தது. கண்கள் பீங்கான்போன்று மங்கியிருந்தன. அதை நினைத்துக்கொண்டு ரவி கேட்டான். "என்னா, அந்தப் புண்ணு சரியாகலியா?"

"அந்த ரணம் காயாது," காலியார் சொன்னார்.

"ஒரு நிமிஷம் இருங்க காலியார்," ரவி சொன்னான். "நானும் வர்றேன். அந்தக் குஞ்ஞாமினா பால் கொண்டு வரட்டும். கொஞ்சம் டீ குடிச்சிட்டுப் போகலாம்."

"வேண்டாம், நாம அலியார் கடைக்குப் போகலாம்."

“ஓ, செரி.”

இருவரும் நடுத்திடலை நோக்கி நடந்தார்கள். தேநீர் கலந்துகொண்டிருந்த அலியார் சொன்னார். “அஸலாமலைக்கும், வண்டி தெய்யாராயிர்க்கு, நைஜாமண்ணோ.”

“செய்யதோட வண்டியா?”

“ஆமா.”

“அப்படியானால் எருமதானே?”

“ஆனா சிவராமமூத்தாரோட காளையப் பூட்டலாம்.”

ரவியும் காலியாரும் வயலோரமாக நடந்து மொல்லாக்காவின் வீட்டுக்குச் சென்றார்கள். பாசி பிடித்த ஓடு, சிதைந்த கூரைச் சட்டங்கள், அன்றுதான் முதன்முறையாக அவற்றையெல்லாம் கவனித்துப் பார்த்ததாக ரவிக்குத் தோன்றியது. துடைப்பம் தீண்டியிராத வாசலுக்கு பாசியின் மணமிருந்தது.

தரையில் விரித்த தாழம்பாயில் மொல்லாக்கா படுத்திருந்தார். தைலமும் தூசும் ஊறியிருந்த புண்ணின் துணிக்கட்டை ரவி பார்த்தான். அவன் மொல்லாக்காவின் நெற்றியைத் தடவினான். காய்ச்சல் இல்லை. குளிர்ச்சி. முகத்திலோ, அறிமுகமற்ற பாவம்.

“என்னா மொல்லாக்கா, முடியலியா?” ரவி கேட்டான். கேள்விக்குப் பொருளில்லை.

அல்லாப்பிச்சாமொல்லாக்கா முனகினார். பேச முடியவில்லை. கதவு மறைவிலிருந்த தித்திபியும்மா சொன்னாள், “அந்தப் பளய செரிப்பு கடிச்சதாக்கும்.”

“பயப்படாதீங்க உம்மா,” ரவி சொன்னான், “செரிப்பு கடிச்சதுதான? சரியாய்டும்.”

ரவி சட்டென்று, காலில் ரணம் உடைந்து நிறைய மாதங்களாயின என்று நினைவுகூர்ந்தான்.

காலியார் மொல்லாக்காவின் காலடியில் மண்டியிட்டமர்ந்து மெதுவாகக் கட்டுத்துணியைச் சுற்றியவிழ்த்தார். கட்டைவிரலுக்கு மேலே ஒரு ரூபாய் வட்டத்தில் ரத்தம் வடிந்து வெளுத்த ரணம் தெளிவாகத் தெரிந்தது.

“வலி ஜாஸ்தியிருக்குமா?” ரவி காலியாரிடம் கேட்டான்.

“வலி கெடயாது,” காலியார் சொன்னார்.

“அந்த செரிப்போட விஷமாக்கும்,” தித்திபியும்மா சொன்னாள்.

மொல்லாக்கா முனகினார்.

"தயங்காதீங்க உம்மா," ரவி சொன்னான், "ஏதாச்சிம் வேணும்னா சொல்லணும்."

அவள் சற்றுச் சங்கடத்துடன் சொன்னாள், "நெறயா ஒதவி செஞ்சிருக்கீங்க. இவங்க எப்பவும் சொல்லுவாங்க."

காலியார் அருகிலிருந்து ஒரு கஷாயமெடுத்துக் குவளையில் ஊற்றினார். பிறகு மொல்லாக்காவைத் தாங்கியிருத்தி உற்சாகப்படுத்தினார்.

"குடிக்கணும், மொல்லாக்கா. வலி தேவலையாய்டும்."

மொல்லாக்கா காலியாரின் மார்பில் சாய்ந்திருந்தார். கஷாயத்தின் கசப்பைச் சுவைத்திறக்கி, உமிழ்நீர் முழுதும் கரைந்து பிடிக்கும் கசப்புடன் மொல்லாக்கா மீண்டும் பாயில் படுத்தார். அவர்களின் கண்கள் மோதிக்கொண்டன. அவை புராதனமானதொரு உரையாடலில் தம்மை இழந்தன.

❍

அந்தியில் மோடன்[110] வயல்களினூடே செய்யதின் பாரவண்டி கசாக்குக்குத் திரும்பியது. சுற்றிலும் ஓண அறுவடை முடிந்த வயல்கள் வறண்டு கிடந்தன. வண்டி ஆடியாடி நடுத்திடலுக்குச் செல்லும்போது அலியாரின் கடைக்கு முன்னால் மாதவன்நாயரும் கோபாலுபணிக்கரும் பொந்துராவுத்தரண்ணனும் மற்ற சிலரும் வட்டமாக நின்றிருந்தார்கள்.

"வண்டி நிக்கட்டும்!" மாதவன்நாயர் சொன்னார்.

சிவராமன்நாயரின் எருதுகள் திணறி நின்றன.

"மொல்லாக்கா எங்க?" மாதவன்நாயர் கேட்டார்.

"அங்கே ஆஸ்பத்திரில கெடத்தியாச்சு," சற்று சலிப்புடன் காலியார் சொன்னார்.

"என்னா சொன்னாரு லாக்கட்டர்?" அலியார் கேட்டார்.

"பாக்கணும்னு சொன்னாரு. ஒர்வேள மதிராசிக்கோ வெல்லூருக்கோ அனுப்ப வேண்டியிருக்கும்."

"என்னா செரிப்பு, இது!" மல்லிச்செருமன்[111] சொன்னான்.

---

110. **மோடன்:** மோடம் எனும் நெல்வகை விளையும் வயல்கள்.

111. **செருமன்:** செருமர்: சேரமர்: விவசாயத் தொழிலாளிகள்.

"கொடிய செர்ப்பு," காலியார் சொன்னார், "அந்த செர்ப்புக்கு பாம்போட வெஷம் வந்தது, ராஜநாகத்தோட வெஷம்."

"நம்மோட செர்ப்பிலும் வீட்டிலுமெல்லாம் பாம்போட பல்லுதான், காலியாரே," மாதவன்நாயர் சொன்னார்.

"எங்கதான் பாம்பு கெடயாது?" காலியார் சொன்னார், "நம்ம வெரலோட நெகம்கூட பாம்போட பல்லாஹலாம். என்னா, அலியாரே?"

"அப்படிதா, ம்."

○

மொல்லாக்காவைப் பாலக்காட்டு ஆஸ்பத்திரியில் சேர்த்து இப்போது பத்துநாட்கள் கடந்துவிட்டன. தித்திபியும்மா பாலக்காட்டுக்குக் குடிபெயர்ந்தாள்... ஒரு ஞாயிற்றுக்கிழமை ரவியும் மாதவன்நாயரும் பாலக்காட்டுக்குச் சென்றார்கள். மொல்லாக்கா எழுந்து அமர்ந்திருந்தார். பேசலாம், தேவலாம் என்று சொன்னார். ரவி மொல்லாக்காவின் வறண்ட கைவிரல்களைத் தன் உள்ளங்கைகளில் சேர்த்துப் பற்றினான். "இதோ, மொல்லாக்காவுக்குக் கொஞ்சம் ஆரஞ்சுப் பழங்கள் கொண்டு வந்துருக்கேன்," ரவி சொன்னான். மொல்லாக்கா மெதுவாகச் சிரித்தார்,

"ஆசயில்ல, தம்பி," அவர் சொன்னார்.

ஆஸ்பத்திரியின் மணம் நூறுவகை நறுமணங்களைப்போல ரவியைச் சூழ்ந்தது. அதனடியில் கூடாரமிட்டுக் காத்திருந்த பயணிகள் உணர்ச்சியற்ற குரல்களில் விவரங்களைப் பரிமாறிக்கொண்டார்கள்.

"ஒரு வாரத்துல சரியாய்டும்," மொல்லாக்கா ரவியிடம் சொன்னார்.

"செர்ப்பு கடிச்சதுதான, மொல்லாக்கா," மாதவன்நாயரும் சொன்னார், "பயப்படறதுக்கு ஒண்ணுமில்ல."

ரவி விடைபெற்றுப் புறப்பட முற்படும்போது மொல்லாக்கா ஒரு விஷயத்தைப் பற்றிப் பேச அவசரப்பட்டார். பள்ளியில் வாசல் பெருக்க யாராவது வருகிறார்களா? ரவி ஆறுதல் கூற முயன்றான். மொல்லாக்கா தொடர்ந்து பேசினார்; பேசுவதற்குக் கஷ்டமாயிருந்தது. கபத்தின் நூல்களில் ஒவ்வொரு குரலும் சிக்கிற்று. தான் குணமடைந்து கசாக்குக்குத் திரும்பி வந்துவிட்டால் எல்லாம் தேவையானபடி செய்ய வைக்கிறேன் என்று மொல்லாக்கா சொன்னார். ஒரு வாரம், இல்லையென்றால்

பதினைந்து நாள். அதுவரை பொந்துராவுத்தரண்ணனின் மகள் ரொக்கம்மாவிடம் சொன்னால் போதும். அவள் வாசல் பெருக்குவாள். மொல்லாக்கா சொன்னார் என்று சொல்ல வேண்டும். அவள் அனுசரிக்காமல் இருக்க மாட்டாள். சாந்தும்மாவைக்கொண்டு தண்ணீர் மட்டும் எடுத்து வரச் செய்ய வேண்டும். அதற்கு மட்டும் பணம் கொடுத்தால் போதும்தானே. மொல்லாக்கா கட்டிலில் சாய்ந்து அமர்ந்தார். அவ்வளவு வார்த்தைகளின் பிரயாசையால் முகம் வெளிறியது. அது மீண்டும் அந்நிய முகமானது. ஆயினும் முற்பிறவி நினைவுபோல, வாசல் பெருக்குவதற்கு மாதந்தோறும் வாங்கிய ஐந்து ரூபாயின் ஆழ்ந்த அர்த்தத்தை வெளிப்படுத்த அல்லாப்பிச்சாமொல்லாக்கா முயன்றார்.

வார்டுக்கு வெளியே ரவியும் மாதவன்நாயரும் மருத்துவரிடம் பேசினார்கள். ரவி முன்பே சந்தேகித்திருந்ததுதான் அது: புற்றுநோயாக இருப்பதற்கு வாய்ப்பு உண்டென்று மருத்துவர் சொன்னார். பரிசோதனைக்கு அனுப்பிய தசைத் துண்டின் விவரம் தெரிய இன்னும் நான்கைந்து நாட்களாகலாம்.

○

ரவியும் மாதவன்நாயரும் கூமன்காவில் பேருந்திறங்கி கசாக்குக்கு நடந்தார்கள்... தூரத்திலெங்கோ ஒரு ஆய்வுக்கூடத்தில் அல்லாப்பிச்சாமொல்லாக்காவின் ஒரு அணுவின் மீது மருத்துவர்கள் நுண்ணோக்கிகளைச் சுட்டினார்கள். ஒரு கிரகத்தில் உயிரினங்கள் உருவாவதுபோல அணுவின் மேற்பரப்பில் மாற்றங்கள் ஏற்படுகின்றன. அதுதான் புற்று. அணுக்களின் நுட்பப் பிரபஞ்சத்திலெங்கோ மற்றொரு உலகம் உயிர்ப்பது... பனைகளின் காற்று, அந்தி. மண்ணின் மேற்பரப்பில் பனங்கன்றும் காற்றும் அந்தியும் அங்கேயசைந்த வழிப்போக்கனின் காலடியுமெல்லாம் வலுவானதொரு படுகிழவரைத் துன்புறுத்தியிருக்க வேண்டும். அந்தி கருக்கையில் நட்சத்திரங்கள் ஒவ்வொன்றாகத் தோன்றின. பிரபஞ்சப் பயணி அந்த நட்சத்திரங்களை நோக்கித் தன் கப்பலைத் திருப்பினான். மரணமும் வியர்த்தமும் சுமந்துகொண்டு ஏதோ கிரகத்தில் அவன் கப்பலைச் சேர்த்தான். அங்கே வித்துகள் பாவினான். அப்படிக் கட்டைவிரல் வலித்தது. ரணப்பட்டது. அந்தப் படுகிழவர் நித்ய ஸ்தலத்தில் நிராதரவாகப் புரண்டு புரண்டு படுத்தார்.

"என்னா மாஷ்ஷே, இந்த நோயி?" மாதவன்நாயர் கேட்டார். அவர்கள் கசாக்கிற்குள் நுழைந்துகொண்டிருந்தார்கள்.

"அதுவா," ரவி சொன்னான், "சொல்றேன்."

"அச்ஹத் அன் இலாஹ இல்லல்லாஹ் –

ஊ அச்ஹத் அன்னமுஹம்மதூர்ரஸூலுல்லாஹ் –"

"யாரு மாதவன்னாயரே பாங்கு சொல்றது?" ரவி கேட்டான்.

"காலியாரு." மாதவன்நாயர் சொன்னார்.

"ஹய்ய அலஸ் ஸலாத்து –

ஹய்ய அலல் பலாஹ் –

அல்லாஹு அக்பர் –

அல்லாஹு அக்பர் –"

ஏழுவருடங்களுக்குப் பிறகு அல்லாப்பிச்சாமொல்லாக்காவுக்காக நைசாமலி பாங்கு சொன்னான்.

24

கிழவனின் முகம்

ரவி ஆழ் தியானனின் அகச் செவிகொண்டு மீண்டும் மீண்டும் அந்த அழைப்பைக் கேட்டான்.

சர்வ வல்லமையுள்ள ஈஸ்வரன் ஒருவனே – அவனைக் கும்பிட இந்தப் பள்ளிவாசலுக்கு வருக –

வௌவால்கள் நிறைந்த பிரார்த்தனை இடம். சிதைந்துகொண்டிருக்கும் செங்கல் சுவர். விரிசலுற்ற கண்ணாடி ஓடு. ரவி தூங்கவில்லை. படுக்கையில் எழுந்தமர்ந்தான். கெண்டைக்கால் குடைந்தது. கூமன்காவுக்கும், பிறகு திரும்புகையில் கூமன்காவிலிருந்து கசாக்குக்கும் நடந்தது. இரவு பதினொரு மணி ஆகப்போகிறது. கன்னி மாதத்தின் இளம் குளிர். கடைசிக் கப்பல்கள் வெட்ட வெளிகளினூடே பந்தங்களை மின்ன வைத்தபடி இருப்பிடம் சேர்ந்துகொண்டிருந்தன.

ஒரு குவளை தண்ணீர் எடுத்துக் குடித்து ரவி வெளியே புறப்பட்டான். வாசல் மரத்தடியில் சாக்கு விரித்து அப்புக்கிளி தூங்குகிறான். ரவி நடுத்திடலுக்குச் சென்றான்.

ரவி சென்று தட்டி அழைக்கும்போது மாதவன் நாயர் தூங்கத் தொடங்கியிருந்தார். மாதவன் நாயர் சற்றுநேரம் முழித்துப்பார்த்துக்கொண்டிருந்தார்.

“ஏதாச்சிம் மிச்சமிருக்கா நாயரே?” ரவி கேட்டான். மாதவன்நாயர் கண்களைக் கசக்கிக் கொண்டு சோம்பல் முறித்து எழுந்து நின்றார்.

“கொஞ்சம் அவினீஸ் இருக்கு,”

"எஸென்ஸ் வேண்டாம். வாங்க, மாதவன்னாயரே, வெளிய போலாம்."

"இப்பயா? மணி என்னாச்சுன்னு நெனக்கிறீங்க?"

"பதினொன்னு. முகம் கழுவுங்க."

"செரி."

நடுத்திடல் மயங்கிக் கிடந்தது.

"எங்க மாஷ்ஷே?"

"எங்காச்சும் போகலாம். தேவாரத்துக்குப் போலாமா?"

"தேவாரத்துக்கா?"

"ஒங்களோட கல்யாணிக்குட்டிய தர்வீங்களா?"

மாதவன்நாயர் எரிச்சலாகச் சிரித்தார்.

"ஓஹோ," அவர் சொன்னார், "எனக்கு ஒரு பிரச்சினயுமில்ல."

"சரி," ரவி சொன்னான். "அப்பறம் ஒரு சமயம் பாத்துக்கலாம். தாகமாயிருக்கில்ல?"

"சத்தேலனோட கையில ஏதாச்சிம் இருக்கும்."

சாத்தேலனின் வளாகக் கதவருகே சென்று நின்றார்கள். கதவென்று சொல்ல ஏதுமில்லை. நான்கைந்து பிளாச்சுத் துண்டுகளைச் சேர்த்துக் கட்டிச் சாய்த்துவைக்கப்பட்டிருந்தது, அவ்வளவுதான். ஒரு பத்துக் காலடி தூரத்தில் சாத்தேலனின் திண்ணை. அங்கே கனத்த, தளர்ந்த சுவாசத்தின் சப்தம்.

"சாத்தேலனுக்குப் பொண்ணு இல்லயா, மாதவன்னாயரே?"

"ச்ச்! மெதுவா – நெறையா பெத்தான்."

மீண்டும் அந்த சுவாசம், இப்போது அவர்களுக்கு வியர்க்கும் என்று ரவி நினைத்தான். சுவாசத்தில் துர்நாற்றமிருக்கும் என்று நினைத்தான்.

"சாத்தேலா!" மாதவன்நாயர் அழைத்தார்.

மூச்சுகள் தொடர்ந்தன.

மாதவன்நாயர் மீண்டும் அழைத்தார்.

"யாரது?" சாத்தேலனின் மனைவி கேட்டாள்.

"நாந்தான். மாதவமூத்தாரு."

பிறகு அந்தத் திண்ணையில் நிறைய மர்ம ஒலிகள் எழுந்தன. ரவி ஆர்வத்துடன் செவிகூர்ந்தான். பிறகு சாத்தேலன் தட்டுத்தடுமாறி வெளியே வந்தான்.

"கோவமா சாத்தேலா?" ரவி கேட்டான்.

"யாருது! மேஷ்டர் மூத்தாரோ?"

"ஒன்னக் கூப்புட்டு கஷ்டப்படுத்திட்டமா?"

"நல்ல காரியம்!"

"சாத்தேலா," மாதவன்நாயர் கேட்டார், "ஏதாச்சிம் கையிருப்பு இர்க்கா?"

"நல்ல நேரம்!" சாத்தேலன் சொன்னான்.

"நீ கொஞ்சம் முயற்சி பண்ணு."

சாத்தேலன் திண்ணைக்குத் திரும்பிச் சென்றான். அங்கே ஒரு சிம்னி விளக்கு ஏற்றப்பட்டது. அத்துடன் திண்ணையின் ரகசியங்கள் முடிந்தன. மர்ம ஒலிகள், கால் நடமாட்டமும் மெல்லிய உரையாடலும் மட்டுமாயின. சாத்தேலன் மீண்டும் வெளிக் கதவருகே வந்தான்.

"ஒரு ஒண்ணு ஒண்ணரப் புட்டியளவுதான் இருக்கு," சாத்தேலன் மன்னிப்புக் கேட்கும் குரலில் அறிவித்தான். "ஆனா, அதிகாரி முதலாளிக்கு நாளக்கி கொடுத்தனுப்பலாம்னு வச்சிருந்தேன்."

"அட, நீ அப்டிச் சொல்லாத, கொஞ்சம் ஜாஸ்தி வேணும்னா வாங்கிக்க."

"அய்யோ, மூத்தார்கிட்ட –"

"அந்தப் பாட்டில்கள வாங்கிக்கங்க மாஷ்ஷே."

சாத்தேலனின் வாயிலிலிருந்து அவர்கள் திரும்பி நடந்தார்கள். சாராயத்தில் நிலவு பட்டது.

"இனி எங்க மாஷ்ஷே?"

"இனி எங்கயா? அதத்தான் நானும் இவ்ளோ காலமா யோசிச்சிக்கிட்டிருக்கேன் –"

"அத விடுங்க, ஸ்கோலுக்குப் போலாம்."

"வேண்டாம்," ரவி சொன்னான், "குப்புவச்சனுக்குக் கொஞ்சம் சாராயம் கொடுக்கலாம்."

மாதவன்நாயர் ஏதோ நினைத்துக்கொண்டு நின்றார்.

“மாஷ்ஷே, ஒங்களுக்கு அவசியம்னா.”

“வாங்க மாதவன்னாயரே.”

குப்புவச்சன் விளக்கின் வெளிச்சத்தைப் பீளைநிறைந்த செங்குழிகளால் உற்றுப் பார்த்தார். செங்குழிகளால் செவிகூர்ந்தார்.

“குப்புவச்சா, தூங்கிட்டிங்களா?” மாதவன்நாயர் உரத்துக் கேட்டார்.

“இதாரு, மாதவம்மூத்தாரோ?”

“நானும் மாஷுூம்.”

“இங்கிட்டு கூடத்துல வந்து ஒக்காருங்க.” குப்புவச்சன் சொன்னார். அவர்கள் உள்ளே வந்தார்கள்.

“குப்புவச்சா, காச்சினது கொஞ்சம் இருக்கு.”

“ஓ, ஸெரி.”

குப்புவச்சன் மெதுவாகத்தான் சொன்னார். குடிப்பதற்கான பெரிய ஆவலொன்றும் இல்லை. அசிங்கமான ஆர்வமில்லை. கை நீட்டித் தரையையும் சுவரையும் துழாவி அவர் கதவைப் பிடித்தார். மாதவன்நாயர்தான் திரிவிளக்கைக் கூடத்தில் வைத்தார். கேசி தூங்கிக்கொண்டிருந்தாள். அவள் பாயிலிருந்து தரையில் உருண்டு கிடந்தாள். உடுத்த புடவையும் அவிழ்ந்த பாடீஸுூம் குளிர்ந்த செம்மண்ணில் உரசி இடம் தவறியிருந்தன.

“கேசியே,” குப்புவச்சன் மெதுவாக அழைத்தார், “எழுந்திரு.”

“அட, இந்த அப்பா ஒருத்தரு–”

அவள் சுவரை நோக்கிப் புரண்டு படுத்தாள்.

“எழுந்திரிடீ, சின்னப்பெண்ணேய்.”

❍

அங்கிருந்து புறப்படும்போது நிலவு அஸ்தமித்திருந்தது. நட்சத்திரங்களின் வெளிச்சம் மட்டுமே இருந்தது.

“மாதவன்னாயரே,” ரவி சொன்னான், “குப்புவச்சன கவனிச்சிப் பாத்தீங்களா?”

“முடியாமக் கெடக்காரு. பாவம்”

“அதில்ல நாஞ்சொன்னது.”

இன்னும் முக்கால் பாட்டிலளவு மிச்சமிருக்கிறது. ரவியும் மாதவன்நாயரும் நட்சத்திரங்களுக்கடியில் பனங்காட்டில் வைத்து அதைக் குடித்துத் தீர்ப்பதற்கு முடிவு செய்திருந்தார்கள்.

"அந்த மொகத்தோட நோட்டம்," ரவி சொன்னான், "அதான் மாதவன்னாயரே நாஞ்சொன்னது."

மாதவன்நாயர் பதில் சொல்லவில்லை.

பீளை நிறைந்த செங்குழிகள் கொண்டு சிம்னி வெளிச்சத்தில் துழாவுகிற அந்த முகத்தை ரவி மீண்டும் நினைவுகூர்ந்துபோனான். நிறைய முகங்களை நினைத்துப் பார்த்தான். அப்பாவின் முகம். துர்நாற்றமெழும் உதட்டு மூலையில் உள்ளே ஊற்றிய எலுமிச்சை நீர் அந்த முகத்தின் இரு பக்கமும் வழிந்ததை நினைத்துப் பார்த்தான். அழப்போகும் குழந்தையினுடையதைப்போன்று கோணிப்போகும் உதடுகள், அவனுக்கு வெறுப்பு ஏற்பட்டது. மீண்டும் மற்றொரு முகம். ஒரு வள்ளுவநாடன்[112] கிராமத்தில். சிவப்புச் சரளை மண். அடர்ந்த மாமரங்கள். ஓணக் காலப் பூக்காடுகள் வழியே சுற்றிப்போகும் தூதப்புழா நதி. திருவாதிரை. தன் அம்மாவின் அப்பாவைப் பார்க்கச் சென்றிருந்தான். சிறிய தோல் பெட்டியும் தூக்கித் தரவாட்டுக்கு நடந்தான். வழியில் யாருமில்லை. சிவப்புச் சரளைக் கற்கள். வீடு நெருங்கும்போது ரவி தாத்தாவைப் பார்த்தான். சற்று அழுக்கான முக்கால்கைச் சட்டை. மடித்துக் கட்டிய காடா வேட்டி. தரையில் ஊன்றி நடக்கப் பயன்படுத்தியிருந்த பழைய வெள்ளைக் குடை. பந்தல்போலப் படர்ந்திருந்த தாத்தா சுருண்டு கூனியிருந்தார். ரவி கொஞ்ச தூரம் தாத்தாவுடன் சேர்ந்து நடந்தான். சுருட்டிக் கட்டிய வெள்ளைக் குடையைத் தரையிலூன்றிச் சிவப்புச் சரளைக் கற்களைப் பார்த்துக்கொண்டு தாத்தா நடந்தார்.

"தாத்தா!"

கிழவர் மெதுவாகத் திரும்பி நின்றார். புரையின் வெண் தழும்புகள் மூடிய கண்கள் மெதுவே விரிந்தன.

"தாத்தா, ரவி."

புத்திசூன்யமான ஒரு சிரிப்பு. "நீ வந்துட்டியாடா?"

அந்தச் சிரிப்பில் நேசமிருந்ததா? ரவிக்கு நிச்சயமில்லை. தொட்டிலில் தூங்கிக்கொண்டிருக்கும் குழந்தைக்குச் சிரிப்பூட்டும் முற்பிறவி நினைவுபோல நேசம் சில நிழல் சித்திரங்கள்

---

112. **வள்ளுவநாடன்:** மலபார் பிரதேசம்.

மட்டுமாகித் தீர்ந்திருக்க வேண்டும். நினைவின் ஆழத்தில், அகலத்தில் அவை அசையவே, வெள்ளைக் குடை ஊன்றி நின்ற கிழவர் புரை விழுந்த கண்களை மலர்த்தி, ஈறுகளைக் காட்டிச் சிரித்தார். அந்தச் சிரிப்பில் நிராதரவு இருந்ததா? பிறவித் தொடர்களின் துக்கமாயிருந்ததா? அல்லது, அந்தி வெளிச்சத்தில், நம்பிக்கையற்ற கடலோரத்துக் காத்திருப்பின் உன்மத்தமாயிருந்ததா?

என்னவென்று ரவி ஆராயவில்லை. ஆயினும் பரிச்சயத்தின் தடங்கள் மாய்ந்துபோகும் அந்த முகங்களின் உருவமற்ற, சிக்கலான பாவத்தை அவனறிந்தான்.

"இங்க ஒக்காருங்க மாதவன்னாயரே."

"பாட்ல இப்டிக் கொடுங்க மாஷ்ஷே."

அவர்கள் புல்வெளியிலமர்ந்து பாட்டிலிலிருந்து மாறி மாறிச் சாராயம் குடித்தார்கள்.

"மாஷ்ஷே," மாதவன்நாயர் சொன்னார், "இந்த நடுத்திடல்லதான், நான் வேதாந்தம் படிக்கப்போன காலத்துல என் அம்மா வேசித்தனம் பண்ணுனா."

கிழக்குக் காற்று வீசத் தொடங்கியது. காற்றுக்குப் பனியின் மணமும் ஈரமுமிருந்தது. போகக் கிறக்கத்தில், தூரத்தில் கசாக்கு அசைவற்றுக் கிடந்தது...

மாதவன்நாயர் இருபத்து ஒன்றாம் வயதில்தான் வேதாந்தம் படிக்கச் சென்றார். அன்று அம்மாவுக்கு முப்பத்தைந்து வயது. பதினாலில் பெற்றவள்; மாநிறமும் சராசரி அழகும் சராசரிக்கும் அதிகமான ஆரோக்கியமும். மகன் வேதாந்தம் படிக்கப் போகக்கூடாது என்று அவள் பிடிவாதம் பிடித்தாள்.

"நீய் போனாக்கா எனக்குக் கஷ்டமாயிருக்கும்," அவள் சொன்னாள். "எனக்கு யாரிருக்கா மாதவா?"

ஆனால், மாதவன் அங்கே இருக்கக்கூடாது. அந்த வீட்டுக்குள் அவர் கலக்கமுற்றார். இறந்த அப்பாவின் அதே உருவம்தான் அவர் என்று அம்மா மீண்டும் மீண்டும் சொல்வாள். அவர் அந்த ஒப்புமைக்காக அப்பாவைக் கடுமையாக வெறுத்தார். அந்த வீட்டுக்குள் அவர் தூங்கவில்லை. அம்மாவும் தூங்கவில்லை. இரவின் கடைசி யாமங்களில் பனங்காட்டில் பனியுதிரும்போது, கிழக்குக் காற்று வீசும்போது அதில் அவர்கள் அமைதியிழந்தார்கள்... ஐந்து வருடம் முடிந்து பார்வையற்றவரின் ஆசிரமத்திலிருந்து திரும்பி வரும்போது அந்த வீட்டில் விருந்தினர்கள் இருந்தார்கள்.

சாராயம் நிறைந்த பாட்டில்களுடன் அவர்கள் அங்கே வந்தார்கள். உரக்கச் சிரித்தார்கள். சச்சரவிட்டார்கள். கசாக்கு கம்பளி போர்த்தி தூங்கிக்கொண்டிருந்தபோது மிச்சமுள்ள வாற்றை எடுத்துக்கொண்டு பனங்காட்டுக்குச் சென்றார்கள்.

"நீ வேதாந்தம் படிச்சிட்டியாடா?" அம்மா வெறுப்புடன் கேட்டாள்.

பார்வையற்றவரின் அமைதியை நினைத்து மாதவன்நாயர் பொறாமை கொண்டார். தானோ, காண்கிறார். சாராய பாட்டில்கள் காலியாவதை, கிருஷ்ணகாந்திப் பூக்கள் மலர்வதை, இலையடர்வுகளிலிருந்து துளிகள் வீழ்வதை, வண்ணத்துப்பூச்சிகள் இணை சேர்வதை, தொடை இணைப்பில் கட்டி உடைந்து சீழ் வடிவதை. ஒவ்வொரு காட்சியும் காணலின் சாராம்சத்தை இழந்துவிட்டன . . .

ரவியும் மாதவன்நாயரும் நாற்பதுக்காரியான வேசியின் வீட்டுக்கான படிகள் ஏறிக்கொண்டிருந்தார்கள். தலைக் கோழி கூவியது. படிகள் மறைந்துபோயின. விடியல். ரவி பனங்காட்டில் எழுந்து நின்றான். பள்ளிவாசலைப் பார்த்துவிட்டான். பாங்கு சொல்ல வேண்டுமென்றுதான் அவனுக்குத் தோன்றியது. உள்ளங்கைகளை மடக்கி நெற்றியில் வைத்தவாறு உரக்கக் கூவினான்:

"அல்லாஹு அக்பர் –

அல்லாஹு அக்பர் –"

ஈஸ்வரன் சக்தி வாய்ந்தவன். சர்வ சக்தி வாய்ந்த ஈஸ்வரன் ஒருவனே –

அவனை வணங்க அவனது பள்ளிவாசலுக்கு வாருங்கள் –

தெளிவற்ற பரிகாசத்தில் ரவி உரக்கச் சிரித்தான். ஆடியாடி நடந்தான். சற்றுத் திரும்பிப் பார்த்தபோது மாதவன்நாயர் புல்லில் குப்புறப் படுத்திருந்தார்.

நாற்றுப்புரை சென்றடைய முடியாத தூரத்தில் தொலைந்திருந்தது. அதை நினைத்தபோது குடலைப் புரட்டியது. பித்தம் குமட்டியது.

25

திவசம்

அவ்வாறு காலம் செல்லும்போது ஒரு முறை கசாக்குக்காரர்கள் முன்னோர்களுக்கு திவசம் கொடுப்பதுண்டு. இரண்டோ மூன்றோ நான்கோ வருடம் ஆகும்போது. கசாக்கின் மொல்லாதான் அதை முடிவு செய்வார். அன்று, ஈழவரும் ராவுத்தர்மாரும் பள்ளிவாசல்காட்டில் ஒன்றுகூடினார்கள். பள்ளிவாசல் சதுப்பில் வைத்த குத்துவிளக்குகளுக்கிடையில் ஆடு வெட்டி குருதியர்ப்பணம் செய்தார்கள். நள்ளிரவு தாண்டும்வரை கொட்டடித்துப் பாடி முன்னோர்களை அழைத்தார்கள். அந்த இரவுகளில் அந்தக் குருதி கொள்ள செதலியின் ஸ்தூபிகள்விட்டு செய்யத்மியான் ஷெய்க் இறங்குவார் என்று கசாக்குக்காரர்கள் நம்பினார்கள்.

காலியார் நான்கு நாட்களாக ராஜாவின் பள்ளிவாசலில் தியானித்துக்கொண்டிருந்தார். உக்கிர நிஷ்டை என்று கோபாலுபணிக்கர் சொன்னார். யாரும் நெருங்கக் கூடாது. அந்த நாட்களில் மைமுனா மட்டும் காளைக் கன்று இறைச்சியும் பத்திரியும் எடுத்துக்கொண்டு அங்கே சென்றாள்.

ஐந்தாம் நாள், ஞாயிற்றுக் கிழமை, காலியார் வெளியே வந்தார்.

“வறப்போற ஞாயித்துக் கெழமைக்கு அப்பறம் வர்ற ஞாயித்துக் கெழம,” அவர் கட்டளையிட்டார், “தெவசமாக்கும்.”

கசாக்குக்காரர்கள் திவசம் கொடுக்க ஆயத்தமாகத் தொடங்கினார்கள். குழந்தைகள் குழுவாகச் சேர்ந்து பள்ளிவாசல் காட்டின் முட்செடிகளைச் செத்தி அள்ளிச் சுத்தமாக்கினார்கள். பெருங்காயம் கலக்கிப் பொந்துகளில் ஊற்றிப் பாம்புகளை விரட்டினார்கள். குஞ்ஞாமினாவின் உம்மாவிடம் கருப்பான குள்ள ஆடு ஒன்றிருந்தது. அது ஆணுமல்லாத, பெண்ணுமல்லாத ஆடு என்று கசாக்குக்காரர்கள் நம்பினார்கள். ஆயினும் சொலயும்மா பாதி விலை தந்தால் போதும் என்று சொன்னபோது, பலியிடுவதற்கு அது போதும் என்று காலியார் நம்பினார்.

“இது கடாதானா?” பொந்துராவுத்தரண்ணன் கேட்டார்.

“இது கடாவோடல்லாம் மேஞ்சதாக்கும்.” அலியார் சொன்னார்.

“எப்படியோ ஆஹட்டும்,” கசாக்குக்காரர்கள் சொன்னார்கள். “பாதி வெலதான.”

தினமும் காலையில் ஆடு தேநீரும் வெள்ளையப்பமும் உண்டவாறு அலியாரின் கடை வாசலில் கட்டப்பட்டு நின்றது.

“இந்தக் கடாவுக்கு ஒன் கடையில பற்று இர்க்கா, அலியாரே?” முத்துப் பண்டாரம் கேட்டார்.

“ஏன் கணக்கு வெய்க்கக் கூடாது?” அலியார் சொன்னார். “உன்னப்போல கருமாண்டிப் பண்டாரம் பற்று வெய்க்கலாம்னா ஆடும் வெய்க்கலாம்.”

“அதோட ஸத்தியம் என்னா?”

“இன்னய வரெய்க்கிம் கணக்கு அஞ்சே காலு ரூவா. எருமக் கறியும் கடலயும் முழுங்குன கணக்கு. மாசம் மூனாச்சு. பற்றுமில்ல, பண்டாரமுமில்ல.”

கசாக்கு திவசத்துக்கு ஆயத்தமான இந்த நாட்களில் அப்புக்கிளி அமைதியற்றிருந்தான். அவன் வகுப்பில் அமரவில்லை. சிவப்புத் தளிர்களும் முருங்கைப் பூவும் கொண்டு வந்து ஆட்டுக்கு உணவூட்டினான். உச்சி வெயிலில் ஆடு படுத்துறங்க முற்பட்டபோது அவன் அதன் தலையை மெதுவாகத் தன் மடியில் சாய்த்துக்கொண்டான்.

வெள்ளிக் கிழமை மதியத் தொழுகை முடிந்து காலியாரும் அலியாரும் அப்பாமுத்தும் பாலக்காட்டுக்குப் புறப்பட்டார்கள். நான்கைந்து நாட்கள் அங்கே தங்கும் உறுதியுடன்தான் காலியார் புறப்பட்டிருக்கிறார்.

அப்போதும் மைமுனா எண்ணெய் தேய்த்துக் குளித்து செண்பகம் சூடி நடுத்திடல் வழியே நடந்தாள். அவளது கடை பூட்டியிருந்தது. ரவிக்குத் தேவையான சிகரெட்டையும் தீப்பெட்டியையும் அவள் தினமும் காலையில் நாற்றுப்புரைக்குக் கொண்டு சென்று கொடுத்தாள். இல்லையென்றால் குஞ்ஞாமினாவின் கையில் கொடுத்தனுப்பினாள்.

அன்று காலையில் மைமுனா நாற்றுப்புரைக்கு வந்தபோது ரவி எழுந்திருக்கவில்லை. வராந்தாவில் பெஞ்சுகள் சேர்த்துப் போடப்பட்டிருந்தன.

“மேஷ்டர் புள்ளைக்கி இப்போ ராஸ்தி தூக்கமாப்போச்சி,” அவள் சொன்னாள்.

ரவி கட்டிலில் எழுந்தமர்ந்தான்.

“சிகரெட் தீந்துடுச்சி,” அவன் சொன்னான்.

“இதோ ரெண்டு பாக்கெட்டு. எத்க்கு இவ்ளோ பொஹயூதறது?”

சிகரெட்டை வாங்கித் தலையணையில் வைத்துவிட்டு ரவி சொன்னான், “அப்புறம் எதுக்கு இந்த நரி மார்க்கு கொண்டு வந்தே, மைமுனே? அதுக்குள்ள எல்லாம் சுள்ளி வெறகு.”

“சொடல வெறகாக்கும்,” அவள் சிரித்தாள். “அதான அதோட சக்தி!”

ரவி ஒரு சிகரெட் எடுத்துப் பற்றவைத்தான். சிதைபோன்ற மட்டப் புகையிலையும் சருகும் காகிதமும் எரிந்து பற்றின. அவன் இருமித் துப்பினான்.

“ஈரலும் குடலும் சீக்கிரம் எரியப்போகுது ஒங்களுக்கு,” மைமுனா சொன்னாள்.

“எரியட்டும் மைமுனே, எனக்காக கவலைப்பட யாருமில்ல.”

மைமுனா பக்கத்தில் வந்து நின்றாள்.

அவள் சொன்னாள், “பொய்!”

அப்படிச் சொன்னதன் பதற்றம் அவனைப் பின்னால் திரும்பச் செய்தது. குன்றின் சரிவில் மூடுபனியிலெங்கோ தொலைந்துபோன அவர்களின் வீட்டில் அப்பாவின் கிடப்பை அவன் மீண்டும் கண்டான். உன்னை நினைத்துப் பலவீனமாகி மீண்டும் மீண்டும் நினைத்து, நான் இங்கே படுத்திருக்கிறேன். அப்பா சொல்வதுபோல ரவிக்குத் தோன்றியது. நீங்கள் என்னை

எதிர்பார்க்காதீர்கள் அப்பா, ரவி பதில் சொன்னான். அந்த நினைவுகளிலிருந்து என்னையும் உங்களையும் பிரிப்பதற்குத்தான் அப்பா நான் அந்த வீட்டுக்கு வராதிருக்கிறேன். அந்த நினைவிலிருந்தும் என்னிடமிருந்தும் அகல ஒரு துறவியைப்போல நான் நடந்து நடந்து போகிறேன். கடைசிக் கடற்கரையில் அலை வரக் காத்து நிற்கும்போது எனக்கு நினைவுகள் கூடாது. அப்போது அப்பா சொன்னார், முடியாது, நான் அப்படிச் சாகக் கூடாது. அப்படி இறந்தால் என் மரணம் பூர்த்தியாகாமல் கிடக்கும்...

"மைமுனே," ரவி கேட்டான், "பாலக்காட்டுலேர்ந்து என்னா வெவரம்?"

அவள் தோள் குலுக்கினாள், "என்னமோ!"

❍

நைசாமலி ஆஸ்பத்திரிக்குச் செல்லும்போது, தித்திபியும்மா வார்டின் திண்ணையில் ஒரு தூணில் சாய்ந்து அமர்ந்திருந்தாள்.

"எப்படியிர்க்கும்மா?" அவன் கேட்டான்.

"தூங்கறாங்க, புள்ளே."

"லாக்கட்டர் என்னா சொன்னது?"

"ஒண்ணும் சொல்லலே."

தித்திபியும்மா சோர்வுற்றிருந்தாள். ஒரு கிழக்கன் வெற்றிலையைக் காம்பையும் வாலையும் கிள்ளிப்போட்டுவிட்டு சுண்ணாம்பு தடவினாள். வெற்றிலையின் நரம்புகளிலும் அவற்றில் தேய்த்த சுண்ணாம்பிலும் அவள் கவனம் முழுதும் பதிந்தது. உள்ளங்கையில் கிடந்த வெற்றிலை அங்கிருந்து போய்விட்டால் பிறகு மீண்டும் சுற்றுப்புறப் பிரக்ஞை வந்துவிடும் வந்துவிடுமென்று அவள் பயந்தாள்.

அந்தியில் கால் கட்டை அவிழ்த்தார்கள். ரணம் பெரிதாகவில்லை. ஒரு ரூபாய் வட்டத்தில் ரத்தமும் நீரும் வடிந்து அது அங்கே ஓய்வெடுப்பதுபோன்றிருந்தது. மொல்லாக்கா அப்போதும் மயங்கிக் கிடந்தார். தலையணையிலும் படுக்கை விரிப்பிலும் உமித் துணுக்குகள்போன்று ஏதோ அசைந்துகொண்டிருந்தன. நைசாமலி குனிந்து பார்த்தான்.

"பேன்," தித்திபியும்மா சொன்னாள்.

அவள் கண்களைத் துடைத்துக்கொண்டாள்.

“தாடி எட்க்கச் சொல்லிச்சு, லாக்கட்டரு. பேனு போஹறத்க்கு,” அவள் சொன்னாள். “தாடியெட்கறதுக்கு மனஸ்ஸு த்ர்ப்தியில்லை.”

மோதிரமிட்ட விரலால் தித்திபியும்மா மொல்லாக்காவின் தாடியைத் துடைத்துத் தடவினாள் அங்கங்கே பதராக நின்ற வெள்ளி ரோமங்களின் சிக்கல்களிலெல்லாம் பொடுகு பிடித்திருந்தது. அங்கே சாம்பல் நிறப் பேன்கள் பொரிந்து மேலெழுந்தன. தாகித்து, பயந்து, அவை பொடுகினூடே சுற்றிப் பாய்ந்தன.

அன்று இரவு வார்டுக்கு வெளியில் மருத்துவர் நைசாமலியிடம் கேட்டார், “நீங்க யாரு, சொந்தமா?”

“ஆமா, எஸமா.”

“இது கேன்சர். நீங்க ரொம்ப லேட்டா இங்க கொண்டு வந்திருக்கீங்க.”

நைசாமலி சாந்தமாகக் கேட்டான், “எத்தன நாள் கெடக்கும்?”

“வீட்டுக்குக் கொண்டு போய்டுங்க.”

“ஸெரி, எஸமா.”

நைசாமலி தித்திபியும்மாவிடம் சொன்னான், “உம்மா, இந்த மர்ந்து ஸெரியில்லை. திரிம்பி புகலாம்.”

தித்திபியும்மா தொடர்ந்து என்ன பேசுகிறாள் என்று கேட்பதற்கு நைசாமலி நிற்கவில்லை. அவன் ஆஸ்பத்திரியிலிருந்து இறங்கி நடந்தான். அவன் திப்புவின் கோட்டையை நோக்கி நடந்தான். காற்று வாங்க வந்தவர்கள் பெரும்பாலானோர் திரும்பிச் சென்றுவிட்டிருந்தனர். நைசாமலி கோட்டையின் அகழி ஓரமாக நடந்தான். இப்போது வடமலை, தென்மலையின் இடைவெளியைப் பார்க்கலாம். அந்த இடைவெளியினூடே தூரத்திலெங்கோ கிடந்த தண்டவாளத்தினூடே ஒரு நாகத்தைப்போலப் பளபளத்துச் சென்ற ரயிலின் பின்னால் பார்த்துக்கொண்டு அவன் நீண்ட நேரம் நின்றான். இப்போது கோட்டையின் பின்புறத்தில் யாருமில்லை. இலகுவான இரவு. தோளிலிருந்த பொதியிலிருந்து அவன் ஒரு பிடி சந்தனபத்தி வெளியே எடுத்தான். கொளுத்தக் கஷ்டப்பட்டான். தென்மலைக்கும் வடமலைக்குமான இடைவெளியில் கிழக்குக் காற்று தடையற்று வீசுகிறது. சந்தனபத்தி புகையத்

தொடங்கியபோது நைசாமலி அதைப் பேராசையுடன் சுவாசித்தான். கசாக்கின் மொல்லாக்கா இறக்கிறார்!

❍

ராஜாவின் பள்ளிவாசலில், இருட்டில், தூசு மணம். சந்தனபத்தியின் மணம். ரவி, சாராயம் நிறைந்த கண்ணாடிப் புட்டியை மைமுனாவிடம் சரித்தான். அவள் உதடுகளை விரித்தாள். அவற்றின் சிவப்பையும் நீளத்தையும் ரவியால் பார்க்க முடியவில்லை. அவற்றின் ஈரத்தை மட்டுமே அறிந்தான்.

“இன்னும்?”

“உம்.”

“எப்டியிருக்கு?”

“சூடு. ஸொகம்!”

ரவி சுவர் சாய்ந்து அமர்ந்தான். வெளியே மீஸான் கற்களில் இரவு கருத்தது.

“கேட்டூங்களா?” மைமுனா சட்டென்று சொன்னாள்.

ரவி செவிகூர்ந்தான்.

“என்னாது?”

மைமுனா எழுந்தாள். அவள் தரைத் தூசியிலிருந்தும் நிழலிலிருந்தும் துணியில்லாமல் எழுந்தாள். பள்ளிவாசலின் கதவின் வழியே தூரத்தில் பார்த்தாள்.

தூரத்தில்:

“லாயிலாஹ இல்லல்லாஹ¬ –

லாயிலாஹ இல்லல்லாஹ¬ –”

காய்ச்சிய சாராயத்தின் தெளிவுடன் அந்த ஓசை வந்தது.

“என்னாது?” ரவி மீண்டும் கேட்டான்.

மைமுனா சொன்னாள், “சவம்.”

26

மறைவிடங்கள்

வறண்ட வண்டிப் பாதையின் வழியாக பாரவண்டி நடுத்திடலுக்கு வந்தது. மூக்கணாங் கயிற்றுக்குக் கீழே அல்லாப்பிச்சாமொல்லாக்காவின் ராந்தல் விளக்கு எரிந்தது.

முன்னால் நடந்த காலியாரின் நிழல், ராந்தலின் வெளிச்சத்தில் ஒரு கரும்பாம்பைப்போல புளியந்தோப்பில் படர்ந்தது. அலியாரின் தேநீர்க் கடையில் வண்டி நின்றது. கைகளுயர்த்தி உறுதியான, முரட்டுத்தனமான குரலில் நைசாமலி உரத்துச் சொன்னான், "லாயிலாஹ இல்லல்லாஹு –"

அங்கே கட்டப்பட்டிருந்த பலி மிருகம் மௌனமாக வண்டியைப் பார்த்தது. கடைக்குள் ளிருந்து அலியாரும் பொந்துராவுத்தரண்ணனும் வேலாயிப்பண்டாரமும் சாத்தேலனும் இறங்கி வந்தார்கள். ராவுத்தர்கள் திருப்பிச் சொன்னார்கள், "லாயிலாஹ இல்லல்லாஹு!"

தித்திபியும்மாவின் மடியில் தலைவைத்து மொல்லாக்கா ஓய்வுகொண்டார். கசாக்குக்காரர்கள் விளக்குகளைத் தூக்கி வண்டிக்கு உள்ளே பார்த்தார்கள்.

"தூக்கம்," மாதவன்நாயர் சொன்னார்.

"ஈசெரா!"

காலியார் சொன்னார், "மய்யத்து எறக்கட்டும்."

அவர்கள் தாங்கியெடுத்தார்கள். பின்னால் தித்திபியும்மாவும் இறங்கினாள். அவள் முக்காட்டுத் துணியால் முகம் மூடியிருந்தாள். நைசாமலி புகையும்

மண்ணெண்ணெய் விளக்குகளின் வெளிச்சத்தில் மீண்டும் ஒரு முறை அல்லாப்பிச்சாமொல்லாக்காவின் முகத்தைப் பார்த்தான். வறண்டும் அடர்ந்தும் கிடந்த பொடுகுப் பற்றில் ஆங்காங்கே வெள்ளி ரோமங்கள் எழுந்து நின்றன. அந்த ரோமங்கள் அப்போதும் வளர்வதாகத் தோன்றின. ஜடத்தில் வேரூன்றி வளர்கின்றன. பொடுகுப் பற்றிலோ, ஒன்றுமே அசையவில்லை. பேன்கள் சென்றுவிட்டிருந்தன. பேய் மழைபோல, புயற்காற்றுபோல, பூகம்பம்போல, மரணத்தின் மிகப் பெரும் வரவை அவை அறிந்துகொண்டன. பாலக்காட்டிலிருந்தான நீண்ட பயணத்தில் பொடுகையும் ரோமத்தையும் விட்டு அவை ஒவ்வொன்றாக வெளியேறின. சுருக்கங்களின் கிளை வழிகளில் இறங்கி வண்டிப் பாய்வழியாக ஓடிச் சென்றன. வண்டிச் சட்டத்தின் முனையிலிருந்து அதற்கப்பாலான எல்லையற்ற இடங்களை நோக்கித் தலைகீழாய்ப் பாய்ந்தன . . .

கசாக்குக்காரர்கள் செதலிக்கு நேராகத் திரும்பிக் கும்பிட்டார்கள்.

ராஜாவின் பள்ளிவாசலில், இருட்டில், ரவியும் மைமுனாவும் நின்றார்கள்.

“போங்கோ,” அவள் சொன்னாள், “போங்கோ.”

பின்னரும் ரவி நினைத்துக்கொண்டு நின்றான்.

“போங்கோ,” அவள் மீண்டும் சொன்னாள், “சீக்ரம் போங்கோ.”

ரவி இறங்கி நடந்தான்.

பள்ளிவாசல் முற்றத்திலிருந்த கண்டங்கத்திரி முட்கள் குத்தின. அவன் மெதுவாக கசாக்கின் வெளிச்சங்களை நோக்கி நடந்தான். கொஞ்ச தூரம் சென்ற பிறகு திரும்பிப் பார்த்தான். மைமுனா அரபிக் குளத்தை நோக்கி நடக்கிறாள். அவள் தண்ணீர் அள்ளித் தலையிலும் முகத்திலும் தெளிக்கிறாள் என்று தோன்றியது. இருட்டில் தெரியவில்லை. அரபிக் குளத்தின் பாசி நிறைந்த கருப்புத் தண்ணீர் அசைந்தது. அலைகளின் உச்சிகள் விஷம்போன்று ஒளிர்ந்தன.

அப்போதும் நடுத்திடலில் ராந்தல் விளக்குகள் அங்குமிங்கும் சென்றன. புளியமரங்களுக்கிடையில், கலக்கமுற்றவர்களாகக் கசாக்குக்காரர்கள் நடந்தனர்.

மறுநாள் ஞாயிற்றுக்கிழமை. கூட்டுத் திவசத்தின் நாள்.

“பாக்கியமாக்கும்,” சொலயும்மா தித்திபியும்மாவின் முதுகைத் தடவிக்கொண்டு சொன்னாள், “அழாதீங்கோ, தித்திபியக்கோ.”

"பாக்கியமாக்கும்," அலியாரின் அக்கா யூஸப்பி சொன்னாள், "இந்த தெவசப் பெருநாள் அன்னக்கி மய்யத்து அடக்கறது."

"செய்க் தங்ஙளோட கிர்ப," பெண்கள் சொன்னார்கள்.

"செய்க் தங்ஙளோட கிர்ப," தித்திபியும்மா மெதுவாகத் தேம்பினாள்.

ஞாயிற்றுக்கிழமை மாலையில் மய்யத்தை அடக்கம் செய்தார்கள்.

அல்லாப்பிச்சாமொல்லாக்காவின் சமாதிக்கு மேலே நைசாமலி சந்தன பத்தி குத்தினான். காற்று கொஞ்சம் அடங்கிய போது புகையின் நூல்கள் நரைத்த தாடிரோமங்களைப்போல மேலே உயர்ந்தன.

இரவு கனக்கவே, பள்ளிவாசல் காட்டில் குத்துவிளக்குகள் எரிவதை ரவி பார்த்தான். துடிக் கொட்டின்[113] தாளம் ஆயிரம் குதிரைகளின் குளம்படியோசையானது. கொட்டுக்காரர்களும் பாட்டுக்காரர்களும் திரும்பிப் போன பிறகு குதிரைப்படை செதலியின் ஸ்தூபிகள் விட்டு அடிவாரத்துக்குச் செல்லும். புனிதர்களை வரவேற்க, ஷெய்கின் முன்னால் கும்பிட, கசாக்கின் பழைய தலைமுறைகள் அங்கே வந்திருக்கும். அவர்களுக்கிடையில் அல்லாப்பிச்சாமொல்லாக்காவும் இருப்பார் என்று ரவி நினைத்துப் பார்த்தான். மொல்லாக்கா பள்ளிவாசல் காட்டின் ராஜாக்களின் நடுவில் நின்றுகொண்டு பள்ளிக்கூட வாசலின் குப்பைக் குவியலைப் பார்ப்பதை ரவி நினைத்தான். துடிக் கொட்டைக் கேட்டவாறு ரவி தூங்கினான்.

❍

திங்கள்கிழமையும் செவ்வாய்க்கிழமையும் பரீட்சை. அல்லாப்பிச்சாமொல்லாக்காவின் மரணத்தைப் பற்றி யாரும் பேசவில்லை. பரீட்சை முடிந்தால் அப்புறம் ஒரு மாத கோடை விடுமுறை. விடுமுறைக்குப் பள்ளியைப் பூட்டுவதற்கு முன்பு ஒரு உல்லாசப் பயணம் செல்லலாம் என்று ரவி குழந்தைகளிடம் சொல்லியிருந்தான். செவ்வாய்க்கிழமை பள்ளி விடும்போது, எங்கே போக வேண்டும் என்று அவர்களிடம் கேட்டான்.

"பாலக்காட்டிய்க்கி, ஸார்," யாரோ சொன்னார்கள்.

"பாலக்காட்டுல என்ன இருக்கு?" ரவி கேட்டான்.

---

113. **துடி:** ஒரு சிறிய தோல் வாத்தியம். வட்டமான, உள்ளீடற்ற மரத் துண்டின் இரு பக்கமும் தோல் கட்டித் தயாரிப்பது. நடுப் பகுதியில் பருமன் குறைவாயிருக்கும், உடுக்கையைப் போன்ற வாத்தியம்.

“கோட்ட.”

“கோர்ட்டு.”

“ஆஸ்பத்திரி.”

“அஞ்சுவெளக்கு.”

பலரும் அப்படிச் சொல்லிச் சென்றார்கள்.

“சரி,” ரவி சொன்னான், “வேறங்க போகறதுக்கு இஷ்டம்னு சொல்லுங்க.”

குஞ்ஞாமினா சிரித்தாள்.

“செதலி மலைக்கிப் போலாம், ஸார்,” அவள் சொன்னாள்.

“செதலிக்கா?” ரவி கேட்டான்.

“செய்க் எஜமாவோட அடக்கஸ்தலத்தப் பாக்குறதுக்கு,” அவள் சொன்னாள்.

“சரி,” ரவி சொன்னான், “நாளைக்கிக் காலயில எல்லாரும் சீக்கிரம் வரணும்.”

மறுநாள், பனியில் நனைந்த புல்லில் மிதித்து அவர்கள் மலையேறினார்கள். பாடலில் விருப்பமுள்ள மங்குஸ்தான் பாடினான்:

பிஸ்மிய்ம் ஹம்தும் ஸலாத்தும் ஸலாமாலும்
பிண்டெ பிறகெ துடங்நுன்னேன் யா அல்லாஹ் –
தச்ரிபு தானோர் ஸஹாபுல்பதர்மால
தீர்த்துமொழியுவான் ஏகணம் நீ அல்லா –
பச்ரிலும் ஜின்னிலும் ஆகெ முர்ஸலாயி
பான நெபீன்ட தணியும் அருளள்ளா.

குஞ்ஞாமினாவின் முகம் மங்கி துயரார்ந்தது.

“ஸார்,” அவள் சொன்னாள், “மொல்லாக்காவோட பாட்டு ஸார்.”

மங்குஸ்தான் பாடினான். பதர் யுத்தத்தின் கதை. வாரறுந்த செருப்புடன் இதிகாசக்காரன் யுத்தபூமியினூடே தட்டுத்தடுமாறி நடந்தான். அந்தத் துதிப் பாடலின் திரிபுகள் மர அடர்வுகள் கடந்து கசாக்கை அடைந்தன. கசாக்கின் பனங்காடுகளில் பத்ரீங்கள் போரிட்டார்கள்.

குழந்தைகள் கூட்டமாகச் சேர்ந்து முன்னால் நடந்தார்கள். குஞ்ஞாமினாவும் ரவியும் பின்னால் நடந்து வந்தார்கள். கூட்டம் தவறி சில சமயம் அப்புக்கிளி மட்டும் பின்தங்கினான். ரவியையும் குஞ்ஞாமினாவையும் பின்னால் விட்டுக் குழந்தைகள் வெகு தூரம் சென்றிருந்தார்கள்.

“மொல்லாக்காவோட பாட்ட நெனக்கிறப்போ,” குஞ்ஞாமினா சொன்னாள், “அழுக வருது.”

அவள் ரவியுடன் சேர்ந்து நடந்தாள். முகமுயர்த்தி ரவியின் முகத்தைப் பார்த்தாள்.

“பாவம்!” அவள் மீண்டும் சொன்னாள்.

வெயில் அதிகரிக்கத் தொடங்கியது. வெள்ளை மாமரங்களின் அடர்ந்த நிழல்.

செதலியின் உச்சியை அடைந்தார்கள். அவர்கள் செதலியின் ஸ்தூபிகளுக்கு முன்னால் நின்றார்கள். செய்கு எஜமானின் சமாதிக்காகக் காற்றும் மழையும் பத்தாயிரம் வருடம் ராவி ராவி இந்த ஸ்தூபிகளைச் செய்தன. அவை பத்தாயிரம் வருடம் அவற்றைப் பாதுகாத்தன. உலோக அம்சத்தின் இழைகளோடிய அந்தப் பாறைகளுக்குள்ளே குகைத் தளத்தில்தான் தங்ஙள்கள் செய்யத்மியான் ஷெய்க்கைக் குடிவைத்தார்கள். ரவியும் பிள்ளைகளும் ஷெய்கின் அடக்க ஸ்தலத்தில் செம்பு நாணயங்கள் எறிந்தார்கள்.

நேரம் பன்னிரண்டு மணி ஆகியிருந்தது. சிற்றுண்டிக்குப் பிறகு மலையூற்றில் குளியல்.

“பாறையில வழுக்கி விழுந்துடாம ஜாக்கிரதையா இருக்கணும்.” ரவி சொன்னான்.

“ஓ, ஸார்.”

“ஸார் ஸார்,” ஆதம் சொன்னான், “ஒர் பூதமிர்க்கு, ஸார், அந்தத் தண்ணில.”

“ஆமா ஸார்,” ராமன்குட்டி சொன்னான், “தண்ணிப் பூதம் ஸார்.”

“நீர்ப் பறவ உருவமாக்கும், ஸார்,” கதீஜா சொன்னாள்.

“பொய், ஸார்.” கொலுஸு சொன்னாள். “அந்தப் பொண்ணுக்குப் பூதத்தோட பிசியம் ஒண்ணுந் தெரியாது, ஸார். அதொரு பாம்புப் பூதமாக்கும் ஸார்.”

“அதுக்கு செறகும் கிரிகிடவும் இரிக்கு, ஸார்.”

“சரி,” ரவி சொன்னான், “யாரும் பூதத்துக்கிட்ட சண்டைக்கிப் போகாதிங்க, கேட்டிங்களா.”

“ஓ, ஸார்.”

பூத்துச் சிவந்த வாகையினடியில் ரவி அமர்ந்தான். சற்று நேரத்திற்குப் பிறகு குஞ்ஞாமினா திரும்பி வந்தாள்.

“என்னா,” ரவி கேட்டான், “தண்ணில குளிக்கப் போகலியா?”

“இல்ல,” அவள் சொன்னாள், “அங்க பூதமிர்க்கும்.”

அவள் பக்கத்தில் வந்து நின்றாள்.

“என்னா ஒனக்கு?” அவன் கேட்டான்.

“நான் இங்க ஒக்காரட்டுமா?” அவள் கேட்டாள். “ஒங்க பக்கத்துல?”

சட்டென்று ரவிக்கு மனம் உருகியது.

“ஒனக்கு என்னா வருத்தம் ஆமினாக்குட்டி?” அவன் கேட்டான்.

“வருத்தம்,” அவள் சொன்னாள்.

ரவி மெதுவாக அவளைத் தன்னோடு சேர்த்தான். அவள் அவன் மடியிலமர்ந்தாள். மடியில் அவள் கனஸ்பரிசம் நிறைவதுபோலத் தோன்றியது.

“போ குஞ்ஞாமினா,” அவன் சொன்னான், “போய்க் குளி.”

அவள் எழுந்து நின்றாள். அவள் கொஞ்சம் தூரம் நடந்து சென்று பிறகு திரும்பி வந்தாள்.

“எனக்கு முடியல,” அவள் சொன்னாள்.

கண்கள் அசாதாரணமாக ஒளிர்ந்தன.

“என்னா செய்யிது?”

அவளொன்றும் பேசவில்லை. இப்போது கண்கள் நிறைந்தொழுகின.

“அய்யோ, பாரு,” ரவி சமாதானப்படுத்த முயன்றான். “அழுவுறியா? –”

குஞ்ஞாமினா தன் அடிவயிற்றில் கையமுத்தினாள். அவள் சற்றே முன் சாய்ந்தாள். ரவி அவளைத் தாங்கினான். திடீரென்று வெள்ளித் தண்டையின் மீது, புறங்காலில், குங்குமப் பொட்டுபோல. ரவி முழித்துப் பார்த்தான். மீண்டுமொரு ரத்தத் துளி கீழே விழுந்தது. குஞ்ஞாமினாவைத் தரையில் அமர்த்தியபோது அவள் அழுதாள். ரவியின் உள்ளங்கை நனைந்திருந்தது. அவன் கையை விரித்து இமைக்காமல் அதையே பார்த்துக்கொண்டிருந்தான். வறண்ட கைரேகைகளுக்கு மேல் ரத்தத்தின் புது மழைத் துளிகள் ஊறிக் கிடந்தன.

❍

இரண்டு மூன்று நாட்கள் கழித்து ஒரு மாலையில் காலியார் நாற்றுப்புரைக்கு வந்தார்.

"ஒங்க கிட்ட வாங்குன அஞ்சு ரூவா இன்னுந் தரல்ல," அவர் சொன்னார்.

"பரவால்ல காலியாரே," ரவி சொன்னான்.

இருவரும் சிகரெட் பற்றவைத்துத் திண்ணையில் அமர்ந்தார்கள். என்னவெல்லாமோ நாட்டு நடப்புகளைப் பேசிக்கொண்டிருந்தார்கள்.

"இர்க்கா?" காலியார் கேட்டார்.

"இல்ல," ரவி சொன்னான்.

"அப்டின்னா வாங்க, மேஷ்டர். நம்ம கைவசம் காய்ச்சியது கொஞ்சம் இர்க்கு."

அவர்கள் ராஜாவின் பள்ளிவாசலுக்கு நடந்தார்கள். காலியார் எண்ணெய் விளக்கின் வெளிச்சத்தில் இரண்டு மண்குவளைகளில் சாராயத்தை ஊற்றினார்.

"குடிங்க, மேஷ்டர்."

மீண்டும் மீண்டும் ஊற்றினார். இரவு புற்களிடையே உருகி இறங்கியது. காலியார் எழுந்து உள்ளே சென்று, கையில் ஒரு பனியனுடன் திரும்பி வந்தார்.

"இந்த பனியன் ஒங்களோடதா இர்க்குமோ?" காலியார் கேட்டார்.

ரவி சொன்னான், "ஆமாம்."

காலியார் சிரித்தார். பனியனைச் சுருட்டித் தூரத்திலெறிந்தார். பிறகு ரவியின் கன்னத்தில் ஓங்கியடித்தார்.

மீண்டும் ஒரு அடி விழுவதுவரை ரவியால் எழுந்திருக்க முடியவில்லை. நொடி நேரம் இருட்டடித்தது. தன்னை நிலைப்படுத்திக்கொண்டு ரவி பின்னால் விலகினான். பிறகு காலியாரை நோக்கிப் பாய்ந்தான். அவர்கள் தூசியில் கட்டிப்பிடித்து உருண்டார்கள். தலையிலும் முதுகிலும் அடி விழுகிறது. வலியில்லை. ஒவ்வொரு அடியும் ரவிக்கு போதையேற்றியது. அந்த உறுதியான தழுவலிலேயே அவர்கள் மீண்டுமெழுந்தார்கள். தழுவலிலேயே விடுபட முயன்றார்கள். அந்த வாய்ப்பில் ரவி முழங்கால் மடக்கி முன்னே அடித்தான். எங்கே பட்டது என்று தெரியவில்லை. ஸ்பரிசமோ காட்சியோ இல்லை. அந்த அடியின் பதிலுக்காகக் காத்து நின்றான். பதில் வரவில்லை. காலியாரின் பிடி தளரத் தொடங்கியது. முழங்கால்கள் குழைந்தன. ரவி பிடிவிட்டான். காலியார் தரையை நோக்கிக் குவிந்தார்.

ரவி இன்னொரு மடக்கு சாராயம் குடித்தான். காலடியில் பிரக்ஞையற்றுக் கிடந்த மனிதன்மீது இனம்புரியாத அன்பு தோன்றியது. ரவி நைசாமலியை மல்லாக்கப் படுக்கவைத்தான். கையையும் காலையும் நிமிர்த்திவைத்தான். பிறகு சாராயமெடுத்து கண்ணையும் உதட்டையும் நனைத்தான். நைசாமலி கண் திறந்தான். சாராயத்திற்காக மைமுனாவைப்போல உதடுகளை விரித்தான்.

காலியார் எழுந்து அமர்ந்தார்.

"கொடுங்கோ," அவர் கை நீட்டினார். ரவி மண் கோப்பையில் சாராயம் ஊற்றிக்கொடுத்தான். அதை ருசித்திறக்கிக் கண்களைக் கசக்கிச் சோம்பல் முறித்துக்கொண்டு காலியார் எழுந்து நின்றார். சிரித்தார். ரவியை நோக்கிக் கை நீட்டினார். காலியார் நீட்டிய கரத்தை ரவி ஏற்று வாங்கிக்கொண்டான்.

காலியார் ஏதோ நினைவுகூர்ந்து நின்றார். மைமுனா ஈரத் துணியை அவிழ்த்து உலரப்போட்ட கொடிக் கம்பை அவர் பார்த்தார். இடவ மாத மழைக்காற்றில் சிக்கிய படகுபோல காலியார் வெளியே சென்றார். வாசலிலிருந்த மீசான் கற்களிலொன்றில் ஏறி நின்றார். செதலிக்கு நேராகக் கை நீட்டி ஜெபித்தார், "அல்ஹம்துலில்லாஹி ரப்பில் ஆலமீன் அர் ரஹமானி ரஹீம் . . . அல் பாத்திகா!"[114]

ரவி நாற்றுப்புரைக்குத் திரும்பி நடந்தான். நடுத்திடல் கடந்து பள்ளமிறங்கும்போது நிலவு உயர்ந்தது. அவன் திவசத் திருநாளின் மிச்ச மீதிகளைப் பார்த்தான். ஆட்டின் ரத்தம் உறைந்த தெச்சி மாலைகள், வாழை மடல்கள், எண்ணெய் விளக்குகள், அறுவை சிகிச்சையின் மிச்சங்கள்போல, கருக்களைப்போல, மாதவிடாய் ரத்தம் உறைந்த பழந்துணிகளைப்போல அவை சிதறிக் கிடந்தன.

அப்புறம், தடையற்ற நல்ல மழையும் காற்றும். நேசமும் பாவமும் தேய்ந்து தேய்ந்து இல்லாதாகும் பொழிவுகள், முடிவற்ற காலத்தின் பற்றற்ற தன்மை. அதன் சாந்தியில் அவர்களின் அடக்க ஸ்தலங்களில் கசாக்கின் முன்னோர்கள் கிடந்தார்கள். பௌர்ணமி முழுமையடையும்போது அவர்கள் அடக்க ஸ்தலங்களின் கதவுகளைத் திறந்துவைத்தார்கள். சங்கராந்தி இரவுகளில். சாம்பிராணியின் நறுமணத்தில், திவசம் கொள்ள வந்தார்கள்.

---

114. "புகழ் அனைத்தும் அகிலங்களின் அதிபதியாகிய அல்லாவுக்கே. அவன் அளவற்ற அருளாளன், நிகரற்ற அன்புடையவன்."

27

புகலிடம்

தபால்காரர் கேளுமேனோன் வயலைக் குறுக்காகக் கடந்து கசாக்கை நெருங்குவதை ரவி பார்த்தான். கேளுமேனோன் ஓடைக்கரையில் பொதியை இறக்கிவைத்துத் தாழம்புதர்களின் மறைவில் இறங்கியமர்ந்தார். வழியில் சென்ற ஒரு ராவுத்தனைக் கூப்பிட்டு நிறுத்தி அங்கேயிருந்தபடியே கொஞ்சநேரம் உரையாடலும் நடத்தினார். மேனோன் தாழம்பூக்களுக்குள்ளிருந்து மீண்டும் எழுந்தார். பிறகு நேராக நாற்றுப்புரையை நோக்கிச் சென்றார்.

"என்னா, மேன்னே," ரவி குசலம் விசாரித்தான், "சரியாயிடுச்சா?"

"ஒண்ணுஞ் சொல்றதுக்கில்ல, மேஷ்ஷே," கேளுமேனோன் சொன்னார். "இரட்ட பெற்ற நிம்மதி!"

கேளுமேனோன் பாதங்களைத் தேய்த்து உரசி தூசு தட்டி பெஞ்சில் கால்நீட்டி அமர்ந்தார்.

"ஒங்களுக்கு ஒரு கடுதாசி இருக்கு, மாஷ்ஷே."

பையைத் திறந்து கண்ணாடியின் நூல் இணைப்பை உறுதிப்படுத்திவிட்டுக் கடிதங்களுக் கிடையில் விரைவாகத் தேடினார்.

"இதோ, மேஷ்ஷே, பிடிங்க."

ரவி நீலநிற உறையைப் பிரித்துக் கடிதத்தை வெளியே எடுத்தான். வாசிக்கத் தொடங்கினான்.

“என்னா மேஷ்ஷே,” கேளுமேனோன் விசாரிப்பது ரவிக்குக் கேட்டது, “விசேஷமா ஒண்ணுமில்லைல்ல?”

மெல்லிய முனைகொண்டு குறிக்கப்பட்ட மெல்லிய எழுத்துக்கள் . . . கோயமுத்தூர், ஏப்ரல் இருபத்தைந்து. முப்பது நாழிகை தூரம். ஐந்து நாள் தூரம். ஆனால், வேறேதோ இடத்திலிருந்து வேறேதோ காலத்திலிருந்து, அந்தக் கடிதம் ரவியைத் தேடி வந்தது. ரவீ, இது நான்தான், பத்மா –

“என்னா மேஷ்ஷே, விஷயத்தச் சொல்லுங்க. எல்லாம் நலந்தான?”

ரவியின் பத்மா. மெல்லிய முனையால் குறிக்கப்பட்ட நீண்ட மெல்லிய கையொப்பு.

“நலந்தான், மேன்னே.”

“குருவாயிரப்பா!”

ரவி கடிதத்தை மடித்து மீண்டும் உறையிலிட்டான். பிறகு அதைத் தலையணைக்கடியில் திணித்தான்.

கேளுமேனோன் அரட்டையடித்துக்கொண்டிருந்தார்.

“கொழணச்சேரி பஞ்சாயத்து எலக்ஷன், மேஷ்ஷே. இந்த தடவ அந்தப் பக்கத்துக்காரங்களுக்குத்தான் பெலம். காத்து அந்தப் பக்கந்தான்.”

“ஓ.”

“நம்ம மொல்லா செத்தது கஷ்டமாப்போச்சி. அந்த உம்மாவுக்கு எல்லாம் போச்சி. மகளோ வழி தவறுனவ, அந்த மந்திரவாதிகிட்ட தொடுப்பு.”

“கஷ்டம்.”

“என்னா, மேஷ் தூங்கலியா?”

“இல்ல.”

“மொகம் அதச்சாப்ல இருக்கு.”

“ஓ, முக்கியமா ஒண்ணுமில்ல.”

கேளுமேனோன் விடைபெற்றுப் புறப்படும்போது மதியப் பொழுதாயிருந்தது. உச்சி வெயில் ஆவலுடன் ரவியை அழைத்தது. கானல்நீரின் ஜல சர்ப்பங்கள் கைகாட்டி அழைத்தன.

‘ரவி, இது நான்தான், பத்மா. இரவுப் பறவைகள் பறந்து செல்வதைப் பார்த்தபடிக் கடற்கரையில் குளிர்ந்த மணலில் படுத்திருந்தது ஏழுவருடங்களுக்கு முன்பு. உன் நிம்மதியைக் கெடுப்பதற்கு நான் மீண்டும் வருகிறேன் எனில், மன்னிக்கவும் . . .

‘மே பத்தாம் தேதி நான் பாலக்காட்டுக்கு வருவேன். கோயமுத்தூரிலிருந்து புறப்படும் வண்டி அங்கே மதியம் பதினொன்றரைக்கு வரும் என்று நினைக்கிறேன். எனக்காகக் காத்திருக்கவும் . . .

‘நான் இங்கே ஜோதியுடன் தங்கியிருக்கிறேன், நம் வகுப்பில் படித்த ஜோதியை நினைவிருக்கிறதல்லவா? அவன் இங்கே கலெக்டர். உன்னை விசாரித்ததாக எழுதச் சொன்னான் . . .

‘பத்தாம் தேதி எனக்காக காத்திருக்கவும் . . .

‘ரவியின் பத்மா.’

மெல்லிய முனைகொண்டு குறித்த மெல்லிய அழகான கையொப்பம். ரவி பேனாயெடுத்து அதன் கீழே தன் கையொப்பைக் குறித்துப்பார்த்தான். அந்தக் கையெழுத்தில் ஆர்வமில்லாததுபோலத் தோன்றியது. யாருக்கும் கடிதம் எழுதுவதில்லை. அப்படி கையெழுத்தின் உபயோகம் குறைந்து குறைந்து வருகிறது. கொஞ்சம் காலம் செல்லும்போது பயனற்ற உறுப்பைப்போல அது நினைவிலிருந்து மாயும். பிறகு மிச்சப்படுவது கட்டைவிரலின் சுழிகள் மட்டுமாகலாம். அவற்றில் நான் என்ற பாவம் குடிகொள்ளும். காலம் செல்லும்போது அவையும் தேய்ந்துபோகும். பரிணமிக்கும்.

பத்துநாட்கள் இருக்கின்றன. ரவி பொறுமையற்று நடுத்திடல் வழியே நடந்தான்.

“ஒங்களுக்கு என்னா பிரச்சன மாஷ்ஷே?” மாதவன்நாயர் கேட்டார், “சூடாயிருக்கும்?”

“இருக்கலாம்,” ரவி சொன்னான்.

“பயப்படாதீங்க. இந்த வர்சம் முன்னமே மழ பேயும்.”

“உம்.”

“போன வர்ச காச்சலுக்குப் பழிவாங்கும். புது மழ ரொம்பப் பேஞ்சி கெடுக்காம இருந்தாலே போதும் . . .”

“உம்.”

இப்படிக் காலையில். மாலையில் நலம் விசாரிக்க மீண்டும் மாதவன்நாயர் வருவார். முதன்முதலாக, மீண்டும் மீண்டும்

நடக்கும் அந்தச் செயலைப் பற்றிப் பிரக்ஞை ஏற்படுகிறது. இரவு மீண்டும் முன்னிருட்டினூடே, நிலவினூடே, ரயில் தண்டவாளத்தினூடான நடை.

"ஒடம்பெல்லாம் நல்லாருக்கில்ல மாஷ்ஷே? ஒண்ணும் பிரச்சனயில்லல்ல?"

"ஊஹூம்."

அந்தப் பத்துநாட்களில் கசாக்கின் வாழ்க்கை வழக்கம் போலத் தொடர்கிறது.

"நீங்க வரணம் மேஷ்டர்." சொலயும்மாவின் அழைப்பு.

குஞ்ஞாமினாவின் திரண்டு கல்யாணம்.[115]

"வரேன்."

"கண்டிப்பா வரணம். அவ மனசுக்கு ரொம்ப சந்தோஷமா யிருக்கும்."

பத்துநாட்கள் கடந்தன. ரவி வெள்ளி முளைக்கும்போது புறப்பட்டு நடந்தான். கூமன்காவை நோக்கி நடந்தான். கிழக்குக் காற்றின் மெல்லிய குளிர்ச்சி. கடைசி ஈரப் பந்தம் எரிந்து முடியும்போது ஒற்றையடிப் பாதைக்கெதிரே உதயம் சிவந்தது.

பத்துமணிக்கு ரயில் நிலையத்திற்குச் சென்றடைந்தான். அங்கே காத்திருந்தான். அந்த மணி நேரத்தின் நீளம் தெரியவில்லை. அங்கே நிலக்கரிப் புகையின், ஆவியின் மணம் நிறைந்திருந்தது. சதுப்பு மண்ணில் சந்தனபத்தியின் மணம்போல அவன் அதை உட்கொண்டான்.

"என்னைத் தெரியுமா?"

ரவி சந்தனநிற பட்டுப் புடவையையும் கனமான முகக் கண்ணாடியையும் சுருள்முடியையும் பார்த்தான்.

"இல்ல," அவன் சொன்னான்.

அவர்களின் உள்ளங்கைகள் கோத்திசைந்தன.

"வா," ரவி சொன்னான்.

---

115. **திரண்டு கல்யாணம்:** பெண்கள் பூப்படையும்போது நடத்தப்படும் விழாக் கொண்டாட்டம்.

இரண்டு கோப்பை காப்பிக்கு இருபுறத்திலும் அமர்ந் திருக்கிறார்கள். எதுவும் பேசாமல் மெதுவாகக் காப்பி குடித்து முடித்தார்கள்.

"வா!" அவள் சொன்னாள்.

நகரத்தின் தெருவில், வெயிலில், புதுமழை நெருங்கும் நேரத்துக் காற்றின் நீரடர்த்தியில், வியர்க்கிறது.

"ஓய்வெடுக்க வேண்டாமா?" ரவி கேட்டான்.

"ஓய்வெடுக்கணும்." அவள் சொன்னாள்.

நகரத்தின் தெருவில், இலக்கற்றுப் பாயும் டாக்ஸியில்.

"அணக்கட்டுல ஒரு கெஸ்ட் ஹவுஸ் இருக்கு. அங்க போலாமா?"

"போலாம். ஒனக்கு சட்டை ஒண்ணுமில்லியா?"

"இல்ல."

"ஒங்க ஊர்ல என்னா உடுத்துவீங்க?"

"மரவுரி."

"சரி, காரை இங்க நிறுத்தச் சொல்லு. கொஞ்சம் வேட்டியும் புஷ்ஷர்ட்டும் வாங்கலாம்."

"எங்கிட்ட பணமில்ல."

"பரவால்ல."

"கலரா இருக்கறதாப் பாத்து ஏதாச்சிம் வாங்கிக்கொடு."

"ஏன் அப்டி?"

"ஓ, சும்மா ஒரு ஆச."

"சரி, வாங்கலாம்."

நகரத்தின் தெருக்கள் விட்டு, மலம்புழாவுக்கான பாதையில் செல்கிறார்கள். ஆளற்ற நீண்ட பாதையில் செம்மண் எழுகிறது. சில சமயம் ஒரு பேருந்து. சில சமயம் பாதை செதுக்கி இறக்கிய குன்றின் ஓரத்தில் நின்ற, தலையில் சுமைகொண்ட பெண். மாலை சிவபூஜைக்காகக் குளித்துவரும் யானையைப்போல எதிரே வந்த புல்டோசர்.

அணைக்கட்டின் பரந்த நீர்ப்பரப்பை நோக்கி பத்மா சன்னலைத் திறந்தாள். அறையில் நிலவிய சிமெண்டின், எண்ணெய்ச் சாயத்தின் மணத்தைக் காற்று ஊதிப் போக்கியது.

"ரவீ!"

"ஓ–"

பின்பும் முற்றுப்புள்ளிகள்.

"ரவீ," பத்மா சொன்னாள், "நான் ஒன்ன எப்டிக் கண்டு பிடிச்சேன்னு கேக்கலியே."

"இல்ல."

"அப்டின்னா சொல்ல மாட்டேன்."

"சொல்லு."

"ஆறு மாசம் தேடுனேன். அப்பறந்தான் அந்த இடத்தப் பிடிக்க முடிஞ்சது. அது என்ன? –"

"கசாக்கு."

"ஆமா, கசாக்கு."

அவள் சொன்னாள். காசியில் தொழுநோயாளிகள் நிறைந்த மடத்தில், பிரயாகையின் சத்திரங்களில், மத்தியப்பிரதேசத்தின் க்வேக்கர் சென்டரில், அப்படித் தேடித்தேடிக் கடைசியில் போதானந்தனின் ஆசிரமத்தில்.

"அங்க ஒரு சன்யாசினி ஒன்னப் பத்தி விசாரிச்சா."

"விசாரிச்சாளா?"

"அவளோட பேர் ஞாபகம் இருக்கா? நிவேதிதா."

"நிவேதிதா. ஞாபகம் இருக்கு."

"வெள்ளையா இருக்கும் குண்டு அழகி. ரவீ, அந்தக் கிளாஸ்களக் கழுவி மேசையில வை."

ரவி குவளைகளைக் கழுவி மேசைமீது வைத்தான். ஐஸை உடைத்துக் குவளைகளில் இட்டான்.

"ஸ்காட்ச்," பத்மா சொன்னாள், "யாரும் பிடிக்க மாட்டாங்கன்னு நெனக்கிறேன். சியர்ஸ்!"

"சியர்ஸ்!"

"நல்லாருக்கில்லே?"

"நல்லால்ல. காச்சுன சாராயத்தோட ருசி இல்ல."

"காச்சுன சாராயமா? என்னது?"

“காச்சுன சாராயம்.”

ஏரியின் மேலே தூரத்தில் மேகங்கள் இருண்டன. ஏரியிலிருந்து மேலே சென்று ஏரியிலேயே பொழியும் மழைகள். இருளும் மேகங்களுக்கடியில் ஒரு கட்டுமரம் மலையை நோக்கித் துடுப்பிட்டுப் போய்க்கொண்டிருக்கிறது. இருண்ட மேகங்கள் சிறுகச்சிறுக மலையின் மறுபுறமிறங்கிக் காணாதாயின.

“என்னப் பத்தி நீ ஒண்ணுங் கேக்கலியே ரவி.”

“இல்ல.”

“நான் ப்ரிஸ்டனுக்குப் போனேன்.”

“அப்பறம்?”

“ஆராய்ச்சி பண்ணுனேன்.”

“நல்லது.”

“இந்த ஏழு வருசமும் நான் அங்கதான் இருந்தேன்.”

“உம்.”

“திரும்பி வந்ததுலேர்ந்து நான் ஒன்னத் தேடி அலஞ்சேன்.”

ரவி மீண்டும் குவளைகளை நிறைத்தான்.

“அப்பறம், இங்க வர்றதுக்கு முன்னால நான் ஒங்க வீட்டுக்குப் போனேன்.”

உதட்டுக்கு உயர்த்திய குவளையை ரவி கீழே வைத்தான்.

“அப்பறம்?”

“நான் அங்க தங்குனேன். ஒன்னோட பழைய ரூம்ல படுத்துத் தூங்குனேன். முல்லைக் கொடிக படர்ந்து வந்த சன்னலுக்குப் பக்கத்துல. முல்லைக் கொடிக பிணைஞ்சாடுன பௌர்ணமி ராத்திரில.”

“அப்பறம்?”

“ஒன் சின்னம்மாகூட நீந்தப் போனேன்.”

“உம்.”

“நீர் வெளயாட்டு. நாங்க ரொம்ப நீந்துனோம். அவங்க அழகி, ரவி.”

“பின்ன?”

“ஒன் அப்பாகிட்ட போயி ஒக்காந்தேன். ஒன் அப்பாவ என் நெஞ்சுல சாச்சி ஒக்கார வச்சேன். அப்பாவப் பத்தி நீ தெரிஞ்சுக்க வேணாமா?”

அமைதிக்குப் பிறகு.

“ஒன் மனஸு உருகாதா?”

ஒரு மடக்கு குடித்தான்.

“அப்பாவுக்கு சுத்தமா பிரக்ஞையில்ல. சில சமயம் நெனப்பு வருது. என்னா, ரவீ, ஒண்ணுந் தெரிஞ்சுக்க விரும்பலயா?”

அவன் தானே அறிந்தான், அப்பாவின் கண்கள் சிவந்திருந்தன. அவற்றில் பீளையூறியிருந்தது. எழுந்து அமரும்போது தலை அடிக்கடி முன்னே தொங்கியது. அப்பா அடிக்கடி அழுதார்.

“அப்பா அடிக்கடி அழுதார்,” பத்மா சொன்னாள், “ரவி வெளிய தனியாருக்கானான்னு கேட்டார். ஒன் வெளயாட்டுச் சாமானயெல்லாம் பக்கத்துல கொண்டு வந்து வைக்கச் சொன்னார்.”

சன்னலினூடே, மதுவின் ஸ்படிகத்தினூடே, தெளிவார்ந்த ஆகாயம். வெள்ளி மேகங்கள். ஏரிக்கு அப்புறமான மலைமுகட்டில் கற்பக விருட்சத்தின் இளநீர்க் குடுக்கைகள் உதிர்ந்து விழுந்தன.

“பத்மா! –”

“ரவீ!”

“நீ நீந்தப்போன, இல்லயா?”

“போனேன்.”

ரவி பத்மாவின் கன்னத்திலும் உதட்டிலும் தொட்டான். பட்டுச் சட்டையின் உள்ளே தொட்டுப்பார்த்தான். முன்கைகளை யும் அடிவயிற்றையும் தொடைகளையும் தடவினான்.

“அப்பறம் – சின்னம்மா ஒன்னத் தொட்டுப்பாத்தாங்களா?”

“அடடா!”

“சொல்லு.”

“இல்ல.”

“பிரிஸ்டன்ல வெள்ளக்காரங்க ஒன்னத் தொட்டுப் பாத்தாங்களா?”

“இல்ல.”

“நீ யாரோடயும் படுக்கலயா?”

“இல்ல.”

“ஏன் படுக்கல?”

“நான் திரும்பி வந்துட்டேன்.”

“என்னத் தேடிக்கிட்டு இங்க வந்துட்டியா?”

“ரவீ!”

“என்னோட கிளாஸ் தீந்துடுச்சி.”

மது பொங்கிச் சிதறிக் குவளையில் விழுந்தது.

மதியம் கடந்திருந்தது. காற்று வீசியது. கிழக்குக் காற்றல்ல. ஏரிக்கே உரித்தான காற்று.

குன்றுகளுக்கிடையில், பனைமரங்களுக்கிடையில் அஸ்தமனம்.

காற்றுகள் குளிர்ந்தன. ஏரி குளிர்ந்தது. சன்னலில் நட்சத்திரங்கள் உதித்தன.

“ரவீ!”

“பத்மா!”

“என்னோட வா.”

உடல்களில் குளிர்ந்த காற்று பட்டது. வியர்வையில் காற்று பட்டு குளிர்ந்தது.

“ரவீ!”

“பத்மா!”

“ஒன் அப்பா இன்னும் எவ்ளோ காலம் இருப்பாரு? நீ அவருகூட போயி இரு. கடைசி நாட்கள்ல சாந்தி கிடைக்கட்டும்.”

“சொல்லி முடிச்சிட்டியா?”

“இல்ல. அப்பறம் எங்கூட வா, எனக்கு பிரிஸ்டன்ல வேலை இருக்கு. நீ படிப்பத் தொடரலாம். ஆராய்ச்சியத் தொடரலாம்.”

“என்ன ஆராய்ச்சி?”

“என்னைக் கேலி பண்றியா, ரவீ?”

இருவரும் நீண்ட நேரம் எதுவும் பேசவில்லை.

“ரவீ!”

“என்னா?”

“நான் வேணாமா?”

ரவி அவளைத் தூக்கினான். மல்லாந்து படுத்து, உறுதியான கைகளில் அவளைத் தூக்கினான். சிவப்பு பரவிய உடல். மார்புகளும் இடையும் மட்டும் தளிர்போன்று வெளுத்திருந்தன.

“ரவீ! –”

“ஓ –”

“ரவீ, கசாக்க விட்டு வந்துடறேன்னு எங்கிட்ட சொல்லு.”

சட்டென்று, இலகுவாக, ரவி சொன்னான், “வந்துடறேன்.”

“சத்தியமா?”

“சத்தியம்.”

“அப்பறம், எங்கூட வருவ. வரமாட்ட?”

“தெரியல.”

அவள் அழத் தொடங்கினாள். கண்ணீர்த்தாரை இடைவிடாது வழிந்தது. ரவி பாலைவனத்தைப்போல அதை வாங்கிக்கொண்டான்.

“ரவீ,” அவள் கேட்டாள். “நீ யாருகிட்டேர்ந்து தப்பியோடப் பாக்குற?”

அந்தப் பொருளைப் பார்த்தவாறு ரவி நின்றான். பார்த்துப் பார்த்துக் கண் வலித்தது. கண் சிவந்தது. முகம் அழிந்து கலந்தது.

28

வேறொரு கதை

செதலியில் பருவ மழை கொட்டியது. செதலியின் நீல நிற பக்கப் பகுதிகள் பாசியின் நிறமாயின. மலைத் தேன்கூடுகளில் ஆலங்கட்டிகள் விழுந்தன.

மழையில் ஸ்கூல் இன்ஸ்பெக்டரின் சிபாயி கசாக்குக்கு வந்தான். நாற்றுப்புரை பூட்டியிருந்தது; அப்புக்கிளி திண்ணையில் சம்மணமிட்டமர்ந் திருந்தான்.

“மேஷ்டர் எங்க?” சிபாயி உரக்கக் கேட்டான்.

அப்புக்கிளி அதைக் கேட்கவில்லை. பார்க்கவுமில்லை. அவன், கூரை விளிம்பிலிருந்து தண்ணீர் விழுவதைப் பார்த்துக்கொண்டு அமர்ந்திருந்தான். சிபாயி பக்கத்தில் சென்று அவன் தோளைத் தொட்டான். அப்புக்கிளி திடுக்கிட்டு எழுந்தான்.

“ஓ. அண்ணோ,” அவன் சொன்னான், “நீயி பூதவாந்தா?”[116]

“மேஷ்டர் எங்க? சொல்லு?”

“நீயென்னத் தொந்தரவு பண்ணுவியா?”

சிபாயி மாதவன்நாயரை நடுத்திடலில் தேடிப் பிடித்தான்.

“மேஷ்டர் எங்க?”

---

116. **“நீயி பூதவாந்தா?”:** “நீ பூதமாடா?”

“என்னா விசேழம்?”

“மேஷ்டர் எங்க, சொல்லுங்க.”

“வாங்க, சிபாயி,” மாதவன்நாயர் சொன்னார். “இங்க ஒக்காந்து பேசலாம்.”

அலியாரின் தேநீர்க் கடையில் பாய்லருக்குப் பக்கத்தில் இருவரும் அமர்ந்தார்கள். அலியார் தேநீர் ஊற்றினார். வெளியே புளியந்தோப்பின் இலைகளிலிருந்து பெரிய துளிகள் வீழ்ந்தன.

“விசேழம் கொஞ்சம் பெருசு,” சிபாயி சொன்னான். “மேஷ்டரெங்க?”

“தெரியாது,” மாதவன்நாயர் சொன்னார். “போயி அஞ்சாறு நாளாவுது.”

“அப்டின்னா மேஷ்டர் வரட்டும், அப்பறம் சொல்றேன்.”

அலுவல் ரீதியான விஷயம். வெளியாட்களிடம் சொல்லக்கூடியதல்ல.

“அலியாரே,” மாதவன்நாயர் சொன்னார், “ஒரு ரெண்டு அப்பம் எடுங்க. வேறென்ன இர்க்கு?”

“பழத்துண்டு இர்க்கு.”

“சரி. ஒரு நாலு பழத்துண்டும்.”

மாதவன்நாயர் சிபாயியை ஒட்டி அமர்ந்தார்.

“என்னா விசேழம்?” மாதவன்நாயர் கேட்டார். “சொல்லுங்க, மான்னாடியாரே[117]. நாமெல்லாம் பக்கத்துப் பக்கத்து ஊர்க்காரங்கதான ம்?”

“யாரிட்டயும் சொல்லிடாதிங்க,” சிபாயி சொன்னான்.

“ஓ, சரி.”

சிபாயி சொன்னான் – ரவிக்கு எதிராகக் கடுமையான குற்றச்சாட்டுகள் எழுந்திருக்கின்றன. வேலையில் ஆர்வமில்லை, கெட்ட நடத்தை. பள்ளிக்கூடத்தில் பிள்ளைகள் இல்லை. கள்ள ஆஜர். அதுமட்டுமல்ல, ரவி இனக் கலவரங்களை ஏற்படுத்துகிறான். நைசாமலி என்னும் கம்யூனிஸ்ட் தலைவரின் உதவியுடன் கசாக்கில் பயிற்சி வகுப்புகள் எடுக்கிறான்.

---

117. **மான்னாடி:** நாயர் வகுப்பைச் சேர்ந்த ஒரு சாதி.

“இந்தக் காலத்துல வேல போய்டுச்சின்னா அப்பறம் கெடைக்கறது பெரிய கஷ்டம்,” சிபாயி சொன்னான். “இவரு போயி எசமானப் பாத்து சொல்லட்டும், எல்லாம் சரியாக்கிடலாம்.”

புதிய இன்ஸ்பெக்டர். பத்தாம் வகுப்பு தேர்ச்சி பெற்ற உடனே வேலைக்கு வந்துவிட்ட இளைஞர். சின்ன வயசுக்கான முரட்டுத்தனம் உண்டு. ஆனால், கெடுதல் செய்பவர் அல்ல. நம்பி வந்தவர்களுக்கு நல்லது செய்பவர்.

அங்கே காலியாரும் வந்தார். தகவல் தெரிந்தபோது அவர் சொன்னார், “சிபாயியே, இந்தப் பிண்ணாக்கெல்லாம் பொய்யாக்கும்.”

சிபாயிக்குக் கோபம் வந்தது.

“அத முடிவு பண்றதுக்கு நீங்க யாரு? எசமான் முடிவு பண்ண வேண்டிய காரியம்.”

“யாரோ எழுதிவிட்ட மொட்டக் கடுதாசியாக்கும்.”

“மொட்டக் கடுதாசியொண்ணுமில்ல,” சிபாயி சொன்னான். “ரிப்போட்டு. படுபக்கா ரிப்போட்டு.”

“எங்க, இன்ஸ்பேட்டர நாங்களும்தான் பாக்குறோம்,” மாதவன்நாயர் சொன்னார், “நாங்களும் சாட்சி சொல்வோம்.”

“பின்ன என்னா, ம்!” அலியாரும் சொன்னார்.

சிபாயி சொன்னான், “நீங்கள்லாம் சேந்து அந்தப் பாவப்பட்ட மனுசனோட வேலயத் தொலச்சிடுவீங்க. ஸ்கோல இங்கோர்ந்து எடுத்துத்துட்டுப் போய்டுவாங்க.”

சிபாயி சென்ற பிறகு காலியார் மாதவன்நாயரிடம் கேட்டார், “இந்த வேல செஞ்ச நாயி யாரு?”

“எனக்கு ஒரு யூகம் மட்டுந்தான்,” மாதவன்நாயர் சொன்னார். “நம்ம பெரியவரு செஞ்ச வேலயாயிருக்குமோன்னு ஒரு சந்தேகம். ஆறு மாசமா நாற்றுப்புரைக்குப் போறதில்ல. கடுமையான வைராக்கியம்.”

“ஆரம்பத்துல பிரியாத ஸ்னேகிதம்,” அலியார் சொன்னார், “பீயும் ஈயும்போல.”

“கேலன் மேஷ்டராயிருக்கலாம்,” காலியார் நினைவுகூர்ந்து சொன்னார்.

“யாரோ இருக்கட்டும்,” மாதவன்நாயர் சொன்னார், “மாஷ் வர்ற வரைக்கிம் காத்திருப்போம். அந்தக் கழுத சிபாயிக்கு

ரெண்டு ரூவா லஞ்சம் கொடுத்தேன். தொந்தரவு பண்ணாம இருக்கட்டும்னு நெனச்சி.”

பத்துநாட்களுக்குப் பிறகுதான் ரவி திரும்பி வந்தான். நாற்றுப்புரையின் கதவைத் திறந்தபோது அங்கே தூசியும் நீராவியும் பாசிபிடித்திருந்தன. எல்லாம் அதனதன் இடத்திலிருந்தன. குவளையில் பாதி குடித்த தண்ணீர், புத்தகத்தின் ஏடுகளுக்கிடையில் பென்சில், சுவர் ஆணியில் தொங்கிய அழுக்குச் சட்டை. அப்புறம், அந்தப் பாசி, எல்லையற்ற தூரத்தின் திரைச்சீலைபோல அது அவை அத்தனையையும் மூடியிருந்தது.

மைமுனாவின் கடையிலிருந்து அப்புக்கிளி ஓடி வந்தான், “அண்ணோ! நீயெங்க போன?”

“காசிக்குப் போனேன், கிளியே.”

“நீயி காச்சிக்குப் போனியா?”

ரவி துண்டெடுத்து அப்புக்கிளியின் தலையிலிருந்த மழை நீரைத் துடைத்தான்.

“நான் இங்க இல்லாதப்ப ஒன்ன யாரும் தொந்தரவு பண்ணுனாங்களா கிளியே?”

கிளி மகிழ்ச்சியாகச் சிரித்தான்.

“இது ஒனக்கு,” ரவி கிளியின் கையில் ஒரு மிட்டாய் பாக்கெட்டை வைத்தான்.

“அண்ணோ,” கிளி சொன்னான், “ஒனக்கு நான் தும்பி பிதித்துத் தரேன், கேட்டியா?”

நாற்றுப்புரையில் விளக்கு எரிவதை மாதவன்நாயர் பார்த்தார். மாதவன்நாயர் வந்தார்.

“யாரிட்டயும் சொல்லாம என்ன போக்கு மாஷ்ஷே போனீங்க?”

“காசிக்குப் போனேன்.”

“முன்னோர்களெல்லாம் நல்லாருக்காங்களா?”

பிறகு, ரவியின் முன்னால் ஒரு பெஞ்சில் அமர்ந்து மாதவன்நாயர் சிபாயி வந்த கதை சொல்லத் தொடங்கினார். விரிவான முன்னுரையுடன் சொன்னார். ரவிக்குக் கஷ்டமாயிருக்குமே என்று நினைத்து மாதவன்நாயர் வருத்தப்பட்டார்.

"ஆனா," மாதவன்நாயர் சொன்னார், "நீங்க கவலப்படாதீங்க, மாஷ்ஷே."

ரவி சொன்னான், "கவலப்பட ஒண்ணுமில்ல, மாதவன்நாயரே."

"இந்த ஸ்கோல எடுத்துட்டாங்கன்னா," மாதவன்நாயர் சொன்னார்; "நாங்க வேற செல காரியம் முடிவு பண்ணிருக்கோம்."

ரவி கவனிக்கவில்லை. சன்னல்படியில், விளக்கு வெளிச்சத்தில், கரப்பான் பூச்சிகள் மேய்ந்து திரிந்தன. சுவரின் பிளவிலிருந்து வெளியே வந்த கம்பளிச் சிலந்தி ஒரு மூலையில் பற்றி நிலைகொண்டது. பத்துநாள் இடைவேளையில் கரப்பானும் சிலந்தியும் அங்கே வந்தன. அவ்வளவு நாள்தான் இந்தப் புகலிடத்தைப் பராமரித்திருந்தான். விளக்கேற்றி, சுகந்தம் புகைத்து. வெளியே கண் தெரியாத காலம் கருத்த, நீலநிறமான, காற்றுகளாக அலறியது. இதுவரையில் அந்தக் காற்றில் கரப்பும் சிலந்தியும் காத்துக்கிடந்திருக்கின்றன.

மாதவன்நாயர் சொன்னார், "கொஞ்சம் போயி இன்ஸ்பேட்டரப் பாக்குறதும் நல்லது."

ரவி விழித்தான்.

"என்னது?"

"பேசி சமரசமாகி மன்னிப்பாப் போகட்டும்."

"மாதவன்நாயரே," ரவி சொன்னான், "வேண்டாம்."

மாதவன்நாயரின் முகத்தில் ஆவல் இருந்தது.

"அப்டியே ஆகட்டும்," அவர் சொன்னார். "ஆனா, ஊர்க்காரங்க இந்த பிசியத்த இப்டி விடப்போறதில்ல."

ஊர் முடிவு செய்துவிட்டிருந்தது. கசாக்கிலும் சுற்றுப்புறங்களிலும் ஐம்பதுக்கும் அதிகமான குடியிருப்புகள் உள்ளன. ஓராசிரியர் பள்ளியை எடுத்துச் சென்றுவிட்டார்கள் என்றால் சபை கூடிப் பணம் வசூல்செய்து அங்கே மற்றொரு பள்ளிக்கூடத்தை ஆரம்பிக்க வேண்டும் என்று அவர்கள் முடிவு செய்தார்கள். ரவி எங்கும் போக வேண்டியதில்லை. சொலயும்மாவின் வீட்டுக்குப் பின்னால் இடம் இருக்கிறது. மூலையில், காலியாகக் கிடந்த பெரியதொரு வீடு இருக்கிறது. சிவராமன்நாயர் நாற்றுப்புரையைத் தரவில்லையென்றால் பள்ளியை அங்கே தொடங்கலாம். இன்ஸ்பெக்டர் ஒத்துழைக்கவில்லையென்றால் மேலதிகாரத்திடம் செல்லலாம்.

ஒரே குரலில் கோரிக்கை எழுப்ப, கசாக்குக்கு உதவி செய்ய கொழணச்சேரி கம்யூனிஸ்ட்காரார்களும் இருக்கிறார்கள்.

அடுத்த வாரம் மழை சற்று விட்ட நாளில் கொழணச்சேரியிலிருந்து கம்யூனிஸ்ட்காரார்கள் கசாக்குக்கு வந்தார்கள். அவர்கள் நாற்றுப்புரைக்குப் படியேறி வரும்போது ரவி அப்புக்கிளிக்கு ஒரு கதை சொல்லிக்கொடுத்துக்கொண்டிருந்தான்.

"நான் கொழணச்சேரி விவசாயத் தொழிலாளர் யூனியன் ஊழியர், சங்கரன்," மெலிந்த உயரமான தோழர்.

இன்னொருவர் குள்ளமாயிருந்தார். மூக்கில் பாலுண்ணியிலும் காதிலும் நிறைய ரோமங்கள் இருந்தன.

"கண்ணிமூத்தான். கொழணச்சேரி சமாதான கௌண்ஸில் செகரட்டரி."

"நமஸ்காரம்!" ரவி சொன்னான், "ஒக்காருங்க."

நலம் விசாரித்து முடித்தவுடன் கண்ணிமூத்தான் சொன்னார், "இதுவொரு சதித்திட்டம், மேஷ்ஷே."

"அப்டித்தான் இருக்கணும்," ரவி சொன்னான்.

"அப்டித்தான் இருக்கணும்கிறதில்ல," ஒல்லித் தோழர் சொன்னார், "அப்டித்தான்ங்கறதுதான் விஷயம்."

கதை துண்டிக்கப்பட்டதில் அப்புக்கிளிக்கு எரிச்சலானது, "அண்ணோ," அவன் பிடிவாதம் செய்தான், "நீ கத சொல்லு."

கதையை அப்புறம் தொடரலாம் என்று சொன்னால் அப்புக்கிளி ஒத்துக்கொள்ள மாட்டான். ரவி சொன்னான், "கத முடிஞ்சிடுச்சி."

கிளியின் முகத்தில் துயரம். சற்று நேரம் உற்றுப் பார்த்து நின்றுவிட்டு அவன் வெளியே மழை நீரிலிறங்கினான். அர்த்தமற்ற, பரிணாமம் இல்லாமல் கதை முடிந்துவிட்டிருந்தது.

"கேலன் எதிர்ப்பாருக்கான்," கண்ணிமூத்தான் சொன்னார்.

"அவனச் சரியா எதிர்கொள்ளணும், அப்டிங்கறதுதான் விஷயம்," ஒல்லித் தோழர் சொன்னார்.

"சிவராமன்னாயர் பூர்ஷ்வா ஃபியூடலிஸ்ட்," கண்ணிமூத்தான் சொன்னார்.

"மாஷே, இங்கவுள்ள காரியங்க உங்களுக்கு முழுசாப் புரியல," ஒல்லித் தோழர் சொன்னார். "பிற்போக்கு சக்திகளோட

கோட்ட. நேஷனல் பூர்ஷ்வாசின்னு சொல்ல முக்கியமா யாரும் இல்ல."

"அது என்னா?" ரவி கேட்டான்.

கேட்டபோது தோழர் பின்வாங்கினார்.

"பொதுவாச் சொன்னேன்," தோழர் சொன்னார். "உதாரணத்துக்கு, இந்த சிவராமன்னாயரோட வயலுக்கு அறுக்கப் போன சின்னப்பொண்ணுங்க ரவுக்கப் போடக்கூடாதுன்னு சட்டம். எப்டி? மார மறைக்காம குனிஞ்சி நின்னு அறுக்கணும்னு."

"நல்லதுதானே?" ரவி சொன்னான்.

ஒல்லித்தோழரும் கண்ணிமூத்தானும் சட்டென்று மௌனமானார்கள்.

"அட, நான் எதயும் நெனச்சி இப்டிச் சொல்லல, கேட்டிங்களா," ரவி விளக்க முயன்றான். சங்கதி மேலும் மோசமானது.

விருந்தினர்கள் எழுந்தார்கள்.

"மீண்டும் சந்திக்கலாம்," கண்ணிமூத்தான் சொன்னார்.

"நீங்களும் களத்துல யெறங்கணும் மேஷ்டர், அப்டிங்கறதுதான் விஷயம்," ஒல்லித் தோழர் சொன்னார்.

ராஜாவின் பள்ளிவாசலில் –

கொழுணச்சேரிக்காரர்கள் பேசிக்கொண்டிருந்தார்கள்.

"தோழரே –"

"காலியாரே –" நைஜாமலி திருத்தினான்.

"ஒங்களுக்கு இதுவொண்ணும் புது விஷயம் இல்லல்ல காலியாரே," ஒல்லித்தோழர் சொன்னார்.

"இதுவொரு சதித்திட்டம்," கண்ணிமூத்தான் சொன்னார்.

"அதிலென்னா சந்தேஹம்," காலியார் சொன்னார்.

"கேலன் பூர்ஷ்வா, சிவராமன்னாயர் ஃபியூடலிஸ்ட். இவங்க ரெண்டுபேருக்கும் ஜால்ரா அடிக்கிறதுக்கு மோசமான ஒரு அரசாங்க அதிகாரி. என்னா பேசமாட்டேங்கிறீங்க, காலியாரே?"

"அப்டித்தா, ம். நாம ப்டிச்ச ப்டி வ்டக்கூடாது."

"நாமெல்லாம் பழய தோழர்க. கூமன்காவு போராட்டத் தோழர்க. அது மறக்கக் கூடிய விஷயமில்ல."

"மறக்க முடியுமா?"

ஒல்லித் தோழர், ஒரு திருமண வேண்டுகோள்போல காலியாரிடம் நெருங்கியவாறு சொன்னார், "நீங்க இப்டி இருந்தாப் பத்தாது காலியார். இயக்கத்துத் திரும்பி வரணும்."

நைசாமலி எழுந்தான். அவர்களின் முன்னால் நெருங்கி நின்றான். கருவிழிகள் மேலே செருகின. கைகளை மேலே நீட்டிக்கொண்டு அவன் ஜெபித்தான். "அல்ஹம்துலில்லாஹி ரப்பில் ஆலமீன் அர் ரஹமானி ரஹீம்... அல்பாத்திஹா!"

"அப்ப," கண்ணிமூத்தான் எழுந்தார்.

"பார்க்கலாம்," ஒல்லித் தோழர் கண்ணிமூத்தானுக்குப் பின்னால் சேர்ந்துகொண்டார்.

"இன்சால்லா," காலியார் சொன்னார்.

மறுநாள் மாலையில் குஞ்ஞாமினா நாற்றுப்புரைக்கு வந்தாள். கையில் ஒரு அடுக்குத் தூக்குப் பாத்திரங்கள்.

"என்னாது, குஞ்ஞாமினே?" ரவி கேட்டான்.

"அப்பமும் இறச்சியும்," அவள் சொன்னாள், "உம்மா கொடுத்தனுப்புனாங்க."

காதில் நிறைய தங்க வளையங்கள் இட்டிருந்தாள். அதன் ஒளிவட்டத்தில் அவள் முகம் முதிர்ந்தது.

"ஒக்காரு," ரவி சொன்னான், "மின்னாமினுங்கு பெரியவளாயிட்டியே!"

அவள் அமரவில்லை.

"நீங்க போறீங்களா ஸார்?" அவள் கேட்டாள்.

"ஆமா, ஆமினாக்குட்டி."

"அப்பறம் வரமாட்டிங்களா?"

அவள் முன்பைப்போல ரவியின் முன்னால் வந்து நின்றாள். சேர்ந்து நின்றாள். ரவி அவள் உள்ளங்கைகளைச் சேர்த்துப் பிடித்தான். அவன் என்னவெல்லாமோ நினைவுகூர்ந்தான்: மறுபிறவிக் கதைகள் சொன்ன மரப்பாச்சியை, மகளோட மனசுக்கு ரொம்ப சந்தோஷமாயிருக்கும்னு சொன்ன சொலயும்மாவை. ரவி அவளை அருகணைத்தான். செதலியின் ஸ்தூபிகளில் அன்று, பிறகு இன்று, அவள் அவன் மடியிலமர்ந்தாள். அவள் கண்கள் ததும்பின. மீண்டும் கேட்டாள், "போனா வரமாட்டீங்களா?"

சிவப்புப் புள்ளியும் நெற்றியில் அடையாளமும் கொண்ட ஒருவித பரல் மீன் உண்டு. செதலியின் காட்டு நீரூற்றில் கல்படியின் ஆழமான பிளவுகளில் அது தூங்கிக்கொண்டிருந்தது. காலம் செல்லும்போது ஒருமுறை அது ஓடைக்கு நீந்தி வந்தது. பெருமழை பெய்யும்போதுதான் அது வருமாம். அடித்துப் பெய்யும் மழையில் ஓடையில் குளிக்க இறங்கிய கசாக்குக்காரர்கள் சிவப்புப் பரலைப் பார்த்தார்கள்.

அன்று இரவு புயல் வீசியது. இரண்டு நாட்கள் இடைவிடாது தொடர்ந்து வீசியது. பனைகள் வேரற்று வீழ்ந்தன. புளியங்கிளைகள் உடைந்தன, மழை சொரிந்தது.

காற்றும் மழையும் அடங்கிய ஒரு மாலையில் ரவியும் மாதவன்நாயரும் செதலியின் சரிவில் நின்றார்கள். தூரத்தில், கசாக்கு துப்புரவாகியிருந்தது. அஸ்தமனத்தின் அடிவாரத்தில் மீண்டும் செண்பகம் பூத்து நின்றது. ஈரம் ஊறி அந்தியின் நிறம் போயிருந்தது. பனைகளின் மேலே ஆகாயம் அடர்த்தியாக இறங்கி நின்றது. அதற்குமப்பால் எங்கோ பருவ மழை வளர்ந்து பெரிதானது.

"மாதவன்னாயரே, கிளி எங்க படுப்பான்?"

"நம்ம கடைதான் சரணம், மாஷ்ஷே."

திரும்பி நடக்கிறார்கள். பனைகள் விழுந்து கிடந்த சரிவினூடே மெதுவாக நடக்கிறார்கள்.

"நம்ம கோடச்சி செத்தது கஷ்டமாப்போச்சி, மாதவன்னாயரே."

"ஒரு போக்கா போயிட்டா, மாஷ்ஷே."

"அவளுக்குப் பக்கத்து வீட்டுல யாரிருக்கா, மாதவன்னாயரே?"

"அதுவா, நம்ம நாணியாசாரிச்சி.[118] இப்போ கொஞ்சம் குஷ்டத்தோட தொந்தரவு உண்டு, அவ்ளோதான்."

உரையாடலின் எல்லைகள் மட்டும்தான். கசாக்குக்குச் செல்லும்போது அவர்கள் அப்படிப் பேசினார்கள். திருச்சூரில் பார்த்த வெடி உற்சவத்தைப் பற்றி மாதவன்நாயர் சொன்னார். ரவி ஒரு சினிமாவின் கதையைச் சொன்னான். அவர்கள் பேசிக்கொண்டே நடந்தார்கள்.

நாற்றுப்புரையின் வாசலில் பிரிந்தார்கள். மாதவன்நாயர் நடுத்திடலை நோக்கி நடந்தார். ரவி இன்னும் கொஞ்ச நேரம்

---

118. **நாணியாசாரிச்சி:** நாராயணி ஆசாரிச்சி.

வாசலில் நின்றான். மாதவன்நாயர் திரும்பிப் பார்க்கவில்லை. மேடு ஏறும்போது கொஞ்சம் திரும்பிச் சென்றால் என்னவென்று அவர் நினைத்தார். நடுத்திடலை அடைந்தார். இப்போது வேண்டுமென்றாலும் திரும்பிச் செல்லலாம். இந்த இரவில் ரவி நாற்றுப்புரையில் தூங்கிக்கொண்டிருப்பான். இரவில் எப்போது வேண்டுமென்றாலும் சென்று கூப்பிட்டு எழுப்பலாம். இன்னும் கொஞ்ச நேரம் பேசிக்கொண்டிருக்கலாம். பிறகு விடைபெறலாம். அப்புறமும் வேண்டுமென்றால் திரும்பிச் செல்லலாம் . . .

ரவி அதிகாலையில் விழித்தான். தாழ்வாரத்தில் அப்புக்கிளி தூங்கிக்கொண்டிருந்தான். தாழ்வாரத்தின் பின் கதவைத் திறந்துவைத்து, பெஞ்சும் நாற்காலியும் அனுமானின் வண்ணப்படமுமெல்லாம் உள்ள நடுஅறைகளை ரவி சாத்திப் பத்திரப்படுத்தினான். ராஜினாமாக் கடிதத்தின் பிரதியை உறையிலிட்டுப் பதிவேட்டின் உள்ளே வைத்தான். மூலையில் தண்ணீர் நிறைத்த பானையிருந்தது. அதில் கொசுவின் லார்வாக்கள் பொரிந்து கூத்தாடத் தொடங்கியிருந்தன. புத்தகத்தின் ஏடுகளுக்கிடையில் பென்சில் கிடந்தது. விரித்த நிலையிலிருந்தது படுக்கை. ரவி எதையும் அசைக்கவில்லை. வாயிற் கதவைச் சாத்தித் தாழிட்டுப் பூட்டினான். சாவியைக் கதவு நிலையின் மேல் திணித்துவைத்தான். அது அங்கே இருக்குமென்று மாதவன்நாயரிடம் சொல்லியிருந்தான்.

பூட்டப்பட்ட கதவை ரவி கொஞ்சம் நேரம் பார்த்தான். குடையும் பையுமாகப் புறப்படும்போது நொடி நேரம் அவன் கண் மூடினான். அந்தி யாத்திரைகளின் தந்தையே, ரவி சொன்னான், விடைகொடுங்கள். வெள்ளெருக்கின் இலைகள் சேர்த்துத் தைத்த இந்த மறுபிறவியின் கூடுவிட்டு நான் மீண்டும் பயணிக்கிறேன்.

ஓடையைக் கடந்து நடுத்திடலின் வழியே நடந்தான். பனைகளிலிருந்து சொட்டிய நீர் மின்னல் துளிகள்போல உடைந்து விழுந்தது. பிறகு மழை தூறியது. மழை கனத்துப் பிடித்தது.

கனத்த மழையினூடே நடந்தான்.

இடியும் மின்னலுமற்ற பருவ மழையின் வெள்ளை மழை மட்டும் தொடர்ந்து பொழிந்தது.

கூமன்காவை அடைந்தபோதும் அந்த வெள்ளை மழை இடையறாது பெய்தது. கூமன்காவு ஏறுமாடங்கள் அத்தனையும் புயலில் வீழ்ந்திருந்தன. பேருந்துக்காரர்கள் பயன்படுத்தியிருந்த மண்குடில் அந்தப் பக்கம் இடிந்து வீழ்ந்திருந்தது. மண்சுவரின் பெரிய கட்டிகள் குவிந்துகிடந்தன.

மரங்களிலிருந்து கொட்டும் தண்ணீரில் அவை பின்னரும் ஊறின. கூமன்காவு கடைத்தெருவில் ஒன்றுமே மிச்சமிருக்கவில்லை. அங்கே ஆட்கள் யாரும் நடக்கவில்லை. எல்லாம் அடங்கியிருந்தன. தனியே, ரவி அங்கே நின்றான் ... பேருந்து வருவதற்கு இன்னும் நேரமிருக்கிறது. ரவி மண்கட்டிகளை மெதுவே காலால் அளைந்தான்.

நீலநிற முகம் உயர்த்தி அது மேலே பார்த்தது. பிளவுற்ற கருநாக்கை வெளியே சொடுக்கியது. பாம்பின் படம் விரிவதை ரவி ஆவலுடன் பார்த்தான். பேரன்புடன். பாதத்தில் பற்கள் பதிந்தன. பல் முளைக்கும் சின்னப் பயலின் குறும்பு. அவை மீண்டும் மீண்டும் பாதத்தில் பதிந்தன. படத்தைச் சுருக்கி, ஆவலுடன், பேரன்புடன், ரவியைப் பார்த்துவிட்டு அது மீண்டும் மண்கட்டிகளிடையே ஊடுருவிச் சென்றது.

மழை பெய்கிறது. மழை மட்டும்தான் இருக்கிறது. கார்பருவத்தின் வெண்ணிற மழை. மழை உறங்கியது. மழை சிறிதானது. ரவி சாய்ந்து கிடந்தான். அவன் சிரித்தான். முடிவற்ற மழை நீரின் தீண்டல். சுற்றிலும் புற்கள் துளிர்த்தன. ரோமத் துளைகளினூடே புற்கள் வளர்ந்தன. மேலே, வெண்ணிற மழை கட்டைவிரல் அளவு சுருங்கியது.

பேருந்து வருவதற்காக ரவி காத்துக்கிடந்தான்.